அரசியல் பேசும் அயல் சினிமா

இ.பா. சிந்தன்

புதிய கோணம்

ARASIYAL PESUM AYAL CINEMA (In Tamil)

E.P. CHINTHAN

First Edition: August, 2014

Published by

PUTHIYA KONAM

im print of Bharathi Puthakalayam

7, Elango Salai, Teynampet, Chennai - 600 018
Email: thamizhbooks@gmail.com | www.thamizhbooks.com

அரசியல் பேசும் அயல் சினிமா

இ.பா. சிந்தன்

முதல் பதிப்பு: ஆகஸ்ட், 2014

வெளியீடு:

புதிய கோணம்

பாரதி புத்தகாலயத்தின் ஓர் அங்கம்

7, இளங்கோ சாலை, தேனாம்பேட்டை, சென்னை - 600 018

தொலைபேசி : 044 24332424, 24332924, 24339024

கிளைகள்

திருவல்லிக்கேணி: 48, தேரடி தெரு | **வடபழனி:** பேருந்து நிலையம் எதிரில் அடையார் ஆனந்தபவன் மாடியில் | **பெரம்பூர்:** 52, குக்ஸ் ரோடு | **ஈரோடு:** 39, ஸ்டேட் பாங்க் சாலை
திண்டுக்கல்: பேருந்து நிலையம் | **நாகை:** 1, ஆரியபத்திரபிள்ளை தெரு
திருப்பூர்: 447, அவினாசி சாலை | **திருவாரூர்:** 35, நேதாஜி சாலை
சேலம்: பாலம் 36/1 அத்வைத ஆஸ்ரமம் சாலை, | **சேலம்:** 15, வித்யாலயா சாலை
மயிலாடுதுறை: ரசாக் டவர், 1, கச்சேரி சாலை
மதுரை: 37A, பெரியார் பேருந்து நிலையம் **அருப்புக்கோட்டை:** 31, அகமுடையார் மகால்
மதுரை: சர்வோதயா மெயின்ரோடு, | **குன்னூர்:** N.K.N வணிகவளாகம் பெட்போர்ட்
செங்கற்பட்டு: 1 டி., ஜி.எஸ்.டி சாலை | **விழுப்புரம்:** 26/1, பவானி தெரு
திருநெல்வேலி: 25A, ராஜேந்திரநகர் | **விருதுநகர்:** 131, கச்சேரி சாலை
கும்பகோணம்: 352, பச்சையப்பன் தெரு | **நெய்வேலி:** பேருந்து நிலையம் அருகில்
வேலூர்: S.P. Plaza 264, பேஸ் II, சத்துவாச்சாரி
தஞ்சாவூர்: காந்திஜி வணிக வளாகம் காந்திஜி சாலை | **தேனி:** 12,பி, மீனாட்சி அம்மாள் சந்து, இடமால் தெரு | **கடலூர்:** பாரதி பஜார், பழைய அண்ணா மேம்பாலம்
கோவை: 77, மசக்காளிபாளையம் ரோடு, பீளமேடு | **திருச்சி:** வெண்மணி இல்லம், கரூர் புறவழிச்சாலை
திருவண்ணாமலை: முத்தம்மாள் நகர், | **நாகர்கோவில்:** கேவ் தெரு, டோத்தி பள்ளி ஜங்ஷன்
பழனி: பேருந்துநிலையம் | **சிதம்பரம்:** 22A/ 18B தேரடி கடைத் தெரு, கீழவீதி அருகில்
மன்னார்குடி: 12, மாரியம்மன் கோவில் நடுத்தெரு, கீழப்பாலம்

அச்சு: ஸ்ரீ முருகன் பிரிண்டர்ஸ், சென்னை - 600 002.

நன்றிவுரை

என்னுடைய அரசியல் பார்வைக்கு வித்திட்டு சரியான திசையில் எனது தேடலைத் துவங்கிவைத்த என் தந்தை இ.பாக்கியம், நான் எதைச்செய்தாலும் அதனை ஊக்குவிக்கிற என் அம்மா தாட்சாயிணி, இப்புத்தகத்தில் பேசப்பட்டிருக்கிற எல்லா திரைப்படங்களையும் என்னோடு பார்த்து விவாதித்து அவற்றைக் கட்டுரைகளாக மாற்ற உதவிய மனைவி தீபா, இக்கட்டுரைகள் **மாற்று·காம்** இணையதளத்திலும், பேஸ்புக்கிலும், இன்னபிற வலைத்தளங்களிலும் தீக்கதிர் வண்ணக்கதிரிலும் வெளியானபோதெல்லாம் வாசித்து கருத்து சொல்லி உற்சாகப்படுத்திய நண்பர்கள், கட்டுரைகளைத் தொகுத்து புத்தகமாக வெளியிடப் பரிந்துரைத்த தோழர்கள், வெளியிட முன்வந்த பாரதி புத்தகாலயம், அனைவருக்கும் என் நன்றிகள்.

திரை விலக்கும் எழுத்து

ஒருநூறு ஆண்டுகளைக் கடந்து இரண்டாம் நூற்றாண்டில் தனது பயணத்தைத் துவக்கியிருக்கும் சினிமா, ஒரு கலைவடிவம்தான் என்பதில் யாருக்கும் இரண்டாம் கருத்து இருக்க முடியாது. இதுவரை மனிதகுலம் கண்டடைந்த கலைவடிவங்களிலேயே அதிக மக்களைச் சென்றடைந்தம் இதுதான் என்பதில் யாருக்கும் மாற்றுக் கருத்து இருக்கவும் வாய்ப்பில்லை. உலகமெங்கும் கோடிக்கணக்கான மக்கள் தினமும் சினிமாக்களைப் பார்த்துத் தள்ளிக்கொண்டே இருக்கிறார்கள். டிஜிட்டல் தொழில்நுட்பம் சினிமாவை இன்னும் எளியதாக்கி நமது வீட்டுக்குள்ளேயே சினிமாவைக் கொண்டு வந்துவிட்டது. நாம் விரும்பினாலும் விரும்பாவிட்டாலும் தினமும் நூற்றுக்கணக்கான சினிமாக்கள் ரகசிய ஒற்றன்களாய் நமது வீட்டுக்குள் வளையவளைய வந்துகொண்டிருக்கின்றன. அவற்றைத் தேர்வு செய்யவேண்டிய ரிமோட்டுகளாக நமது மனங்கள் மாற்றப்பட்டு விட்டன.

ஆனால் இங்கு பிரச்சனை என்னவென்றால், தேர்வு செய்வதற்கு நமக்குத் தரப்பட்டிருக்கும் வாய்ப்புகள் என்ன என்பதும், எது நல்ல சினிமா... எது மோசமான சினிமா... எனக் கண்டறிகிற சினிமா ரசனை நமக்கு கற்றுத்தரப்பட்டிருக்கிறதா என்பதும்தான். உலகெங்கிலும் கலைச்சாதனமாகவும் அறிவியல் அற்புதமாகவும் உணரப்பட்ட சினிமா, இந்தியாவில் கேளிக்கையின் ஒரு வடிவமாக அறிமுகமாகி அந்தப் பாதையிலேயே வளர்த்தெடுக்கப்பட்டதும்தான் இங்குள்ள சினிமா ரசனைக்கும் வர்த்தகச் சூழலுக்கும் அடிப்படைக் காரணம். புராணக்கதைகளுடன் அறிமுகமாகி வந்த சினிமாவை முதலீட்டின் பாதுகாப்புக் கருதி அதே தடத்திலேயே வளர்த்தெடுத்து... இத்தனை ஆண்டுகள் கழிந்தபின்னும் இன்னமும் அதே தடத்திலேயே அது போய்க்கொண்டிருக்கிறது. அது தானாகவே போய்விடுமா என்ன...! லாபம் என்னும் பிசாசுதான் அதை வழிநடத்திக் கொண்டிருக்கிறது. அவ்வப்போது நிகழும் சில நல்ல சினிமா முயற்சிகளையும்கூட இந்தப் பிசாசு தின்று செரித்து ஏப்பம் விட்டுவிடுகிறது.

அதிலும் தமிழ்ச்சினிமாவின் சூழல் இன்னமும் வினோதமானதாகவே இருக்கிறது. இங்கு ஆண்டுக்கு சராசரியாக சிறிதும் பெரிதுமாக 300 படங்கள் தயாராகின்றன. இதில், சமீப ஆண்டுகளில் உருவாகியிருக்கும் கார்ப்பரேட் வலைப்பின்னல் எனும் வர்த்தகச் சூதாட்டத்தில் சிக்கி

சிறிய பட்ஜெட் படங்கள் எல்லாவற்றையும் இழந்து துகிலுறியப்பட்ட திரௌபதைகளாக கைதூக்கி நிற்கின்றன... எந்தக் கண்ணனாவது வந்து காப்பாற்றுவானென்று. துயரம் என்னவெனில்... இத்தகைய சிறிய பட்ஜெட் படங்களில்தான் ஏதாவது ஒன்றிரண்டு நல்ல... மாற்று முயற்சிகளுக்காவது இடமிருக்கிறது. தியேட்டர்கள் மறுக்கப்படுவதும், அப்படியே முட்டிமோதி தியேட்டர் கிடைத்தாலும் இத்தனை நாள்தான், இத்தனை காட்சிகள்தான் என அவற்றின் ஆயுள் அற்பாயுசில் முடித்துவைக்கப்படுவதும் இன்றைக்கு இருக்கும் நுட்பமான அரசியலன்றி வேறென்ன..? இந்த நுட்பமான அரசியல்தான் நாம் என்ன படங்களைத் தேர்வு செய்யவேண்டுமென்ற வாய்ப்பை நமக்குப் பரிந்துரைக்கின்றன. ஆனால் அதையும் மீறி ஒரு தேர்ந்த சினிமா காதலனால் நல்ல சினிமாவைத் தேடிக்கண்டடைந்துவிட முடியும். அதற்கான வசதிவாய்ப்புகளை இணைய உலகம் சாத்தியப்படுத்தியிருக்கிறது. இப்போது நல்ல சினிமாவைத் தேர்வு செய்வதென்பது நமது கணினியின் விசைப்பலகையிலும் நமது விரல்களிலும்தான் இருக்கிறது. என்ன....அதற்கு நீங்கள் ஒரு சினிமா காதலனாக இருக்கவேண்டியது கூடுதல் தகுதியாக இருக்கிறது. அந்தத் தகுதிகள் தமக்கு இருக்கிறதென்பதை இந்தப் புத்தகத்தில் முன்மொழியும் படங்களின் வழியே நமக்கு உணர்த்துகிறார் சிந்தன்.

உங்கள் படம் முன்வைக்கும் அரசியல் என்ன என்று நமது இயக்குனர்களிடம் கேட்டால், அய்யய்யோ... எனது படத்துல அரசியலா... ஆளைவிடுங்க சாமி... எனக்கும் அரசியலுக்கும் சம்பந்தமில்லை... என தலைதெறிக்க ஓடுவார்கள். அரசியல் என்றாலே இங்கே படைப்பாளிகளுக்கு அவ்வளவு அலர்ஜி. சினிமாவை அரசியல் அதிகாரத்திற்கு வருவதற்கான ஒரு கருவியாக வலுவாகப் பயன்படுத்திய நம்ம ஊரில்... சினிமாவில் இருந்தே 40 ஆண்டு காலமாக முதல்வர்களைத் தேர்ந்தெடுத்துக்கொண்டிருக்கும் நம்ம ஊரில்... அரசியல் என்றாலே சினிமாக்காரர்களுக்கு இதுதான் புரிதல். கட்சி அரசியலைப்பற்றியோ, அரசியல் கட்சிகளைப் பற்றியோ மறந்தும்கூட நமது தமிழ்ச் சினிமாக்கள் பேசுவதில்லை. (ஆனால் எல்லா நடிகர்களும் முதல்வர் நாற்காலியைக் குறிவைத்தே 'பஞ்ச்' டயலாக்குகளைப் பேசுவார்கள் என்பதை நீங்கள் அரசியலில் சேர்த்துவிடக்கூடாது.) இதுவும்கூட ஒரு அரசியல்தான். அரசியல் பேசுவதும் அதில் ஈடுபடுவதும் அதைப்பற்றி விமர்சனப்பூர்வமாக அணுகுவது என்பதும் அருவெறுக்கத்தக்கது என்ற உணர்வை சினிமா பார்வையாளனின் மூளைக்குள் லாவகமாய் திணிக்கிற அரசியல் இது.

ஆனால் சிந்தன் முன்மொழிகிற இந்துப் படங்கள் பட்டவர்த்தனமாய் அரசியலைப் பேசுகின்றன. நீங்கள் குடிக்கும் காபியில்... உங்கள் கையிலிருக்கும் செல்போன்களில்... உங்கள் மகளின் தலையில் மணக்கும் தேங்காய் எண்ணெய்யில்... உங்கள் குழந்தைகள் ருசித்துச் சாப்பிடும் சாக்லேட்டுகளில்... நீங்கள் குடிக்கும் தண்ணீரில்.... குடும்பத்துடன் நீங்கள் உலாவரும் அயல்நாட்டுக் காரில்... என ஒவ்வொன்றின் பின்னாலும் ஒளிந்திருக்கும் அரசியலை இந்துப்படங்கள் உங்களிடம் பேசுகின்றன. படிக்கப்படிக்க மனம் பதைக்கிறது. என்ன மாதிரியான உலகத்தில் நாம் வாழ்ந்து கொண்டிருக்கிறோம் என நமக்கு நாமே கேட்டுக்கொள்ளத் தோன்றுகிறது.

காங்கோ நாட்டில் பல பத்தாண்டுகளாகத் தொடரும் உள்நாட்டுப்போருக்கும், அங்கு கணிசமாகக் கிடைக்கும் செல்போன் தயாரிக்கப் பயன்படும் கனிமங்களின் கொள்ளைக்கும் இருக்கும் தொடர்பை அம்பலப்படுத்துகிறது BLOOD IN MOBILE என்கிற ஆவணப்படம். வாசித்து முடிக்கையில் நமது செல்போன்களில் வழியும் காங்கோ மக்களின் ரத்தவாசனையை உணராமல் இருக்க முடியவில்லை. அதேசமயம் நமக்கு அருகில் அரை நூற்றாண்டுக்கும் மேலாக நடந்திருக்கும் ஈழ விடுதலைப்போரின் பக்கங்களை காமிரா தூக்கும் எந்த தமிழ்ப்படைப்பாளியும் இப்படிப் பதிவுசெய்யவில்லையே எனும் ஆதங்கமும் எழுகிறது.

678 என்கிற எகிப்து நாட்டுத் திரைப்படம் குறித்த அறிமுகம் அப்படத்தைப் பார்த்தாக வேண்டிய ஆவலைத்தூண்டுகிறது. பெண்கள் மீதான பாலியல் வன்கொடுமைக்கு கால, தேச எல்லைகள் எதுவும் இல்லை என்பதை சொல்கிற திரைப்படம் இது. சமீரா மக்பல்பப்பின் BLACK BOARDS என்கிற அற்புதமான இரானிய படத்தையும் இதில் அறிமுகம் செய்திருக்கிறார் சிந்தன். அது ஆசிரியர்கள் மட்டுமல்ல அனைவருமே பார்த்திருக்க வேண்டிய படம். எல்லாக் கதைகளையுமே இங்கு சொல்லிவிடுவதும் ஆபத்தானது. எனவே ஒன்றை மட்டும் உறுதியாக என்னால் சொல்ல முடியும். இந்த புத்தகத்தைப் படிப்பவர்கள் நிச்சயம் அந்தப் படங்களைக் கண்டடைந்து பார்த்துவிடுவார்கள். அதற்கான தூண்டலை, அந்தப் படங்கள் அல்ல...அவை பேசும் அரசியலே செய்துவிடுகின்றன. அதற்கு சிந்தனின் எழுத்தும் ஒரு காரணமாக இருப்பதுதான் இந்த நூலின் சிறப்பு. வாழ்த்துக்கள் சிந்தன்.

எஸ்.கருணா

skaruna63@gmail.com
9500425757

உள்ளே...

மாஸ்கோவில் மழை பெய்தால் மதுரையில் குடைபிடிக்கிறார்கள் என்று உலக அரசியல் பேசுகிறவர்களைக் கேலியும் கிண்டலும் செய்த காலம் ஒன்றிருந்தது. அந்நிலை சற்றே மாறிவருகிறது. பொருளாதார நெருக்கடி காரணமாக அமெரிக்கா ஆட்டங்கண்டால், அம்பத்தூர் தொழிற்பேட்டை கூட தள்ளாடும் என்பதனை மக்கள் உணரத்துவங்கியிருக்கிறார்கள். 'பொருளாதார நெருக்கடி', 'crisis', 'recession' போன்ற வார்த்தைகள் எல்லாம் டீக்கடை விவாதங்களில்கூட தவறாமல் இடம்பெறுகின்றன. ஆனால் இவ்விவாதங்கள் எல்லாமே நமக்கு வாய்த்திருக்கிற ஊடகங்களின் மந்திர வார்த்தைகளை நம்பி ஒரு சிறிய வட்டத்திற்குள்ளாகவே நடப்பவையாகத்தானிருக்கிறது.

உலகின் எங்கோ ஒரு நாட்டின் மூலையில் நிகழ்கிற எந்தவொரு அரசியல் நிகழ்வும்/மாற்றமும் உலகின் மற்ற அனைத்துப் பகுதிகளையும் ஏதோவொரு வகையில் பாதிக்கிறது என்கிற உண்மையினை அறிந்துகொள்ளாமல், மாற்று உலகத்தின் எந்தக் கதவுகளையும் அசைத்துவிடக்கூட முடியாது. பின்லேடன் கொலைக்கும், அமெரிக்காவின் தேர்தலுக்கும், பாலஸ்தீனத்தின் மீதான தாக்குதலுக்கும், இஸ்ரேலின் தேர்தலுக்கும், ஆப்பிரிக்காவின் வறுமைக்கும் ,ஐரோப்பாவின் செழுமைக்கும், கோக் நிறுவனத்தின் இலாப உயர்விற்கும். கொலம்பியாவின் தண்ணீர் பற்றாக்குறைக்கும், பெட்ரோல் விலையு உயர்வுக்கும் உலகின் பல போர்களுக்கும் எவ்விதத் தொடர்புகளும் இல்லை என்று இனியும் சொல்லிக் கொண்டிருக்க முடியாது.

இரண்டாம் உலகப்போருக்குப் பின்னால், உலகின் வரைபடமே மாறியிருக்கிறது; நாடுகள் புதிதாக உருவாகியிருக்கின்றன; எல்லைக்கோடுகள் விரிவடைந்தும் சுருங்கியும் போயிருக்கின்றன. மூன்றாம் உலகப்போராக பனிப்போரும், நான்காம் உலகப்போராக உலகமயமாக்கப் போரும், ஐந்தாம் உலகப்போராக தேசங்களை திவாலாக்கும் பொருளாதார நெருக்கடிப் போரும் உலக மக்களைத் தொடர்ந்து வாட்டிக்கொண்டே வந்திருக்கின்றன. இவை குறித்தெல்லாம் உண்மையான தகவல்களோடு மக்களிடம் பேசுவதற்கு தொலைக்காட்சி, செய்தித்தாள் போன்ற எந்த ஊடகங்களும் தயாராக இல்லை. வெறும் பொழுதுபோக்கு ஊடகமாக மட்டுமே மக்களிடையே முன்னிறுத்தப்படுகிற சினிமா என்கிற ஊடகமும், தன்னால் இயன்றவரை உலக அரசியலைப் பேசாமல் மறுத்தோ அல்லது தவறாக சித்தரித்தோதான் வலம் வந்து கொண்டிருக்கின்றன.

ஆண்டாண்டு காலமாகத் தமிழ் பேசும் நல்லுலகிற்கு, உலகத் திரைப்படமென்றால் ஆங்கில ஹாலிவுட் திரைப்படங்களாகத்தான் இருந்து வந்திருக்கின்றன. டைனோசர் முதல் டாம் க்ரூஸ் வரை தமிழ்ப் பேசும் எந்தத்திரைப்படங்களும் உலக அரசியலின், உழைக்கும் மக்களின் உண்மை நிலையினை நமக்குச் சொல்லியதில்லை. பெரிய பெரிய கட்டிடங்களைக் காட்டியவர்கள், அதற்குள்ளே சுரண்டப்படுகிற மக்களின் உழைப்பை நமக்குக் காட்டியதில்லை. அதிலும், 'அமெரிக்கா ஒரு சொர்க்கபுரி' என்கிற மாயத்தோற்றத்தினை உலக மக்களின் மனதில் உருவாக்கும் முயற்சியில் அமெரிக்க ஆட்சியாளர்களைப்போலே அவர்களின் திரைப்படங்களும் பெரும்பங்கு வகித்து வந்திருக்கின்றன. தேசபக்தித் திரைக்கதைகள் எழுதி, பெரிய பெரிய கட்டிடங்களைக் காட்சியமைப்பில் வைத்து, மனிதன் வாழ்வதற்கான சிறந்த இடம் அமெரிக்காதான் என்று உலக மக்களின் மனதிலெல்லாம் கருத்துருவாக்கம் செய்வதன் பின்னணி என்னவாக இருக்கமுடியும்? அமெரிக்க ஆட்சிமுறையும் முதலாளித்துவப் போக்கும்தான் அந்நாட்டின் இன்றைய வளர்ச்சிக்கான காரணம் என்பதை நம்முடைய பொதுப்புத்தியில் நேரடியாகவோ மறைமுகமாகவோ வலியுறுத்துவதன்றி வேறொன்றுமில்லை.

அரசியலற்ற ஃபேன்டசி திரைப்படங்களையும் ஆதிக்க அரசியலை மறைமுகமாகச் சொல்கிற அதிரடி ஆக்ஷன் படங்களும்தான் நமக்கு உலகத் திரைப்படங்களாகத் திணிக்கப்படுகின்றன.

மிகச்சமீப காலமாகத்தான் இணையம் என்கிற ஊடக வளர்ச்சியின் காரணமாக, நிறைய உலகத்திரைப்படங்களைப் பார்க்கிற வாய்ப்பு நம்மில் பலருக்குக் கிடைத்திருக்கிறது. எந்தத் தமிழ்ப்படம் எந்த நாட்டுத் திரைப்படத்திலிருந்து திருடப்பட்டிருக்கிறது என்பதனை எளிதில் கண்டுபிடித்துவிடும் அளவிற்கு பலருடைய உலகத் திரைப்பட அறிவு வளர்ந்திருக்கிறது.

நான் பார்த்த திரைப்படங்களை விவரிப்பதன் மூலமாக சில நாடுகளின் முக்கியமான அரசியல் நிகழ்வுகளையும், அரசியல் மாற்றங்களையும் சொல்ல வேண்டும் என்கிற ஆவலில் எழுதப்பட்ட கட்டுரைகள்தான் இவை. இக்கட்டுரைகளில் 'திரைப்படம்' என்கிற மொழிகுறித்தோ, திரைப்பட உருவாக்கத்தின் உள்விவரங்களான நடிப்பு, திரையியக்கம், படத்தொகுப்பு போன்றவை குறித்தோ எங்கேயும் பேசப்பட்டிருக்காது. கட்டுரைகளில் மையத்திரைப்படங்கள் பேசுகிற அரசியலையும் அதைச்சார்ந்த நிகழ்வுகளையும் மட்டுமே முன்வைப்பதுதான் இக்கட்டுரைத்தொகுப்பின் முக்கிய நோக்கம்.

இ.பா.சிந்தன்

1

காங்கோ: நமது செல்போன்களில் படிந்திருக்கும் காங்கோ மக்களின் இரத்தம்

(Blood in Mobile - 2010)

காங்கோவின் வரலாறு

1885 ஆம் ஆண்டில் பெல்ஜியம் மன்னர் இரண்டாம் 'லியோபோல்ட்', காங்கோ நாட்டினை தன்னுடைய தனிப்பட்ட சொத்தாக ஆளத்துவங்கினார். அப்போது காங்கோ நாட்டிலிருந்து அம்மக்களை வைத்தே ரப்பரை எடுத்து ஐரோப்பிய நாடுகளுக்கு விற்றுக் காசு பார்த்தார் அந்த மன்னர். அதன்மூலம் உலகின் மிகப்பெரிய பணக்காரராகத் திகழ்ந்தார். தொழிற்புரட்சியின் ஆரம்ப காலமது. கார் தயாரிப்புகளும் அதிவேக வளர்ச்சியை அடையத்துவங்கிய நாட்களும் அதுவே. அதனால் ரப்பரின் தேவை அதிகமாக இருந்தது. காங்கோவிற்கு ரப்பரை நம்பியே ஒட்டுமொத்த கார் தயாரிப்பு தொழிலும் இருந்தது என்றுகூட சொல்லலாம். அந்த அளவிற்கு காங்கோவின் ரப்பர் உலகம் முழுவதும் பயன்படுத்தப்பட்டு வந்தன.

ஒவ்வொரு காங்கோ குடிமகனுக்கும் குறிப்பிட்ட அளவு ரப்பரை எடுக்கவேண்டுமென்று நிர்ணயிக்கப்பட்டிருந்தது. நிர்ணயிக்கப்பட்ட அளவு ரப்பரை எடுத்துக் கொடுக்காவிட்டால், அவர்களைக் கொல்ல வேண்டும் என்பது லியோபோல்டின் உத்தரவு. ஒரு கட்டத்தில் ஏராளமான மக்களைக் கொன்று குவிக்கத்துவங்கியது லியோபோல்டின் இராணுவம். அந்த அளவிற்கு துப்பாக்கி குண்டுகள்கூட இல்லாத நிலையில், எப்படி வேண்டுமானாலும் அம்மக்களைக் கொல்லலாம். ஆனால் கொன்றவர்களின் வலது கையினை ஆதாரமாக எடுத்துவர வேண்டுமென்கிறான் மன்னன். காங்கோவிலிருந்து இரப்பரை எடுத்து ஐரோப்பிய நாடுகளுக்கு விற்பதற்கென்றே 'அபிர்' என்கிற

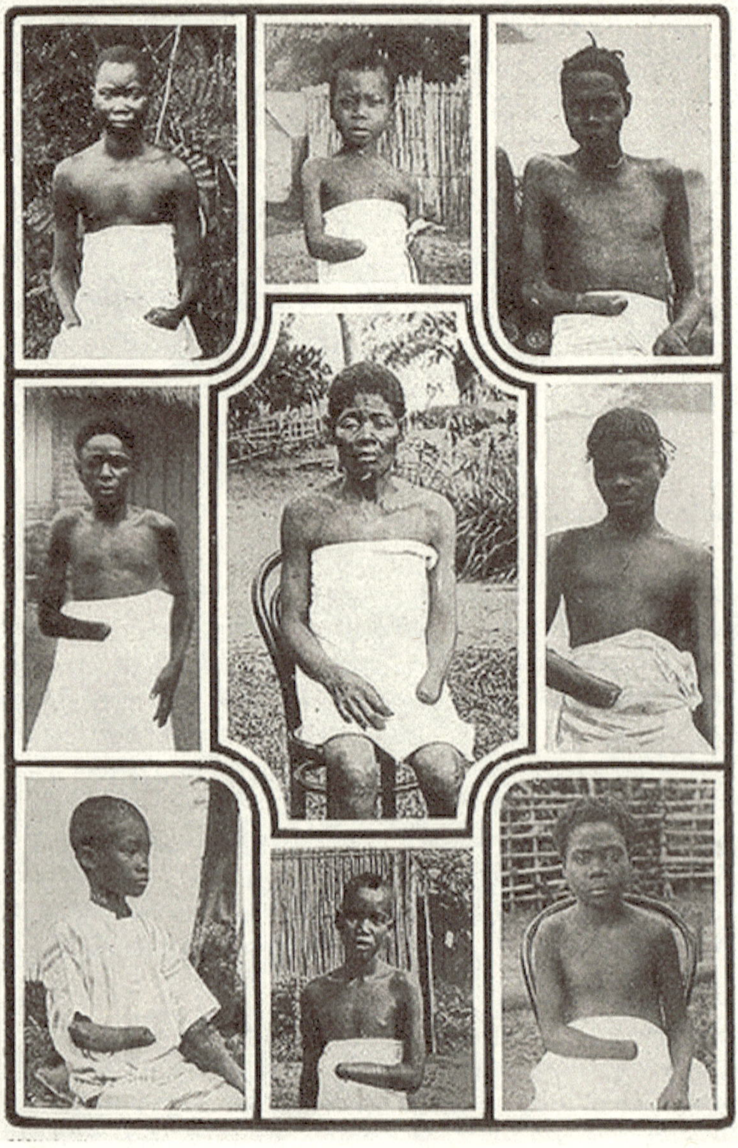

நிறுவனமும் தோற்றுவிக்கப்பட்டது. இந்நிறுவனம் உலகம் முழுவதுமுள்ள பல நாடுகளுக்கு காங்கோ இரப்பரை ஏற்றுமதி செய்தது.

காங்கோ மக்களைக் கொன்றும், பஞ்சத்தை உருவாக்கியும் சுமார் 20 ஆண்டுகளில் மட்டும், காங்கோவில் கொல்லப்பட்டவர்களின் எண்ணிக்கை 1 கோடி முதல் 3 கோடி வரை இருக்கலாம் என்று

ஆடம் ஹோக்ஸ்கில்ட், இசிடோரே, பிரெட்ரிக் வர்தம் ஆகிய வரலாற்று ஆய்வாளர்கள் சொல்கிறார்கள்.

25 ஆண்டுகள் வரை ஆட்சி புரிந்த லியோபோல்ட், உலகின் பல்வேறு நாடுகளின் எதிர்ப்பினை சமாளிக்க முடியாமல் தன்னுடைய சொந்தக் கட்டுப்பாட்டில் இருந்த காங்கோவை பெல்ஜியம் அரசின் கீழ் கொண்டுவந்தார். ஆட்சிதான் மாறியதே தவிர அவலங்கள் மாறவில்லை. மேலுமொரு 50 ஆண்டுகளுக்கும் மேலாக பெல்ஜியம் அரசாங்கத்தின் காலனி நாடாகவே இருந்து வந்தது காங்கோ.

1960 இல் பெல்ஜியத்திடமிருந்து காங்கோ விடுதலை பெற்றது. அன்று முதல் இன்றுவரை, இரு பெரும் உள்நாட்டுப் போர்களை சந்தித்திருக்கிறது.கோடிக்கணக்கான மக்கள் கொல்லப்பட்டிருக்கிறார்கள். காங்கோவில் இன்று வாழும் ஒட்டுமொத்தப் பெண்கள் எண்ணிக்கையில், 30 சதவீதப்பெண்கள் பாலியல் வன்புணர்வுக்கு ஆளாகியிருக்கிறார்கள் (வெளியே சொல்லாதவர்களின் எண்ணிக்கையைச் சேர்த்தால், இச்சதவீதம் மிகப்பெரியதாக இருக்கும்). செல்வங்களின் மதிப்பைக் கணக்கிட்டால், உலகின் பணக்கார நாடாக இருந்திருக்க வேண்டிய காங்கோ, இன்று உலகின் மிகப்பெரிய ஏழை நாடாக இருக்கிறது... காரணம் என்ன? காரணமானவர்கள் யார்?

திரைக்கதை:

"காங்கோ நாட்டிலிருந்து எடுக்கப்படும் கனிமங்கள் செல்போன்களில் பயன்படுத்தப்படுகின்றன."

"கடந்த 15 ஆண்டுகளில் மட்டும் 50 லட்சத்திற்கும் மேற்பட்ட மக்கள் காங்கோவின் உள்நாட்டுப்போரில் கொல்லப்பட்டிருக்கிறார்கள்"

"இந்த இரண்டிற்கும் தொடர்பு இருக்கிறது என்று ஐ.நா,சபையும் ஒப்புக்கொண்டிருக்கிறது"

என்கிற வரிகளுடன் இத்திரைப்படம் துவங்குகிறது.

டென்மார்க்கைச் சேர்ந்த 'பிராங்க்' என்கிற திரைப்பட இயக்குனர், இது குறித்து ஆய்வு செய்ய முடிவெடுக்கிறார். காங்கோ நாட்டில் நடக்கும் போருக்கு நிதியுதவி செய்வதே செல்போன்களில் பயன்படுத்தப்படுகிற கனிமங்கள்தானோ என்கிற சந்தேகத்தின் அடிப்படையில், நோக்கியா நிறுவனத்தின் தலைமைப் பொறுப்பிலிருப்போரிடம் பேட்டியெடுக்க முயற்சிக்கின்றார். ஆனால் அவருக்கு அனுமதி மறுக்கப்படுகிறது. அவரது தொடர்முயற்சிகள் வீணாகின்றன.

ஸ்பெயின் நாட்டில் நடக்கிற உலக செல்போன் நிறுவனங்களின் மாநாட்டிற்குச் சென்று அங்கிருக்கும் பிரதிநிதிகளிடம், "காங்கோ நாட்டில் உள்நாட்டுப் போருக்கு நிதியளித்து, அதற்கு பதிலாக அங்கிருந்து கனிமங்கள் எடுக்கப்பட்டு அவைதான் செல்போன்களில் பயன்படுத்தப்படுகின்றனவா?" என்று கேட்கிறார். அவரது கேள்விக்கு யாருமே பதிலளிக்க விரும்பவில்லை என்கிறார்கள்.

'உண்மையிலேயே நமது செல்போன்களில், காங்கோவில் நடக்கும் போருக்கு நிதி திரட்டிக்கொடுக்கிற கனிமங்கள் இருக்கின்றனவா இந்த உண்மை பலருக்குத் தெரிந்திருந்தும் ஏன் யாரும் எதுவுமே செய்யவில்லை? காங்கோ எங்கோதானே இருக்கிறது என்கிற அலட்சியமா? எங்கோ நடக்கிற போருக்கு நான் வைத்திருக்கும் என்னுடைய செல்போன்தான் காரணம் என்கிற உண்மையை என்னால் சகித்துக்கொள்ளமுடியவில்லை! ஒருவேளை, காங்கோவில் பல உயிர்களைக் கொன்றுகுவித்து அவர்களின் இரத்தக்கறை என்னுடைய செல்போனிலும் படிந்திருந்தால், இனியும் எனது மனைவிக்கு அன்பு கலந்த குறுஞ்செய்திகளை அனுப்பிக் கொண்டும், எனது மகள்களுடன் பேசிக்கொண்டும் என்னால் இருக்கமுடியாது.'

என்று மனதிற்குள் சொல்லிக்கொண்டே, தன்னுடைய ஐயத்தினை தீர்த்துவைக்க அம்மாநாட்டில் வேறு யாரேனும் கிடைப்பார்களா என தேடிப்பார்க்கிறார்.

அவருடைய கேள்விக்கு பதிலளிப்பதற்கு அம்மாநாட்டில் யாருமில்லை என்கிறார்கள். மிகுந்த வருத்தத்துடன் மாநாட்டிலிருந்து வெளியேறுகிறார்.

நோக்கியாவின் மக்கள் தொடர்பு எண்கள் அனைத்திற்கும் பல மாதங்கள் தொடர்ந்து தொடர்பு கொண்டே இருக்கிறார். யாரும் அவருக்கு எவ்விதத் தகவலும் தர முன்வரவில்லை. இதுகுறித்து, யாரைத் தொடர்பு கொள்ள வேண்டுமென்றே தங்களுக்குத் தெரியாது என்று ஒட்டுமொத்தமாகக் கைவிரிக்கிறார்கள்.

'யாருமே ஏன் எனக்கு பதிலளிக்க முன்வரவில்லை? ஒரு வேளை, காங்கோவில் நடக்கும் போருக்கும் என்னுடைய கையில் இருக்கும் செல்போனின் தயாரிப்பிற்கும் உண்மையிலேயே தொடர்பு இருக்குமோ? அவ்வுண்மை தெரிந்தும் இவர்கள் மறைக்கிறார்களா? இந்நிறுவனங்களுக்கெல்லாம் உண்மையிலேயே சமூகப் பொறுப்பு இல்லையா?' என நிறைய கேள்விகளைத் தனக்குள்ளே எழுப்பிக்கொண்டே போகிறார் பிராங்க். அக்கேள்விகள் அனைத்தும் காங்கோவில் என்னதான் நடக்கிறது, செல்போன் நிறுவனங்களுக்கு எங்கிருந்து எவ்வாறு கனிம வளங்கள் கிடைக்கிறது? என்பதனை நேரில் சென்று பார்க்கிற ஆவலைத்தூண்டுகிறது பிராங்கிற்கு.

காங்கோவில் நடப்பது என்ன?

விமானம் மூலமாக காங்கோ நாட்டிற்குப் சென்றடைகிறார் பிராங்க். காங்கோவிலிருந்து கனிமவளங்கள் எவ்வாறு மேற்குலக நாடுகளில் இருக்கும் செல்போன் நிறுவனங்களுக்கு கொண்டு செல்லப்படுகின்றன என்கிற உண்மையினைக் கண்டுபிடிப்பது சற்று மலைப்பாகத் தோன்றியது பிராங்கிற்கு.

காங்கோ நாட்டு சுரங்கத் தொழிலமைச்சகத்தின் உயர் அதிகாரியான 'காம்பேகாம்பே' என்பவருடன் ஒரு சந்திப்பிற்கு அனுமதி கிடைக்கிறது பிராங்கிற்கு. அவர் தனக்குச் சரியான பாதையைக்காட்டுவார் என்று நம்பி அவரை சந்திக்கச்செல்கிறார்.

'கிவு' என்கிற பகுதியிலிருந்து கொண்டு வரப்பட்ட 'கசிடரைட்' (<http://en.wikipedia.org/wiki/Cassiterite>) மற்றும் 'கோல்டன்' (<http://en.wikipedia.org/wiki/Coltan>) ஆகிய கனிமங்களின் மாதிரியை பிராங்கிற்கு காண்பிக்கிறார் காம்பேகாம்பே. அவையிரண்டும் செல்போன்கள் தயாரிக்கப் பயன்படுகின்றன என்கிற தகவலையும் சொல்கிறார்.

காம்பேகாம்பே சுரங்கத்தொழிலமைச்சகத்தின் உயரதிகாரியாகவும் இருந்துகொண்டு, பன்னாட்டு நிறுவனங்களுக்கு அரசாங்கத்திடமிருந்து சுரங்க உரிமங்கள் பெற்றுத்தரும் தனியார் நிறுவனமொன்றினையும் நடத்திவருவதை அறிகிறார் பிராங்க்.

> "என்னுடைய சொந்த நிறுவனத்தின் அனுபவத்தை அரசாங்கத்திலும், அரசு வேலையில் கிடைக்கும் அனுபவத்தினை என்னுடைய சொந்த நிறுவனத்திலும் பயன்படுத்திக்கொள்கிறேன்." என்கிறார் காம்பேகாம்பே.

காம்பேகாம்பேவைச் சந்தித்தபின், அரசாங்கத்தின் உதவியை நாடுவது தனக்குப் பலனளிக்கப்போவதில்லை என்பதை உணர்ந்துகொள்கிறார் பிராங்க். காங்கோவிலிருக்கும் ஐ.நா.வின் உதவியை நாடி, அதன்மூலம் வடக்கு கிவு பகுதியிலிருக்கும் 'கோமா'விற்கு செல்லத் தயாராகிறார். 'கிவு' பகுதியிலிருந்துதான் கனிமங்கள் எடுக்கப்படுகின்றனவா என்பது உறுதியாகத் தெரியவில்லையெனினும், காம்பேகாம்பே மூலம் அவர் அறிந்துகொண்ட ஒரே பகுதி 'கிவு'தான்.

வடக்கு கிவுவில் இருக்கும் 'கோமா'வில் நுழைந்து பார்க்கிறபோது, உலகின் வேறெந்தப் பகுதிகளையும் விட மிக அதிகமான அளவிற்கு ஐ.நா.வின் அமைதி காக்கும் படையினர் சாலையெங்கும் குவிக்கப்பட்டிருந்தனர். ஆயுதக் குழுக்களிடமிருந்து பொதுமக்களைக் காப்பதே அவர்களது நோக்கமென்று சொல்லப்படுகிறது. ஆனால்

அவர்கள் நகரின் மையப்பகுதியைத்தாண்டி வேறெங்கும் நகர்வதாகத் தெரியவில்லை.

இங்கிருக்கும் கனிமவளங்களை வைத்து இலாபம் சம்பாதிப்பது யாராக இருக்குமென்ற தகவல் ஐ.நா.விற்கு நிச்சயமாகத் தெரிந்திருக்கும். எனவே 'வாளிகாளி' பகுதியின் ஐ.நா. பொறுப்பாளரான மேஜர் ரஹ்மானை சந்திக்கிறார் பிராங்க்.

மேஜர் ரஹ்மான்: "இதுதான் வாளிகாளி பிராந்தியத்தின் வரைபடம். இயற்கை வளங்கள் மற்றும் சுரங்கங்கள் நிறைந்த மிக முக்கியமான பகுதி இது. இங்கே 'பிசீ' மற்றும் 'கிளம்போ' ஆகிய இரண்டு முக்கியமான இடங்கள் உள்ளன. 'கசிடரைட்' மற்றும் 'பாக்சைட்' ஆகிய கனிமங்கள் அங்கிருந்து தோண்டி எடுக்கப்படுகின்றன. பிசீ பகுதியில் மட்டும் 15 ஆயிரம் முதல் 20 ஆயிரம் மக்கள்வரை கனிமங்களைத் தோண்டி எடுத்துச்செல்கிற பணியில் ஈடுபட்டிருக்கிறார்கள். அங்கிருந்து 'ஜிங்களா', 'ஒசகாரி' மற்றும் 'முபி' ஆகிய இடங்களுக்கு எடுத்துச்செல்லப்படுகிறது. அவ்விடங்களுக்கு கனிமங்களை எடுத்துச்செல்வதற்கு இரண்டு நாட்களாவது ஆகும்."

பிராங்க்: *'ஆயுதக்குழுக்கள் இருக்கும் பகுதி?'*

மேஜர் ரஹ்மான்: "அது பற்றியெல்லாம் நான் பேசமுடியாது" தொடர்ந்து பிராங்க் கேட்கிற எந்தக் கேள்விகளுக்கும் பதிலளிக்காமல் மழுப்பிவிடுகிறார் ஐ.நா. வின் மேஜர் ரஹ்மான். ஐ.நா. அதிகாரிகளும் தன்னுடைய கேள்விக்கு நேரடியாக பதிலளிக்க மறுப்பதற்கு காரணமென்னவாக இருக்கும் என்று யோசித்துக்கொண்டே அங்கிருந்து வெளியேறுகிறார்.

மிகப்பெரிய கனிம சுரங்கங்கள் இருப்பதாக சொல்லப்படும் பிசீ பகுதிக்கு செல்வதற்கு ஐ.நா. செய்தித் தொடர்பு அதிகாரிகளிடம் அனுமதி கேட்கிறார். பிராங்கிற்கு எவ்விதத் தகவலும் தருவதற்கு ஐ.நா. மறுத்தாலும், பிசீ செல்வதற்கு அவருக்குத் தடையேதும் விதிக்கவில்லை. அதிகாரப்பூர்வ அனுமதி கிடைக்க, இரண்டு நாட்கள் ஆகும் என்கிறார்கள் ஐ.நா. அதிகாரிகள்.

அன்று கோமா நகரிலேயே தங்கிவிடுகிறார் பிராங்க். அன்றைய இரவு, அருகிலிருக்கும் ஐரோப்பியர்கள் வந்துபோகும் மதுவருந்தகத்திற்கு சென்று ஏதாவது தகவல் கிடைக்குமா என்று பார்க்கிறார். அங்கே எம்.பி.சி. (Mining Processing Company) *நிறுவனத்தில் வேலை செய்வோருடன் அவருக்கு பழக்கம் ஏற்படுகிறது. அதன்மூலம் அவர்களிடமிருந்து சில தகவல்களைப் பெறுகிறார் பிராங்க். (பிசீயில் இருக்கும் சுரங்கமொன்றிலிருந்து கனிம வளங்களை எடுக்க உரிமம் பெற்ற நிறுவனம் எம்.பி.சி. என்பது குறிப்பிடத்தக்கது)*

எம்.பி.சி.யின் ஊழியர் : 'இந்த வரைபடத்தில் நாம் இருக்கிற கோமா என்கிற ஊர் இதோ இருக்கிறது. கோமாவிற்கும் கனிம வளங்கள் எடுக்கப்படும் பிசீ என்கிற ஊருக்கும் இடையிலான தூரம் 170 கிலோமீட்டர். நடுவில், 130 கிலோமீட்டர் தொலைவில் வாளிகாளி இருக்கிறது. பிசீயிலிருந்து கனிமவளங்கள் கொண்டுவருவதற்கு, ஆங்காங்கே ஏராளமான ஆயுதக்குழுக்களுக்கு வரி செலுத்த வேண்டும். 'சிம்பா' 'இன்டராம்வே' (10 லட்சம் மக்களின் உயிரைக்குடித்த ருவாண்டா இனப்படுகொலையில் முக்கியப் பங்காற்றியவர்கள்) போன்ற ஏராளமான ஆயுதக்குழுக்கள் இடையில் ஆதிக்கம் செலுத்துகின்றன.'

எல்லா இனக்குழுக்களையும் சரிக்கட்டி, பிசீ பகுதிக்குச் செல்வதற்கு இரண்டாண்டுகள் ஆயிற்றாம் எம்.பி.சி. நிறுவனத்திற்கு. காங்கோ அரசின் இராணுவமும் (FRDC) மற்றுமொரு ஆயுதக்குழு போல்தான் செயல்படுகிறது என்கிறார்கள் எம்.பி.சி ஊழியர்கள்.

ஐ.நா.வில் வேலை செய்யும் காங்கோ நாட்டைச்சேர்ந்த 'பெர்னார்ட்' என்பவர், தன்னுடைய வீட்டிற்கு வந்தால் பிராங்கிற்கு சில தகவல்கள் சொல்வதாக உறுதியளிக்கிறார். அதன்படி அவரது வீட்டிற்கும் செல்கிறார். செல்லும் வழியில் ஊரெங்கும் ஒரே பதட்டமான சூழ்நிலை நிலவுகிறது.

பெர்னார்ட் : 'இன்றைக்கு ஏதோ ஒரு 'மாயி மாயி' குழுவினர் 40 கிலோமீட்டர் தொலைவிலிருந்து இங்குவந்து சுரங்கத் தொழிலாளிகளிடம் திருடிவிட்டுச் செல்ல வந்திருக்கிறார்கள். (மாயிமாயி என்பது பெயரிடப்படாத ஆயுதக் குழுக்களைப் பொதுவாக குறிக்கும் பெயர். அவர்கள் ஒரு ஊரின் குழுவாகவோ கூட இருக்கலாம்). இது தொடர்ந்து நடந்து கொண்டேதான் இருக்கிறது. 'மாயி மாயி'யோ அல்லது FDLR ஆயுதக்குழுவைச் சேர்ந்தவர்களோ அல்லது வேறு ஏதோ ஒரு ஆயுதக்குழுவோ பிசீ என்கிற ஊருக்குச் சென்று 'கோல்டன்' மற்றும் 'காசிரைட்' போன்ற கனிமங்களை எடுத்து, காங்கோ வியாபாரிகளின்மூலம் கோமா என்கிற ஊருக்கு கொண்டு சென்று, பின்னர் உகாண்டாவிற்கோ அல்லது ருவாண்டாவிற்கோ கொண்டு சென்று, இறுதியில் ஐரோப்பாவிற்கு கொண்டு சேர்க்கிறார்கள். எதற்காக? கணிப்பொறி செய்வதற்கும் செல்போன்கள் செய்வதற்கும்தான். அதில் கிடைக்கும் பணத்தில், இவர்கள் என்ன செய்கிறார்கள் தெரியுமா? துப்பாக்கி வாங்குகிறார்கள். மீண்டும் போரினைத் தொடர்ந்து நடத்தவே தொடர்ந்து துப்பாக்கி வாங்குகிறார்கள். இதே மக்களிடமிருந்து சுரண்டி எடுக்கப்பட்ட கனிமங்களை ஐரோப்பாவில் விற்று, அதில் வரும் பணத்தை வைத்து துப்பாக்கி வாங்கி, மீண்டும் அதே மக்களைக் கொல்கிறார்கள், பாலியல் வன்புணர்வுக்கு ஆளாக்குகிறார்கள்....'

பெர்னார்ட் : 'இன்றைக்கு 'மசிகா' என்கிற பெண்ணைச் சந்தித்தேன். அவளை இதுவரை மூன்றுமுறை பாலியல் வன்புணர்வுக்கு

உட்படுத்தியிருக்கிறார்கள். முதன்முறை, அவள் கண் முன்னாலேயே அவளது கணவனைக்கொன்று, துண்டுதுண்டாக வெட்டி, அத்துண்டுகளின் மீது அவளைப் படுக்கவைத்து, அவளைப் பாலியல் வன்புணர்வுக்கு உட்படுத்தியிருக்கிறார்கள். உங்களால் நினைத்துப் பார்க்கமுடிகிறதா?"

பெர்னார்ட் : "நீங்கள் வாளிகாளி செல்லப்போவதாக கேள்விப்பட்டேன். நீங்கள் மிகுந்த கவனத்துடன் செல்லவேண்டும். ஏனெனில் அங்கே என்னவேண்டுமானாலும் நடக்கலாம். FRDC (காங்கோ நாட்டு இராணுவம்) ஏதேனும் தவறு செய்வதாக நீங்கள் கண்டுபிடித்துவிட்டால், நீங்கள் பிரச்சனையில் மாட்டிக்கொள்வீர்கள். FDLR (ஆயுதக்குழு) தவறு செய்வதாக கண்டுபிடித்துவிட்டால், அப்போதும் நீங்கள் பிரச்சனைக்குள்ளாவீர்கள். மாயிமாயி ஆயுதக்குழுக்கள் தவறு செய்வதாக நீங்கள் கண்டறிந்துவிட்டால், நீங்கள் உயிரோடு இருக்கவே முடியாது. அதனால் நீங்கள் செல்லும் எல்லா இடங்களிலும் ஆபத்து இருக்கிறது. மிகுந்த கவனமாக இருங்கள்"

இரண்டு நாட்கள் முடிந்திருந்தமையால், ஐ.நா.அலுவலகம் சென்று வாளிகாளி மற்றும் பிசீ செல்ல அதிகாரப்பூர்வ அனுமதி வாங்கச்செல்கிறார். ஆயுதக்குழுக்கள் தொடர்ந்து மிகக்கொடூரமாகத் தாக்கிவருவதாகவும், அதனால் ஐ.நா.வைச் சேர்ந்தவர்கள் யாரும் பிராங்கிற்கு வழிகாட்ட உடன்வரமுடியாது என்றும் தெரிவித்துவிடுகிறார்கள்.

ஐ.நா. கைவிட்டபிறகு அடுத்து என்ன செய்வதென்று தெரியாமல் போனாலும், தன்னுடைய முயற்சியினை அப்படியே விட்டுவிட்டு நாடு திரும்பவும் மனமில்லை பிராங்கிற்கு. அனுமதியின்றி இனி ஓரடியும் நகரமுடியாதென்பதை உணர்ந்த பிராங்க், FRDC (காங்கோ நாட்டு இராணுவம்) யின் உயர் இராணுவ அதிகாரியொருவரைச் சந்திக்கிறார். அவரிடம் அன்பாகப்பேசி, அவர் அள்ளிவீசும் சுயபெருமைகளை எல்லாம் இரசித்துக் கேட்பதைப்போல் நடித்து, அவரிடம் கையெழுத்து வாங்கிவிடுகிறார். வாளிகாளியிலிருந்து கனிமங்கள் கொண்டுவருவதற்காக கோமாவிலிருந்து செல்லும் ஒரு சிறிய சரக்கு விமானத்தில் ஏறிக்கொள்கிறார் பிராங்க். அவ்விமானம் நடுக்காட்டில் மிகச்சிறிய சாலையில் தரையிறங்கியது. விமானம் நின்றது, பல மூட்டைகளைக் கொண்டுவந்து விமானத்திற்குள் ஏற்றுகிறார்கள். இவையெல்லாம் எங்கிருந்து வருகிறது என்று விமானியிடம் கேட்டுப்பார்க்கிறார். எதிர்பார்த்ததைப்போலவே 'தெரியாது' என்கிற ஒற்றை பதில்தான் கிடைக்கிறது பிராங்கிற்கு.

இப்போது பிராங்க் வந்து சேர்ந்திருக்கும் பகுதிதான் வாளிகாளி. அவ்வூரில் சான்ஸ் என்கிற 16 வயது சிறுவனைப்பற்றி

கேள்விப்படுகிறார். அவன் மூன்று ஆண்டுகளாக பிசீ பகுதியில் இருக்கும் சுரங்கமொன்றில் வேலைபார்த்திருக்கிறான். ஒரு வாரத்திற்கு முன் நடந்த கலவரத்தினால், அங்கிருந்து தப்பித்து வாளிகாளிக்கே ஓடி வந்திருக்கிறான்.

சிறுவன் சான்ஸ் : "சுரங்கமொன்றில் வேலைசெய்தால், அதில் வரும் வருமானத்தை வைத்து சொந்தமாக ஒரு வீடு கட்டலாம் என்று நினைத்தேன். அதனால் பிசீ சென்று வேலைக்குச் சேர்ந்தேன். முதல்முறை மிகச்சிறிய வழியினைக்கொண்ட அக்குழிக்குள் இறங்கினேன். நீண்ட நேரம் என்னால் இருக்கவே முடியவில்லை. அந்த சூடு எனக்கு ஒத்துக்கொள்ளவேயில்லை. அதனால் இரண்டே மணிநேரத்தில் வெளியே வந்துவிட்டேன். ஆனால் மீண்டும் மீண்டும் உள்ளே போகவேண்டிய கட்டாயத்திற்கு தள்ளப்பட்டதால், உள்ளே சென்று நிறைய உழைக்கவேண்டியிருந்தது. அவ்வளவு அதிகமான சூட்டினை என்னால் தாங்கிக்கொள்ளவே முடியவில்லை. என்னால் என்னுடைய கனவு வீட்டினையும் கட்டமுடியவில்லை. நான் அங்கிருந்து ஓடி வந்துவிட்டேன். இப்போது இங்கிருக்கும் பள்ளியில் என்னுடைய படிப்பினைத் தொடர்கிறேன்."

அச்சிறுவனுக்கு கனிமவளங்களை எடுக்கிற சுரங்கங்கள் இருக்கிற இடம் தெரியுமென்பதால், அதற்கு வழிகாட்டவேண்டி அவனிடமும் அவனது பெற்றோரிடமும் அனுமதி வாங்கிக்கொண்டு அவனைத் அழைத்துச்செல்கிறார் பிராங்க். வழிநெடுக ஏராளமான மக்கள் மூட்டையும் கையுமாக வந்துகொண்டே இருந்தனர். நிச்சயமாக அது ஒரு மிகப்பெரிய சுரங்கமாக இருக்குமென்று கற்பனை செய்து பார்க்கத்துவங்கிவிட்டார் பிராங்க். ஒவ்வொருவரும் சுமார் 50 கிலோ எடையுள்ள கனிமங்களை எடுத்துக்கொண்டு பிசீயிலிருந்து 90 கிலோமீட்டர்கள் நடந்து வருகிறார்கள். அதற்கு இரண்டு நாட்கள் ஆகுமென்கிறார்கள். ஒரு நாளைக்கு சுமார் 30 டன் கனிமங்களை 600 பேர் தங்கள் கைகளில் சுமந்துகொண்டு எடுத்துவருகின்றனர். சுரங்கங்களை நோக்கிச்செல்கிற மக்களோடு மக்களாக அபாயங்கள் நிறைந்திருக்கும் இருள்போர்த்திய அடர்ந்த நடுக்காட்டினில் நடந்து செல்கிறார்கள் பிராங்கும் சிறுவனும்.

பிசீயை வந்தடைகிறபோது, அங்கே மிகப்பெரிய மரக் கட்டைகளாலான நுழைவாயிலில் ஊருக்குள் நுழைகிறவர்களிடமும் ஊருக்குள்ளிருந்து வெளியே செல்கிறவர்களிடமும் ஒரு ஆயுதக்குழு வரிவசூலித்துக்கொண்டிருந்தது. பிசீயில் இருக்கும் மக்களிடம் மிகக்கடினமாக வேலைவாங்குகிறார்கள் பல்வேறு ஆயுதக்குழுவினர். மிகச்சிறிய ஊதியம் கொடுத்துவிட்டு, அதனை மீண்டும் மிகக்கடுமையான வரிபோட்டு வாங்கிக்கொள்கின்றனர்.

சுற்றுவட்டாரத்தில் பல ஊர்களிலிருந்தும் காசு சம்பாதிக்கும் நோக்கில் வரும் மக்கள், இவர்களிடம் மாட்டிக்கொள்கின்றனர். சம்பாதிப்பதைவிட அதிகமாக வரி செலுத்தவேண்டி வருகிறது அவர்களுக்கு.

சிறுவன் வேலைசெய்தபோது தங்கியிருந்த வீட்டிற்கு பிராங்கை அழைத்துச்செல்கிறான். சுரங்கத்தின் அருகே கடும் வெயிலில் நாற்புறமும் கோணிப்பைகளைக் கட்டிவைத்து, அதற்குள்ளே நூற்றுக்கணக்கானோர் தங்கியிருக்கிறார்கள். அதுதான் வீடு என்கிறார்கள். எங்கு நோக்கினும் சிறுவர்கள் சுத்தியலுடனும் சுரங்க வேலைக்குத் தேவைப்படும் ஆயுதத்துடனும் காணப்பட்டார்கள். அச்சிறுவர்கள் ஒவ்வொருவரிடமும் எண்ணற்ற கண்ணீர்க்கதைகள் இருந்தன. “எப்போது குண்டு வருமென்றே தெரியாது. இங்கு ஒரு மருந்தகம் இருந்தது. அதில் இருந்த மருந்துக்கடைக்காரரை இப்போதுதான் சுட்டார்கள்” என்று அவ்விடத்திலிருந்து சற்றுத் தோண்டி சில குண்டுகளை எடுத்துக்காட்டினான் ஒரு சிறுவன்.

சிறுவன்: "நான் வேலை பார்க்கிற சுரங்கக்குழி 330 அடி ஆழம் இருக்கும். அதில் இறங்கி ஏறுவது மிகக்கடினமாக இருக்கும். அதிகமான நேரமும் ஆகும். சில நேரம் ஒரு வாரம் வரை கூட சுரங்கக்குழிக்குள்ளேயே தங்கி இருக்கிறேன். ஏதாவது ஒரு குழி திடீரென மூடிக்கொள்ளும். அதனால் ஏராளமானோர் இந்த குழிக்குள்ளேயே இறந்திருக்கின்றனர்"

சிறுவனுடன் சேர்ந்து பிராங்கும் குழிக்குள் இறங்குகிறார். ஒரு ஆள் நுழைகிற அளவே வழியிருக்கிற அக்குழியினுள் நுழைந்ததும்,

அதிர்ச்சியடைகிறார். உலகின் மிக மோசமான ஓரிடத்தில் நூற்றுக்கணக்கானோர் கனிமங்களை வெட்டி எடுத்துக்கொண்டிருந்தனர். அவர்கள் வேலைசெய்வதை நோட்டமிடவே வந்திருப்பதாக பிராங்கைக்கண்டு அஞ்சுகின்றனர். சிறுவன் கசிடரைட் கனிமத்தை தன்னுடைய சுத்தியொன்றினால் வெட்டியெடுத்து பிராங்கிடம் காட்டுகிறான். அதற்குமேல் அக்குழிக்குள் இருக்கமுடியாமல் கண்ணீரோடு காங்கோவை விட்டே வெளியேறுகிறார் பிராங்க்.

செல்போன் நிறுவனத்தின் பொறுப்புணர்வு

காங்கோவில் தனக்குக் கிடைத்த ஆதாரங்களையெல்லாம் வைத்துக்கொண்டு நோக்கியாவின் தலைமை அலுவலகத்திற்குச் செல்கிறார் பிராங்க். ஆனால் மீண்டும் அவருடைய கேள்விகளுக்கு பதிலளிக்க யாருமே தயாராகயில்லை.

'எங்களுக்குத் தெரியாது....' 'மக்கள் தொடர்பு அதிகாரியுடன் பேசுவதற்கு ஏற்பாடு செய்கிறோம். ஆனால் நீ படம்பிடிக்கக் கூடாது..' இப்படியான பதில்கள்தான் அவருக்குக் கிடைக்கிறது.

பிராங்க் : "நான் ஓராண்டாக நோக்கியா அலுவலகத்திற்கு வந்து போகிறேன். நீங்கள் யாருமே பதிலளிக்க மறுப்பதேன்? நான் நோக்கியா போன்தான் பயன்படுத்துகிறேன். எனக்கு நீங்கள் பதிலளித்தே ஆக வேண்டும். நான் இந்த உலகத்தின் குடிமகன். அதனால் இதுகுறித்து நான் அதிகம் கவலைகொள்கிறேன். என்னுடைய கேள்விகளுக்கு பதில் கிடைக்காமலோ, அல்லது சந்திப்பிற்கான தேதி கிடைக்காமலோ இவ்விடத்தைவிட்டு நான் போகப்போவதில்லை" என்று கோபமாகவே பேசிவிடுகிறார்.

பிராங்கின் மனஉறுதியைக் கண்டு, வேறு வழியின்றி ஒரு இடைநிலை அதிகாரியுடனான சந்திப்பிற்கு அனுமதி அளிக்கிறார்கள் நோக்கியா நிறுவனத்தினர்.

நோக்கியா அதிகாரி : "2001 இலேயே காங்கோவிலிருந்துதான் எங்களுடைய நோக்கியா செல்போன்கள் தயாரிக்கப்பயன்படும் கனிமங்கள் கிடைக்கிறது என்று எங்களுக்குத் தெரியவருகிறது. ஆனால், யார் அக்கனிமங்களை எடுக்கிறார்கள், எப்படி எடுக்கிறார்கள், எந்தெந்த சுரங்கத்திலிருந்து எடுக்கிறார்கள் என்பதையெல்லாம் கண்டுபிடிப்பது கடினம் என்பதால் எங்களால் எதுவும் செய்யமுடியவில்லை..."

10 ஆண்டுகளுக்கே முன்பே உண்மை தெரிந்திருந்தும், உலகிற்கும் சொல்லாமல் எந்த நடவடிக்கையும் எடுக்காமல் இப்படி இருக்கிறார்களே என்று பிராங்க் அதிர்ச்சியடைகிறார். ஜெர்மனியில் இருக்கும் 'இயற்கை வளங்கள் மற்றும் புவியியல் அறிவியல் மைய

நிறுவனத்திற்குச் சென்று விசாரிக்கிறார். அங்கிருக்கும் விஞ்ஞானிகள், "இது மிக எளிதான ஒன்று. கனிமத்தின் மாதிரியை வைத்துக்கொண்டு, அது உலகின் எந்தப்பகுதியிலிருந்து எடுக்கப்பட்டது என்பதனை எளிதில் கண்டுபிடிக்கலாம். காங்கோவில் எந்தச் சுரங்கத்திலிருந்து எடுக்கப்பட்டது என்பதுவரை கண்டுபிடிக்கலாம்" என்று சொல்கிறார்கள். இதனைக்கண்டுபிடிக்க மிகப்பெரிய விஞ்ஞானிகள்கூட தேவைப்படாது என்பதை அறிந்துகொள்கிறார் பிராங்க்.

மீண்டும் நோக்கியா தலைமை அலுவலகத்திற்குச் செல்கிறார். இம்முறை அவருக்கு ஒரு உயர் அதிகாரியைச் சந்திக்கும் வாய்ப்பு கிடைக்கிறது.

நோக்கியா உயர் அதிகாரி : "எங்களால் இதற்கு சரியான தீர்வைக் கொண்டு வர முடியவில்லை. ஒட்டு மொத்த தொழிற்துறையும் இதற்கு ஒத்துழைப்பு அளித்தால்தான் நாங்களும் இப்பிரச்சனைக்கு ஏதாவது செய்யமுடியும்."

பிராங்க் : "மற்ற நிறுவனங்கள் ஒரு புறம் இருக்கட்டும். நீங்கள்தான் உலகின் மிகப்பெரிய செல்போன் தயாரிக்கும் நிறுவனம். உலகில் தயாராகும் ஒவ்வொரு நான்காவது செல்போனும் நோக்கியாவுடையதுதான். நீங்கள் யாரிடமிருந்தெல்லாம் கனிமங்கள் வாங்குகிறீர்கள், உங்களுக்கு கனிமங்கள் விற்பவர்கள் எங்கிருந்து எடுக்கிறார்கள் என்பதனையும் நீங்கள் வெளிப்படையாக அறிவிக்கலாமே. "

நோக்கியா உயர் அதிகாரி : "தொழிலில் போட்டி, இலாபம் ஆகியவை காரணமாக அதையெல்லாம் நாங்கள் சொல்லமுடியாது."

பிராங்க் : 'ஒருபுறம் போட்டி, இலாபம் என்று பேசுகிறீர்கள், மறுபுறம் லட்சக்கணக்கான மக்கள் (குழந்தைகள் உள்பட) இறப்பதும் எண்ணிலடங்காதப் பெண்கள் பாலியல் வன்புணர்ச்சிக்காளாவதும் நடக்கிறது.' என்று வருத்தம் கலந்த கோபத்தோடு பேசுகிறார் பிராங்க்.

நோக்கியா உயர் அதிகாரி : "......................................"

காங்கோவில் சுரங்கத்தினுள் இறங்கும் சிறுவர்கள் பிராங்கின் கண்களுக்குள் வந்து கண்ணீரை வரவழைத்துவிட்டுப் போயினர்... தன்னுடைய கையினில் இருக்கும் செல்போனைத் தூக்கியெறிய வேண்டும்போல இருந்தது பிராங்கிற்கு.

'இன்று உலக மக்கள் தொகையில் பாதியளவிற்கு செல்போன்கள் விற்கப்பட்டிருக்கின்றன. அவையனைத்தும் காங்கோவில் இருக்கும் மக்களின் வாழ்க்கையை மேலும் மேலும் மோசமாக்குகிறது. கடந்த 15 ஆண்டுகளாக நான் செல்போன் பயன்படுத்தி வருகிறேன். நானும் இந்தப் போருக்கு

மறைமுகமாக நிதியளித்திருக்கிறேன். இந்த 15 ஆண்டுகளில் நோக்கியா நிறுவனம் உலகின் மிகப்பெரிய நிறுவனமாக வளர்ந்திருக்கிறது. நோக்கியாவின் சி.இ.ஓ.வைச் சந்தித்து நேருக்கு நேர் கேள்விகேட்க வேண்டும்போல் இருக்கிறது' என்று மனதிற்குள் நினைத்துக்கொண்டே மீண்டும் நோக்கியாவின் தலைமை அலுவலகத்திற்கு செல்கிறார் பிராங்க்.

அவருக்கு நோக்கியாவின் சி.இ.ஓ.வைச் சந்திப்பதற்கு வாய்ப்பு மறுக்கப்படுகிறது. அதற்கு பதிலாக நோக்கியாவின் சமூகப் பொறுப்புணர்வுக்கான துறையின் இயக்குனர் 'பெக்கா'வைச் சந்திக்க வாய்ப்புக் கிடைக்கிறது.

பிராங்க் : "காங்கோவில் இருக்கும் குழந்தைகள் இந்த மோசமான நிலைமையினை ஏற்றுக்கொண்டு மகிழ்கிற மோசமான மனிதர்கள் நோக்கியாவில் இருக்கமாட்டார்கள் என்று நம்புகிறேன். ஆனால் இந்த பிரச்சனை உங்களுக்குத் தெரிந்து 10 ஆண்டுகள் ஆயிற்று. இந்த 10 ஆண்டுகளில் என்ன செய்திருக்கிறீர்கள் என்று தெரிந்துகொள்ள விரும்புகிறேன்."

நோக்கியா உயரதிகாரி பெக்கா : "என்ன செய்யலாம் என்று செல்போன் தயாரிக்கும் தொழிலில் ஈடுபட்டிருக்கும் நிறுவனங்களோடு பேசி வருகிறோம். சில என்.ஜி.ஓ.க்களுடனும் பேசி வருகிறோம். எங்களுக்கு கனிமங்கள் வழங்குவோரிடமும் பேசி வருகிறோம். இதன்மூலம் பிரச்சனை என்னவென்று கண்டுபிடிப்பதுதான் எங்களது முதல்படி"

பிராங்க் : "நீங்கள் இங்கே உட்கார்ந்துகொண்டு முதல்படி குறித்து பேசிக்கொண்டிருக்கிறீர்கள். 10 ஆண்டுகள் ஆகிவிட்டதை உணர்ந்திருக்கிறீர்களா?"

நோக்கியா உயரதிகாரி பெக்கா : "எங்களால் பெரிதாக ஒன்றும் செய்யமுடியாது"

பிராங்க் : "வாளிகாளியில் நான் பார்த்த சிறுவர்களிடம் அவர்களை வைத்து இலாபம் சம்பாதிக்கும் நோக்கியாவிடம் சென்று அச்சிறுவர்களின் துயரம் குறித்துப் பேசுகிறேன் என்று வாக்குறுதி கொடுத்திருக்கிறேன். அவர்களுக்கு நான் என்ன பதில் சொல்ல?

நோக்கியா உயரதிகாரி பெக்கா : "அவர்களை நம்பிக்கையோடு இருக்கச் சொல்லுங்கள். சமுதாயம் அவ்வளவு எளிதில் மாறப்போவதில்லை. அவர்களுக்குத் தீர்வு வருகிறதோ இல்லையோ, ஆனால் அவர்களின் நிலை குறித்து நாங்கள் வருத்தப்படுகிறோம் என்று சொல்லுங்கள்"

என்று சொல்லிவிட்டு தனக்கு நேரமாகிறது என அங்கிருந்து கிளம்பிவிடுகிறார் பெக்கா

இதனைக்கேட்கிறபோது மனிதநேயமற்ற கார்ப்பரேட் நிறுவனங்களின்மீது கோபத்தின் உச்சத்திற்கே போகிறார் பிராங்க். வேறுவழியின்றி பெக்காவின் அறையிலிருந்து வெளியே வருகிறார்.

நோக்கியா அலுவலகத்திலிருந்து வெளியேறுமுன், பெக்காவை சந்திக்க ஏற்பாடு செய்த சாரா என்கிற இடைநிலை அதிகாரியிடம் கேட்கிறார்,

பிராங்க்: "பத்து ஆண்டுகளுக்கு மேலாகிவிட்டது. ஆனாலும் இதனை மாற்றிக்கொள்ளவோ எந்தவொரு நடவடிக்கையையும் எடுக்கவோ யாருமே தயாராகயில்லை. எதையும் செய்யவில்லையின்றாலும், குறைந்தபட்சம் தங்களுடைய தவறினை ஒப்புக்கொள்ளக்கூட மறுக்கிறீர்களே?"

சாரா : "நாங்கள் செய்வது தவறு என்று எங்களுக்கே தோன்றாமல், நாங்கள் ஏன் தவறு என்று ஒப்புக்கொள்ளவேண்டும்?"

சாரா சொல்லிவிட்டார், ஆனால் பிராங்க் சந்தித்த மற்ற உயரதிகாரிகள் யாரும் சொல்லவில்லை என்பதைத் தவிர வேறு எந்த வேறுபாடுமில்லை.

பெல்ஜியம் மன்னரின் கட்டுப்பாட்டில் அடிமை நாடாக நடத்தப்பட்ட காங்கோவிற்கும் இன்றைய காங்கோவிற்கும் என்ன வேறுபாடு இருக்கிறது? நூற்றுக்கணக்கான சுரங்கங்களும் அதில் இலட்சக்கணக்கான மக்களும் கிழக்கு காங்கோவில் சுரண்டப்படுகிறார்கள். நூறு ஆண்டுகளுக்கு முன்பு நோக்கியா நிறுவனம் இரப்பர் காலணிகள் செய்யும் நிறுவனமாக இருந்தது. அப்போது காங்கோவை அடிமை நாடாக வைத்திருந்த பெல்ஜியம் மன்னர் லியோபோல்ட் மூலமாக, காங்கோவிலிருந்து இரப்பரை எடுத்துக்கொண்டிருந்தது நோக்கியா நிறுவனம். அதே நோக்கியா நிறுவனம் இன்று மிகப்பெரிய செல்போன் தயாரிக்கும் நிறுவனமாக இருக்கிறது. உலகில் தயாரிக்கப்படும் நான்கில் ஒரு செல்போனை நோக்கியாதான் தயாரிக்கிறது. இன்று காங்கோ மக்களின் இரத்தம் குடிக்கும் உள்நாட்டுப் போருக்கு நிதியளித்து, தனது செல்போன் உற்பத்தித் தொழிலை நடத்திக்கொண்டிருக்கிறது. நோக்கியா போன்ற மிகப்பெரிய நிறுவனமே இதனைச்செய்தால், சந்தையில் இருக்கும் மற்ற நிறுவனங்களும் அதையேதான் பின்பற்றும் என்பதில் ஐயமேதும் நமக்கு வேண்டாம்.

■

2

கொலம்பியா: கொலைகார கோக்

(The Coca Cola Case - 2009)

கோக் போன்ற மிகப்பெரிய கார்ப்பரேட் நிறுவனங்கள், தங்களுடைய இலாபத்தினை அதிகரிப்பதற்காக 'எதனைச் செய்வதற்கும்' தயாராக இருக்கின்றன. அதற்காக அவர்கள் ஒவ்வொரு நாட்டிற்கும் ஒவ்வொரு காலகட்டத்திற்கும் வெவ்வேறு விதமான உத்திகளைக் கையாண்டு வந்திருக்கிறார்கள்.

இரண்டாம் உலகப்போரில், அமெரிக்காவின் தேசியபானம் என்று முழங்கியபடியே அமெரிக்கப் போர்வீரர்களுக்கு ஒருபுறம் விற்றுக்கொண்டே, மறுபுறம் ஹிட்லருக்கு நெருக்கமானவர்களை நிறுவனத்தின் உயர்பொறுப்புகளில் நியமித்து , நாஜிப்படைக்கும் தங்களது பானத்தை விற்றார்கள்.

இஸ்ரேலில் கோக் பானத்தை விற்றால், மத்திய கிழக்கு நாடுகளில் ஏராளமான எண்ணிக்கையில் இருக்கும் மக்கள், 'கோக்'கைப் புறக்கணித்துவிடுவார்களோ என்கிற அச்சத்தில், இஸ்ரேலில் 'கோக்'கைப் பல ஆண்டுகளாக விற்காமலே இருந்தார்கள். இப்படியாக அவர்களின் 'வியாபாரத் தந்திரங்களை' சொல்லிக்கொண்டே போகலாம்.

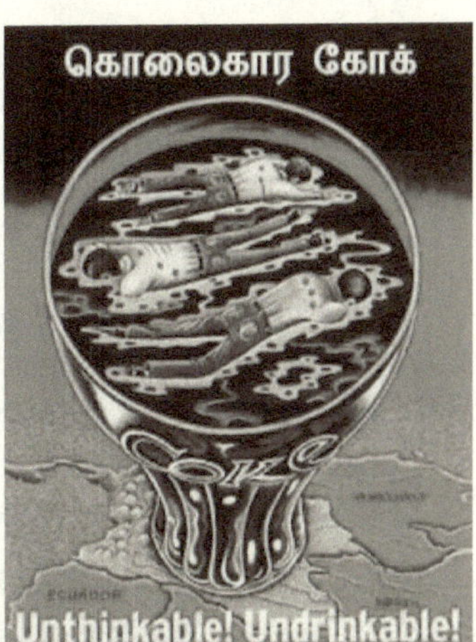

வியாபாரத் தந்திரங்களை எல்லாம் பயன்படுத்தி எவ்வளவு அதிகமாக இலாபம் சம்பாதித்தாலும், தொழிலாளர்களை வெறும் அடிமைகளாக நடத்துவதென்பதையே கொள்கையாகக் கொண்டிருக்கிறது கோக் நிறுவனம். கோக் நிறுவனத்தின் இலாபம் பல்லாயிரக்கணக்கான கோடிகளில் இருந்தாலும், அதற்குக்

காரணமான (கேள்வி கேட்க ஆளில்லாத ஏழை நாடுகளின்) ஊழியர்களோ மிக மோசமான பணிச்சூழலில், மிகமிகக் குறைந்த ஊதியத்தைப் பெற்றுக்கொண்டு வேலைசெய்கிற நிலைதான் இன்றளவும்.

'கோக் கேஸ்' என்கிற திரைப்படத்தின் இயக்குனர்கள் கொலம்பியா நாட்டிலிருக்கும் கோக் நிறுவனத்தில் வேலை செய்யும் இளைஞர்களைத் தனியாக சந்தித்து சில கேள்விகள் கேட்கிறார்கள்.

ஆவணப்பட இயக்குனர் : 'கோக் நிறுவனத்தில் வேலை செய்ய என்ன வேண்டும்?'

கோக் நிறுவன ஊழியர்கள் : 'முதலில் யாரேனும் ஒருவர் நமக்கு உத்தரவாதம் கொடுக்கவேண்டும். பிறகு, கோக் பாட்டில்களை டிரக்கில் எடுத்துக்கொண்டு செல்லும் பாதையில், என்ன நடந்தாலும் நாங்கள்தான் பொறுப்பு. வழியில் நம்மை யாராவது தாக்கினாலோ, கோக் பாட்டில்களையோ அல்லது நம்முடைய பணத்தையோ யாரேனும் கொள்ளையடித்தாலோ, அதற்கும் நாங்களே பொறுப்பு. எங்களுடைய சொந்தப் பணத்தைத்தான் இழக்கவேண்டும். எங்களுடைய காப்பீட்டிற்கு, சீருடைக்கு எல்லாம் நாங்களே பணம் செலுத்த வேண்டும். இன்னும் சொல்லப்போனால், கோக் நிறுவனத்தில் ஊழியர்களாக இருந்தாலும், கோக் பாட்டில்கள் கொண்டு செல்லும் டிரக்கிற்கு நாங்கள் தினமும் வாடகையும் செலுத்தவேண்டும்.'

ஆவணப்பட இயக்குனர் : 'கோக் நிறுவனம் என்னதான் உங்களுக்குத் தருகிறது?

கோக் நிறுவன ஊழியர்கள் : (நீண்ட நேரம் யோசித்த பிறகு) 'எதுவுமே இல்லை... எல்லாவற்றிற்கும் நாங்களே பொறுப்பு...கோக் நிறுவனம் எதுவுமே வழங்குவதில்லை.'

ஆவணப்பட இயக்குனர் : 'நீங்கள் சங்கம் அமைத்திருக்கிறீர்களா?

கோக் நிறுவன ஊழியர்கள் : "சங்கத்தில் எல்லாம் சேரவே முடியாது. சேர்ந்தால், வேலையை விட்டு அனுப்பிவிடுவார்கள். நிர்வாகத்தைப் பொறுத்தவரை, சங்கம் இருக்கவே கூடாது.'

தொழிற்சங்கம் அமைத்தால் 'ஆயுதம் ஏந்திய அடியாட்களை' வைத்து ஊழியர்களைக் 'கொல்வது', தொழிற்சங்க உறுப்பினர்களின் குடும்பத்தினரைக் கடத்திவைத்து மிரட்டுவது/கொல்வது என மனிதவுரிமை மீறல்களின் எல்லைக்கே செல்கிற இலாபவெறி பிடித்தவர்கள்தான் இவர்கள்....

கொலம்பியாவில் மட்டும், பன்னாட்டு நிறுவன முதலாளிகள் கடந்த பத்து ஆண்டுகளில் தொழிற்சங்க நடவடிக்கைகளை

அழிக்கும்நோக்கில் 'ஆயுதம் ஏந்திய அடியாட்கள்' மூலமாக 470 தொழிற்சங்கவாதிகளைக் கொன்றிருக்கிறார்கள். சராசரியாக வாரத்திற்கு ஒரு தொழிற்சங்கவாதி என்கிற அளவில் கொல்லப்பட்டிருக்கிறார்கள். தொழிற்சங்கவாதிகளின் கொலைகளின் எண்ணிக்கைப்படி உலகிலேயே முதன்மை நாடாகத் திகழ்கிறது கொலம்பியா. கொலம்பியாவிலிருக்கும் கோக் தயாரிக்கும் நிறுவனத்தில் தொழிலாளிகளின் அடிப்படை உரிமைகளுக்காக குரல் கொடுப்போரையும் அவர்களது குடும்பத்தினரையும் கொன்று குவிப்பது, கடத்துவது, கடத்தி சித்தரவதைக்குள்ளாக்கிக் கொல்வது போன்றவை தொடர்கதையாகவே இருந்துவருகிறது

குவாத்தமாலா என்கிற நாட்டிலுள்ள கோக் நிறுவன தொழிற்சாலையில், தொழிற்சங்கத்தலைவர் கொல்லப்பட்டிருக்கிறார். அதன்பிறகு அவருக்கு பதிலாக வேறொருவரை தொழிற்சங்கத் தலைவராக தேர்ந்தெடுத்தார்கள் தொழிற்சங்க உறுப்பினர்கள். அவரும் கொல்லப்பட்டார். இப்படியாக அத்தொழிற்சாலையில் தொடர்ச்சியாக 8 தொழிற்சங்கத் தலைவர்களைக் கொன்றிருக்கிறார்கள். அக்கொலைகளுக்கும் தங்களுக்கும் எவ்விதத்தொடர்பும் இல்லை என்று இன்றளவும் சொல்லிவருகிறார்கள் கோக் நிறுவனத்தினர்.

திரைக்கதை:

தொழிலாளிகளின் அடிப்படை உரிமைகள் யாவும் மறுக்கப்பட்ட கோக் நிறுவனத்தில், அவற்றை மீட்டெடுக்கும் நோக்கில் பேச்சுவார்த்தையில் ஈடுபட்ட 'இசிட்ரோ' என்கிற தொழிற்சங்கத் தலைவரை "ஆயுதமேந்திய அடியாட்கள்" மூலமாகக் கொன்றது கோக் நிறுவனம்.

தொழிற்சங்கம் அமைத்த குற்றத்திற்காக இசிட்ரோவையும் சேர்த்து இதுவரை ஏராளமானோரை ஆயுதமேந்திய அடியாட்களை வைத்து கொலை செய்திருக்கிறார்கள்.

இசிட்ரோவின் சகோதரர் : 'நானும் என்னுடைய சகோதரர் இசிட்ரோவும் தொழிலாளிகளின் அடிப்படை உரிமைகளுக்காக 'சினல்டிரைனல்' தொழிற்சங்கம், சார்பாக கோலா நிறுவனத்துடன் பேச்சுவார்த்தை நடத்துகிற குழுவில் இடம்பெற்றிருந்தோம். ஒருநாள் தொழிற்சாலையின் வாயிலில் நின்று கொண்டிருந்தவர்களிடம், 'இங்கே இசிட்ரோ யார்?' என்று சில அடியாட்கள் கேட்டிருக்கிறார்கள். அந்நேரம் கோக் பானங்களை ஒரு ட்ரக்கில் ஏற்றிவிட்டு

தொழிற்சாலையின் கதவினைத் திறந்திருக்கிறார் எனது சகோதரர். அவ்வேளையில் உள்ளே நுழைந்து எனது சகோதரரை ஒன்பது முறை சுட்டார்கள். சுட்டுவிட்டு இசிட்ரோவை அப்படியே விட்டுவிட்டு அங்கிருந்து கிளம்பிவிட்டார்கள்.'

இசிட்ரோவின் சகோதரர் : 'தொழிற்சங்கம் துவங்கியதிலிருந்தே எங்களுக்கு எல்லாப் பிரச்சனைகளும் வரத்துவங்கிவிட்டன. தொழிற்சங்கத்தை ஒழிப்பது ஒன்றுதான் நிர்வாகத்தின் குறிக்கோள். நவம்பர் 30ஆம் தேதி நாங்கள் கொடுத்த கோரிக்கையினை பரிசீலிக்க டிசம்பர் 5ஆம் தேதி வரை அவர்களுக்குக் கெடு இருந்தது. எங்களுடைய கோரிக்கைக்கு பதிலடியாக, கோரிக்கை வைத்தவர்களில் ஒருவரையே கொன்றிருக்கிறார்கள். அவர்களின் அடுத்த குறி நானாகத்தான் இருந்தேன். என்னுடைய சகோதரரைக் கொன்று துவங்கிய அவர்களின் மனித வேட்டை, அடுத்து மற்றொரு தொழிலாளியான 'அடோல்போ கார்டோனா'வையும் தாக்கினார்கள். ஆனால் அவர் தப்பித்துவிட்டார்.'

நீண்ட நெடுங்காலமாக நடக்கிற இதுபோன்ற எண்ணற்ற மனிதவிரோதச் செயல்களை எதிர்த்து போராடிக்கொண்டிருக்கிறது கொலம்பியாவில் இருக்கும் 'சினல்டிரைனல் தொழிற்சங்கம்'. அதனால் கோக் நிறுவனத்தினர் சினல்டிரைனல் தொழிற்சங்கத்தின் தலைவர் 'ஜவீர் கொரியாவை' இரண்டுமுறை கொல்ல முயற்சித்திருக்கிறார்கள், அவரது மனைவியையும் மூன்று குழந்தைகளையும் கடத்த முயன்றிருக்கிறார்கள், பல பொய் வழக்குகளைப் போட்டு பத்து முறைக்கும் மேலாக அவரை நீதிமன்றத்திற்கு வரவைத்திருக்கிறார்கள். தொழிலாளர்களின் நிலையினை கொலம்பிய அரசின் கவனத்திற்கு கொண்டு சென்றும் எவ்விதப்பலனும் இல்லை.

இச்சூழலில்தான், அமெரிக்க நிறுவனமொன்று வேறொரு நாட்டில் தவறிழைத்தால் அதனை அமெரிக்க நீதிமன்றத்தில் முறையிட வாய்ப்பளிக்கிற 'ஏலியன் டோர்ட் க்ளைம்ஸ் ஆக்ட்' (ATCA) என்கிற சட்டம் குறித்து கேள்விப்படுகிறது. சினல்டிரைனல் தொழிற்சங்கம். அதற்காக மூவரின் உதவியை நாடுகிறார் சினல்டிரைனல் தொழிற்சங்கத்தின் தலைவர் ஜவீர் கொரியா.

'டேனியல் கொவலிக்' வழக்கறிஞர், யுனைடட் ஸ்டீல் வொர்க்கர்ஸ் ஆப் அமெரிக்கா,

'டெர்ரி கொலிங்க்ஸ்வொர்த்' வழக்கறிஞர், சர்வதேச தொழிலாளர் நல நிதியம்,'

ரே ரோஜர்ஸ்' தொழிலாளர் நல ஆர்வலர் ஆகிய மூவரும் கள மிறங்குகிறார்கள்.

முதல் இருவரும் சட்டரீதியாக நடவடிக்கைகள் எடுப்பது குறித்து ஆலோசிப்பதும், மூன்றாமவர் கோக் நிறுவனத்தின் தொழிலாளர் விரோத மனிதவுரிமை மீறல்களை மக்களிடையே **'கொலைகார கோக்'** என்கிற பிரச்சாரம் மூலமாகக் கொண்டு செல்வதென்றும் முடிவெடுக்கிறார்கள்.

தொழிற்சங்கத்தில் சேர்ந்தாலே கொல்வது, அடியாட்களை வைத்து மிரட்டி வேலையைவிட்டு அனுப்புவது, அடித்து சித்தரவதைப்படுத்துவது, குடும்ப உறுப்பினர்களைக் கடத்துவது போன்ற குற்றங்களை முன்வைத்து கோக் நிறுவனத்தின்மீது நான்கு பிரிவுகளில் அமெரிக்காவில் வழக்குத் தொடுத்தனர்.

டேனியலும் டெர்ரியும் கோக்கிற்கு எதிராக வழக்கை நடத்துவதில் மும்முரமாக இருக்க, கோக்கினை எதிர்த்து மக்களிடையே பிரச்சாரம் செய்யத்துவங்கினார் ரே ரோஜர்ஸ். அமெரிக்காவில் அட்லாண்டா, வில்மிங்டன் போன்ற மாகாணங்களில் தெருவில் இறங்கி போராடத்துவங்கினர். கோக் நிறுவன அலுவலகங்களை முற்றுகையிட்டு முழங்குவதும் அதில் ஒரு பகுதி. மக்களின் மனதைத்தொடுகிற விளம்பரங்களைத் தயாரித்து, கோக் நிறுவனம் எவ்வாறு மக்களின் மனங்களில் இடம்பெறுகிறதோ, அதே போன்று கோக் நிறுவனத்தின் வண்டவாளங்களை மக்களின் முன் தண்டவாளத்தில் ஏற்றவேண்டுமென நினைக்கிறார் ரே. கோக் நிறுவனத்தின் மனிதவிரோத செயல்களை எடுத்துரைக்க, 'கொலைகார கோக்' என்கிற இணையதளத்தை உருவாக்குகிறார்கள்.

வில்மிண்டன் நகரிலுள்ள 'டூபுன்டூ' என்கிற ஓட்டலில் கோக் நிறுவன பங்குதாரர் கூட்டம் நடந்தது. அவ்வோட்டலின் முன்பும் பெரும்திரளாக மக்கள் திரண்டு "கொலைகார கோக்" பிரச்சாரத்தை மேற்கொண்டார்கள்.

பங்குதாரரின் கூட்டத்தில் கோக் நிறுவனத்தின் தலைமை செயல் அதிகாரி 'நெவிலே இஸ்டேல்' பேசுகையில்,

> "கொலம்பியாவில் தொழிற்சங்க உறுப்பினர்கள் படுகொலை செய்யப்பட்டதற்கு கோக் நிறுவனம்தான் காரணம் என்று சிலர் நினைக்கிறார்கள். நான் திறந்த மனதுடன் அதுகுறித்து விசாரணை நடத்தினேன். கொலம்பியாவின் நீதிமன்றமும் காவல்துறையும் சொல்வதைப்போல அக்கொலைகளுக்கும் கோக் நிறுவனத்திற்கும் எவ்விதத் தொடர்புமுமில்லை என்கிற முடிவுக்கும் வந்திருக்கிறேன்" என்று தங்கள் நிறுவனத்தின் குற்றச்செயல்களை ஒப்புக்கொள்ளக் கூட மறுக்கிறார்.

கொலம்பியாவில் கோக் நிறுவனத்திற்கு எதிராக வாதாடிய வழக்கறிஞர் 'என்ரிக் டோரசை' சந்திக்கிறார் டேனியல்.

வழக்கறிஞர் என்ரிக் டோரஸ் : "சில நேரங்களில் கோக் பானங்களை ஏற்றிச்செல்லும் ட்ரக்கில்கூட தொழிற்சங்க உறுப்பினர்கள் கொல்லப்பட்டு கிடப்பார்கள். சில நேரம் கோக் நிறுவனத்தின் உள்ளேயே சித்தரவதை செய்யப்பட்டு கொல்லப்பட்டிருக்கிறார்கள். ஆனால் அதற்கெல்லாம் தாங்கள் பொறுப்பில்லை என்றுமட்டும் எப்போதும் சொல்லிவருகிறார்கள். இவ்வாறு இறந்த எந்தத்தொழிலாளியின் குடும்பத்திற்கும் எவ்விதப் பொருளாதார உதவியும் செய்ததில்லை கோக் நிறுவனம். இதையெல்லாம் அமெரிக்காவில் நீங்கள் வாதாடப்போகும் வழக்கில் சேர்த்து அம்மக்களுக்கு நட்டஈடு வாங்கிக்கொடுங்கள்."

'கொலைகார கோக்' என்கிற பிரச்சாரம் உலகமெங்கும் பரவ ஆரம்பித்தது கண்டு, கோக் நிறுவனம் சற்றே பயம் கொள்ளத்துவங்கியது. கோக் நிறுவனம் தொழிலாளர் விரோதச் செயல்களை செய்கிறதா இல்லையா என்பதனை ஐ.நா. சபையின் ஒரு அங்கமான "சர்வதேச தொழிலாளர் அமைப்பு" விசாரணை செய்யும் என்று கோக் நிறுவனத்தின் தலைமைச் செயல் அதிகாரி அறிவிக்கிறார். (ஐ.நா.வின் சர்வதேச தொழிலாளர் அமைப்பின் அமெரிக்காவிற்கான பிரதிநிதி "எட் போட்டர்" என்பவர் கோக் நிறுவனத்தின் சர்வதேச தொடர்பு இயக்குனராக இருக்கிறார்). பல மாதங்கள் கழித்து ஐ.நா.வின் சர்வதேச தொழிலாளர் அமைப்பில் விசாரித்துப்பார்த்தால், கோக் நிறுவனம் மீது விசாரணை நடத்தக்கோரி எவ்வித கோரிக்கையும் தங்களுக்கு வரவேயில்லை என்கிறார்கள். ஆக இதுவும் கோக் நிறுவனத்தின் விளம்பர யுக்திதான் என்பதனை ரேரோஜர்ஸ் புரிந்துகொள்கிறார்.

கோக் நிறுவனத்தின் மீதான இவ்வழக்கு குறித்து எந்த ஊடகமும் வாய் திறக்காத சூழலில், கொலம்பியாவில் மிக அதிகமான மக்களால் வாசிக்கப்படும் "எல் டியம்போ" என்கிற பத்திரிகை ஒரு கவர் ஸ்டோரி எழுத முன்வருகிறது. இரண்டு தொழிற்சங்கத் தலைவர்களைக் கொல்வதற்காக "ஆயுதம் ஏந்திய அடியாட்களுக்கு" பணம் கொடுத்ததை கண்ணால் பார்த்த சாட்சியும் டேனியலுக்கு கிடைக்கிறது. வழக்கிற்கு பயன்படுமென்பதால் அவரையும் அழைத்துக்கொண்டு அமெரிக்கா செல்கிறார் டேனியல்.

அமெரிக்க நீதிமன்றத்தில் வழக்கு விசாரணை துவங்குகிறது....

தலைமை நீதிபதி : "அமெரிக்க நிறுவனங்கள் கொலம்பியாவில் சட்டவிரோதமாக ஆயுதம் ஏந்திய குழுக்களுக்கு பணம் கொடுத்து தொழிற்சங்க உறுப்பினர்களைக் கொன்றிருக்கிறார்கள் என்கிற குற்றச்சாட்டுகளை இப்போது விசாரிக்கப்போகிறது இந்நீதிமன்றம். கொலம்பிய வழக்கறிஞரை முதலில் பேச அழைக்கிறேன்."

கொலம்பிய வழக்கறிஞர் : "நான் கொலம்பியாவில் கடந்த 16 ஆண்டுகளாக தொழிற்சங்கத் தலைவராக இருக்கிறேன். இப்பதினாறு ஆண்டுகளில் என்னுடன் வேலை பார்த்த பத்து சக தொழிற்சங்கவாதிகள் கொல்லப்பட்டிருக்கிறார்கள். பன்னாட்டு நிறுவனங்கள் யாவும் தங்களுடைய இலாபத்தினை அதிகரிக்க, தொழிற்சங்கத்தைச் சேர்ந்தவர்களை கொல்வதை வழக்கமாகவே மாற்றிக்கொண்டிருக்கிறார்கள். சமீபத்தில் எட்டு தொழிற்சங்கவாதிகளைக் கொன்றிருக்கிறார்கள் கோக் நிறுவனத்தினர்"

தலைமை நீதிபதி : "அடுத்தபடியாக கொலம்பியாவின் தொழிற்சங்கத்திற்கு ஆதரவாகவும் கோக் நிறுவனத்திற்கு எதிராகவும் வாதாட வந்திருக்கும் 'யுனைடட் ஸ்டீல் வொர்க்கர்ஸ் ஆப் அமெரிக்காவைச்' சேர்ந்த டேனியலைப் பேச அழைக்கிறேன்."

டேனியல் : "2001 மார்ச் 12 இல் கொலம்பியாவில் பல்வேறு சுரங்கத்தொழிற்சங்கத்தைச் சேர்ந்தவர்களை சந்தித்துப் பேசிக்கொண்டிருந்தேன். அப்போது தொழிலாளிகளை ஏற்றிக்கொண்டு சென்ற நிறுவனத்தின் பேருந்தை "ஆயுதம் தாங்கிய அடியாட்கள்" நிறுத்தி பேருந்தினுள்ளே நுழைந்தார்கள். தொழிற்சங்கத்தலைவர் (வால்மோர் லோகார்னோ) மற்றும் தொழிற்சங்கத் துணைத்தலைவர் (விக்டர் ஆர்காசிடஸ்) ஆகியோரின் பெயரைச் சொல்லி பேருந்திலிருந்து வெளியே வரச்செய்தார்கள். வால்மோர் லோகார்னோவை அதே இடத்தில் சுட்டுக்கொன்றார்கள். விக்டர் ஆர்காசிடசிடம் நிர்வாகம் பேசவிரும்புகிறது என்று சொல்லி அழைத்துச்சென்றார்கள். ஆனால் ஒரு 20 மைல் தொலைவில் ஆர்காசை சித்தரவதை செய்து கொன்று போட்டிருக்கிறார்கள்." டேனியல் பேசிக்கொண்டிருக்கும்போதே நீதிபதி இடைமறித்தார்....

நீதிபதி : "நீங்கள் மேலும் தொடர்வதற்கு முன், ஒன்று சொல்ல விருப்பப்படுகிறேன். உங்கள் அலுவலகச் சுவற்றில் பெரிய அளவிலான 'சே குவேரா' வின் புகைப்படம் ஒட்டியிருக்கிறீர்கள். சே குவேரா மாதிரியான ஆட்களையெல்லாம் நீங்கள் மதிக்கிறீர்களா?....."

டேனியல்: "ஆமாம்"

நீதிபதி : "டேனியல்! சே குவேராவைப் பின்பற்றுவதால், இன்று நீங்கள் உங்களுடைய நம்பகத்தன்மையினை இழந்துவிட்டீர்கள்" வழக்கைத் திட்டமிட்டு திசைதிருப்பி அவரது நம்பகத்தன்மையை கேள்விக்குள்ளாக்கி அவமானப்படுத்தமுயன்றதை டேனியலால் தாங்கிக்கொள்ளவே முடியவில்லை. நீதிமன்றத்தை விட்டு வெளியே வந்து டேனியல் பேசுகிறார்...

டேனியல் : "சே குவேராவின் போஸ்டருக்கு முன்னால் நான் இருப்பதைப் போன்ற புகைப்படத்தைக்காட்டி கேள்வி கேட்டனர்.... அக்கேள்விக்கு பதில் சொல்லமுடியாதென மறுத்திருக்கமுடியும். ஆனால் நான் ஒப்புக்கொண்டேன்.

எல்லாவற்றிலும் இல்லையென்றாலும்கூட, "சமூக நீதிக்காக" சே குவேரா கண்ட கனவுகளை நான் மதிக்கிறேன். பலவற்றில் அவரின் கருத்துகளை ஆமோதிக்கிறேன். அதற்காக இவ்வழக்கில் என்னுடைய நம்பகத்தன்மையின் மீது கேள்வி எழுப்புவது எந்த வகையில் நியாயம்? நான் இப்போது வீட்டிற்குப் போகனும். என்னுடைய குழந்தைகளோட விளையாடனும்.. இப்போதைக்கு வேறெதையும் யோசிக்கமுடியவில்லை.."

என்று சொல்லியபடியே கண்களில் எட்டிப்பார்த்த கண்ணீரை ஒளித்துவைத்துக்கொண்டே நீதிமன்ற வளாகத்தைவிட்டு வெளியேறுகிறார் டேனியல்.

எல்லோரும் எதிர்பார்த்தபடியே, கோக் நிறுவனத்திற்கும் கொலம்பியாவில் கோக் நிறுவனத்தில் வேலை பார்த்த தொழிலாளிகளின் கொலைகளுக்கும் எவ்விதத்தொடர்பும் இல்லை என்றே வழக்கில் தீர்ப்பு வழங்கினர் நீதிபதிகள்.

நீதிமன்றத் தீர்ப்பினாலெல்லாம் சோர்ந்து விடாமல், 'கொலைகார கோக்' பிரச்சாரத்தை தொடர்ச்சியாக உலக மக்களிடையே கொண்டு செல்கின்றனர். 'கொலைகார கோக்' பிரச்சாரத்தை பெரும் தலைவலியாக நினைக்கத்துவங்கியது கோக் நிறுவனம். அதனால் கொலம்பியாவில் தொழிற்சங்க உறுப்பினர்கள் கொல்லப்பட்டது தொடர்பாக சினல்டிரைனல் தொழிற்சங்கம், டேனியல், டெர்ரி மற்றும் ரே அடங்கிய குழுவினைப் பேச்சுவார்த்தைக்கு வருமாறு கோக் நிறுவனம் அழைக்கிறது. பேச்சுவார்த்தையின்போது,

"கொல்லப்பட்டவர்கள் அமெரிக்கர்கள் என்றால் இழப்பீடு நிறைய கொடுக்கலாம். ஆனால் அவர்கள் கொலம்பியர்கள்தானே. அதனால் மிகச்சிறிய அளவில்தான் இழப்பீடு கொடுக்கமுடியும்"

என்று சொல்லி இதுவரை கொலம்பியாவில் கொல்லப்பட்ட அனைத்து தொழிற்சங்க உறுப்பினர்களின் குடும்பத்திற்கும் சேர்த்து மிகச்சிறிய தொகையொன்றைத் தருவதாக கோக் நிர்வாகம் தெரிவிக்கிறது.

டேனியல் உள்பட அனைவரும் இதனை வன்மையாகக் கண்டித்து பேச்சுவார்த்தையிலிருந்து வெளியேறுகிறார்கள். 'கொலைகார கோக்' பிரச்சாரத்தை உலகளாவிய பிரச்சாரமாக மாற்றி, இனிமேல் கோக் நிறுவனம் உலகில் எங்கு குற்றமிழைத்தாலும் உடனே வழக்குத் தொடுப்பது என்றும் முடிவெடுக்கிறார்கள்.

துருக்கி, குவாத்தமாலா, இந்தியா என எங்கெல்லாம் அவர்கள் தொழிலாளர் விரோத நடவடிக்கையில் ஈடுபடுகிறார்களோ அவையனைத்தையும் வழக்காக மாற்றத் திட்டமிடுகிறார்கள். இதன்

மூலம் தொழிலாளர்களின் பிரச்சனையின் வீரியத்தை உலகறியச்செய்வதுதான் நோக்கம். (கோக்கின் தொழிலாளர் விரோத நடவடிக்கைகளுக்கு எதிராக துருக்கி நாட்டிலுள்ள தொழிற்சங்கங்கள் தொடுத்த வழக்கில், துருக்கி அரசும் நீதிமன்றமும் தொழிலாளர் விரோதப் போக்கினால், கோக் நிறுவனம் கேள்விகேட்பாரின்றி தொடர்கிறது தன்பணியினை.) துருக்கியில் தொழிலாளர்களின் பிரச்சனையையும் அமெரிக்க நீதிமன்றத்தில் கொண்டுவர முடிவெடுக்கிறார்கள் டேனியல் மற்றும் குழுவினர். இப்படியாகப் பல வழக்குகளை சந்திக்க வேண்டிய நிலைக்குத் தள்ளப்பட்டது கோக் நிறுவனம்.

மிகப்பிரபலமான வழக்கறிஞர்கள் பலரை வைத்துக்கொண்டு வாதாடும் கோக் நிறுவனத்திற்கு வழக்கு செலவு பல மில்லியன் டாலர்களாக உயர்ந்து கொண்டிருந்தது. ஒருபுறம் 'கொலைகார கோக்' பிரச்சாரமும் மறுபுறம் பல்வேறு வழக்குகளால் உயரும் செலவுகளும், கோக் நிறுவனத்திற்கு தலைவலியாகவே மாறுகிறது.

கோக் நிறுவனத்திற்கு எதிராக இன்றைய தலைமுறை மாணவர்களை கிளர்ந்தெழச் செய்யவேண்டுமென்பதற்காக ரே ரோஜர்ஸ் ஒவ்வொரு பல்கலைக்கழகமாக, ஒவ்வொரு கல்லூரியாகச் சென்று "கொலைகார கோக்" பிரச்சாரத்தை மேற்கொள்கிறார். அவர் உரையாற்றுகிற நிகழ்வில் பங்கெடுக்கிற மாணவர்களுக்கு கோக் நிறுவனம் இலவசமாக கோக் பானங்களை வழங்கியும், மாணவர்களின் படிப்பிற்கு ஊக்கத்தொகை வழங்குவதாக தந்திரமாக அறிவித்தும், தன்னுடைய கொலைகார பிம்பத்தை மாற்ற முயற்சிக்கிறது.

கோக் நிறுவனம் இரண்டாவது முறையாக பேச்சுவார்த்தைக்கு அழைக்கிறது. இம்முறை கொலம்பியாவில் கொல்லப்பட்டவர்களின் குடும்பத்திற்கு முன்னர் சொன்னதைவிட அதிகமாக இழப்பீடு தர முன்வருகிறது கோக் நிறுவனம். ஆனால் அதற்காக கோக் நிறுவனத்திற்கு தொழிற்சங்கங்கள் செய்யவேண்டியது,

"கோக் நிறுவனத்தில் இருக்கும் அனைத்து தொழிற்சங்கங்களும் கலைக்கப்பட வேண்டும்."

"கோக் நிறுவனத்தில் வேலைசெய்யும் தொழிற்சங்க உறுப்பினர்கள் அனைவரும் உடனடியாக வேலையை விட்டு விலக வேண்டும்."

"கோக் நிறுவனம் தொழிலாளர் விரோத நடவடிக்கையில் ஈடுபடுகிறது என்று பிரச்சாரம் செய்யவே கூடாது"

"குறிப்பாக 'கொலைகார கோக்' பிரச்சாரம் உடனடியாக நிறுத்தப்பட வேண்டும்"

"நெஸ்லே, பிபி, ஒக்சிடேண்டல் போன்ற பன்னாட்டு நிறுவனங்களை எதிர்த்தும் குரலெழுப்பக் கூடாது"

கோக் நிறுவனம் முன்வைத்த இவ்வுடன்பாட்டினை அறிந்த சினல்டிரைனல் தொழிற்சங்கத்தினர் அதிர்ந்து போகின்றனர். இந்த ஒட்டுமொத்தப் போராட்டமே, தொழிலாளிகளின் நியாயமான அடிப்படை உரிமைகளைப் பாதுகாக்கத்தான். ஆனால் கோக் நிறுவனமோ, பணத்தைக் கொடுத்து அனைத்தையும் வெட்டியெறிய முயற்சிக்கிறது.

சினல்டிரைனல் தொழிற்சங்கம் சார்பாக பேச்சுவார்த்தைக்கு நியமிக்கப்பட்ட எட்கர் பேஸ் கடும் கோபத்துடனேயே அமெரிக்க வழக்கறிஞர்களிடம் தன் கருத்தை முன்வைக்கிறார்....

எட்கர் பேஸ் : "தொழிற்சங்க உரிமைகளுக்காகப் போராடிய தொழிலாளிகளின் பிணத்தின் மீது பணம் பார்க்கிற எண்ணமில்லை எங்களுக்கு. கடந்த காலத்தில் நிகழ்ந்த படுகொலைகளுக்கு கோக் நிறுவனம் இழப்பீடு கொடுக்கிற அதேவேளையில், இக்குற்றங்களையெல்லாம் அவர்கள் செய்திருக்கிறார்கள் என்று ஒப்புக்கொள்ளவும் வேண்டும். தொழிற்சங்க உறுப்பினர்களை கொன்றதன்மூலம் எவ்வாறு அவர்கள் பயனடைந்தனர் என்பதையும் வெளிப்படையாகச் சொல்லவேண்டும். இதையெல்லாம் செய்யாமல், அவர்கள் கொடுக்கிற எந்தப்பணமும் எங்களுக்குத் தேவையில்லை."

எட்கர் பேஸ் : "நிரந்த மில்லா வேலை, உழைப்பிற்கு சம்பந்தமில்லாத குறைவான ஊதியம், தொழிற்சங்கம் அமைக்கும் உரிமை மறுப்பு போன்றவற்றைப் பரவலாக்கும் புதிய தாராளமயக்கொள்கைகளை எதிர்த்துப் போராடிக்கொண்டிருக்கிறோம். இத்தகைய சூழலில் நாம் வெற்றி பெறுவது மிக முக்கியமானதாகும். இப்பேச்சுவார்த்தைகள் எல்லாமே வெறும் பொருளாதாரப் போராட்டம் குறித்ததல்ல; அரசியல் போராட்டம்"

எட்கர் பேஸ் : "உலகளவில் கோக் நிறுவனம் மீது போடப்பட்டிருக்கிற அனைத்து வழக்குகளையும் திரும்பப் பெற்றுக்கொண்டு 'கோக் ஒரு நல்ல மதிக்கத்தக்க நிறுவனம்' என்று ஊடகத்தின் முன்வந்து சான்றிதழ் வழங்க வேண்டுமாம். வெறும் பணம்தான் பிரச்சனை என்றால், காலிப் பெட்டியைக் கொண்டு வந்து அவர்கள் கொடுக்கிற பணத்தை அள்ளிப் போட்டுக்கொண்டு மகிழ்ச்சியோடு வீடு திரும்பியிருப்போம்"

எட்கர் பேஸ் : "கோக் நிறுவனத்தோடு நடந்த இப்பேச்சுவார்த்தையின் போதே, எங்களுக்குத் தொடர்ந்து அச்சுறுத்தல் இருந்து கொண்டேதான் இருந்தது. எங்களில் பல தொழிலாளிகளை வேலையை விட்டு அனுப்பிக்கொண்டே இருந்தார்கள். பல தொழிலாளிகளின் குடும்பங்களை வீட்டிற்கே வந்து மிரட்டியிருக்கிறார்கள். எங்கள் குழந்தைகளை கடத்தியிருக்கிறார்கள். இப்படிப்பட்ட சூழலில் நாங்கள் எதற்காக அவர்களுடன் உடன்பாட்டுக்கு

வரவேண்டும். உலகளவில் கோக் நிறுவனத்திற்கு எதிராக போராடிக்கொண்டிருக்கிற வேளையிலேயே இவ்வளவு மோசமான நிலைதான் எங்களுக்கு. நாங்கள் மட்டும் அவர்கள் முன்மொழிகிற உடன்பாட்டினை ஒப்புக்கொண்டுவிட்டால், அன்றே நாங்கள் அனைவரும் கொல்லப்பட்டுவிடுவோம்"

இவையெல்லாம் நடந்து ஐந்து ஆண்டுகளுக்கும் மேலாகிவிட்டது. ஆனால் இன்னும் கோக் நிறுவனம் தன்னுடைய தொழிலாளர் விரோதப் போக்கை மாற்றிக்கொள்ளவில்லை. மேலும் சிலநூறு தொழிற்சங்க உறுப்பினர்கள் மற்றும் அவர்களது குடும்பத்தினர் காணாமல் போவதும், கடத்தப்படுவதும், சித்தரவதைக்குப்பின் கொல்லப்படுவதும் தொடர்கிறது.

'கொலைகார கோக்' பிரச்சாரத்தின் பலனாக, மிச்சிகன் பல்கலைக்கழகம், நியூயார்க் பல்கலைக்கழகம் உள்பட உலகெங்கிலுமுள்ள நூற்றுக்கணக்கான கல்விநிலையங்களில் கோக் பானங்கள் தடை செய்யப்பட்டிருக்கிறது.

ஆனாலும் முன்னெப்போதையும்விட அதிக கவனத்துடனும் மிகுந்த உத்வேகத்துடனும் போராட வேண்டிய காலகட்டமிது என்பதை சினல்டிரைனல் தொழிற்சங்கத்தின் தலைவர் நமக்கு மிகச்சரியாக நினைவூட்டுகிறார்...

"இப்போராட்டத்தில் நாம் வெற்றி பெறுவது அவசியம். நாம் தோற்றுப்போவோமேயானால், முதலில் இழக்கப்போவது நமது தொழிற்சங்கங்களை; அடுத்தது நாம் இழக்கப்போவது நமது வேலையினை; அதற்கடுத்தது நாமெல்லாம் இழக்கப்போவது நமது வாழ்க்கையை, உயிரை.... எனவே இப்போராட்டத்தில் நாம் வெற்றி பெறுவது அவசியம்." கோக் ஒரு கொலைகார பானம் என்பது அதன் தரத்தில் மட்டுமல்ல; தயாரிக்கிற விதத்திலும்தான்...

தொழிலாளர் விரோத, மனிதவிரோத கோக் பானத்தைப் புறக்கணித்து, நம்முடைய உழைப்பாளர் சகோதரர்களுக்கு நம் ஆதரவைத் தெரிவிப்போம்... ■

3

ஐவரி கோஸ்ட் :
சாக்லேட் தயாரிப்பின் கசப்பான மறுபக்கம்

(The Dark side of Chocolate - 2010)

அழுது கொண்டிருக்கிற குழந்தையின் கையில் ஒரு சாக்லேட்டினைக் கொடுத்தாலே போதும், தன்னுடைய அழுகையினை உடனே நிறுத்திவிட்டு முகமலர்ச்சியோடு சிரிக்கத்துவங்கிவிடும். அந்த அளவிற்கு சாக்லேட் என்பது அனைவருக்கும் (குறிப்பாக குழந்தைகளுக்கு) பிடித்தமான ஒரு உணவுப்பொருளாகிவிட்டது. தெருமுனைப் பெட்டிக்கடை முதல் பெரிய பெரிய சூப்பர் மார்க்கெட் வரை, சாக்லேட் விற்பனை நடைபெறாத கடைகளே இல்லை எனலாம். ஓராண்டிற்கு உலகம் முழுவதிலும் முப்பது லட்சம் டன் அளவிற்கான சாக்லேட்டுகள் விற்பனையாகிறது. ஐரோப்பாவில் மட்டுமே அதில் பாதியளவிற்கு தின்று தீர்க்கிறார்கள்.

சாக்லேட்டின் இந்த இமாலய வெற்றிக்குப்பின் பெரும் சோகம் மறைந்திருக்கிறது. உலகின் வளர்ந்த நாடுகளின் குழந்தைகள் தினந்தோறும் விதவிதமான சாக்லேட்டுகளை உண்கிற அதேவேளையில், ஆப்பிரிக்க குழந்தைகளின் நிலையோ வேறுமாதிரி இருக்கிறது. சாக்லேட் தயாரிப்பிற்குத் தேவையான "கோகோ" உற்பத்தி செய்யும் தோட்டங்களில் வேலை செய்வதற்காக ஆப்பிரிக்க குழந்தைகள் கடத்தப்பட்டு வேலைக்கு அமர்த்தப்படுவதை ஒட்டுமொத்த சாக்லேட் தொழில்துறையே செய்துவருகிறது என்பது அதிர்ச்சிகரமான உண்மை. மேற்கு ஆப்பிரிக்க நாடுகளில் மட்டும், 18 லட்சத்திற்கும் மேற்பட்ட குழந்தைத் தொழிலாளர்கள் கோகோ தோட்டங்களில் உழைக்கிறார்கள். நாம் மகிழ்ந்துண்ணும் இனிப்பான சாக்லேட்டுகளின் தயாரிப்பின் பின்னே, கசப்பான ஆயிரம் உண்மைகள் புதைந்து கிடக்கின்றன...

சாக்லேட் தயாரிக்கப் பயன்படும் கோகோவை உலகிலேயே அதிகளவில் (42 %) உற்பத்தி செய்யும் நாடு மேற்கு ஆப்பிரிக்காவின் "ஐவரி கோஸ்ட்" என்கிற நாடுதான். ஆனால் உலகின் மிக மிக ஏழ்மையான நாடுகளில் ஐவரி கோஸ்டும் ஒன்று என்பதுதான் முரண்.

சாக்லேட் நிறுவனங்களின் வருடாந்திர கண்காட்சி:

குழந்தைகள் கடத்தல், கட்டாயக் குழந்தைத்தொழிலாளர் முறை போன்றவை உண்மையானதுதானா எனக்கண்டறிய டென்மார்க்கைச் சேர்ந்த 'மிக்கி மிஸ்திராதி' என்கிற பத்திரிகையாளர் முடிவெடுக்கிறார். அதனை ஒரு ஆவணப்படமாகவும் தயாரித்தார். உண்மை எப்போதும் அபாயகரமானது என்பதால், தன்னுடைய அடையாளங்களை மறைத்தும் சட்டைக்குள் ஓட்டை போட்டு கேமராவினை மறைத்தும் அவர் உருவாக்கிய படத்தின் பெயர்தான் "The Dark side of Chocolate".

ஒவ்வொரு ஆண்டும் சாக்லேட் தயாரிக்கும் நிறுவனங்கள் ஜெர்மனியிலிருக்கும் கொலோன் என்கிற நகரில் சந்தித்துக்கொள்வார்கள். அச்சந்திப்பில், சாக்லேட் தொழிலை வளர்த்தெடுப்பது மற்றும் விற்பனையைப் பெருக்குவது குறித்து விவாதிப்பார்கள். மிக்கி தன்னுடைய பயணத்தினை இச்சாக்லேட் கண்காட்சியிலிருந்து துவங்குகிறார்.

உலகின் மிகப்பெரிய சாக்லேட் தயாரிப்பு நிறுவனமான சுவிட்சர்லாந்தைச்சேர்ந்த 'பேரி கேலபாட்' என்கிற நிறுவனம்தான் பெரும்பாலான மற்ற சாக்லேட் நிறுவனங்களுக்கு கோகோ பவுடரை விற்று விநியோகம் செய்கிறது.

பேரி கேலபாட்டின் துணைத்தலைவர் பேட்ரிக் ஹாட்பென்னேவை கண்காட்சியில் சந்திக்கிறார் மிக்கி.

இயக்குனர் மிக்கி : "ஐவரி கோஸ்டில் எத்தனை பேர் வேலை பார்க்கிறார்கள்?"

பேட்ரிக் ஹாட்பென்னே (பேரி கேலபாட்டின் துணைத்தலைவர்) : "எங்களுடைய நிறுவனத்தில், உலகம் முழுவதிலும் ஒட்டுமொத்தமாக 7400 பேர் வேலை பார்க்கிறார்கள். அவர்களில் தோராயமாக 1000 பேருக்குமேல் ஐவரி கோஸ்டில் மட்டும் பணிபுரிகிறார்கள்."

இயக்குனர் மிக்கி : "குழந்தைகள் கடத்தல் மற்றும் குழந்தைத்தொழிலாளர்கள் கோகோ தோட்டங்களில் பணிபுரிவதாக வதந்திகள் இருக்கின்றனவே. அது குறித்து?"

பேட்ரிக் ஹாட்பென்னே : "உண்மையாகவே இது குறித்து எங்களுக்குத் தெரியாது. எங்காவது ஒன்றிரண்டு அபூர்வமாக நடக்கலாம். அப்படியொன்று நடந்தால் நிச்சயமாக ஏற்றுக்கொள்ளமுடியாதுதான்..."

அக்கண்காட்சியில் எந்தவொரு சாக்லேட் தயாரிப்பு நிறுவனமும் குழந்தைத் தொழிலாளர்களைப் பயன்படுத்துவது குறித்து வாய்திறக்கவில்லை. 2001லேயே குழந்தைத்தொழிலாளர்களை சாக்லேட் தயாரிப்புத் தொழிலின் எந்தவொரு வேலைக்கும் பயன்படுத்தக்கூடாது என்று சாக்லேட் தொழில்துறை நிறுவனங்கள் அனைத்தும் இணைந்து ஒரு ஒப்பந்தம் நிறைவேற்றின. இவற்றையெல்லாம் உலகுக்கு அறிவித்தவர்களே, இதனைச் செய்வார்களா? என்ற கேள்வியுடன் இயக்குனர் மிக்கி ஆப்பிரிக்காவிற்கே சென்று ஆய்வினை நடத்த முடிவெடுக்கிறார்.

குழந்தைக்கடத்தலில் உலகின் முதன்மை நாடு மாலி :

மாலி என்கிற மேற்கு ஆப்பிரிக்க நாட்டிலிருந்து ஏராளமான குழந்தைகள் கடத்தப்பட்டு, ஐவரி கோஸ்ட் நாட்டிற்கு கொண்டுசெல்லப்பட்டு கோகோ தோட்டங்களில் வேலைக்கு அமர்த்தப்படுவதாக செய்தி நிலவுகிறது. எனவே தன்னுடைய பயணத்தை உலகின் மிகவும் ஏழ்மையான நாடுகளில் ஒன்றான மாலியிலிருந்து துவங்குகிறார் இயக்குனர்.

ஐவரி கோஸ்ட் நாட்டிற்கு மேற்கே இருக்கிற நாடுதான் மாலி. மாலி மற்றும் பிற மேற்கு ஆப்பிரிக்க நாடுகளின் பல்வேறு பகுதிகளிலிருந்து கடத்திக்கொண்டு வரப்படும் குழந்தைகளை

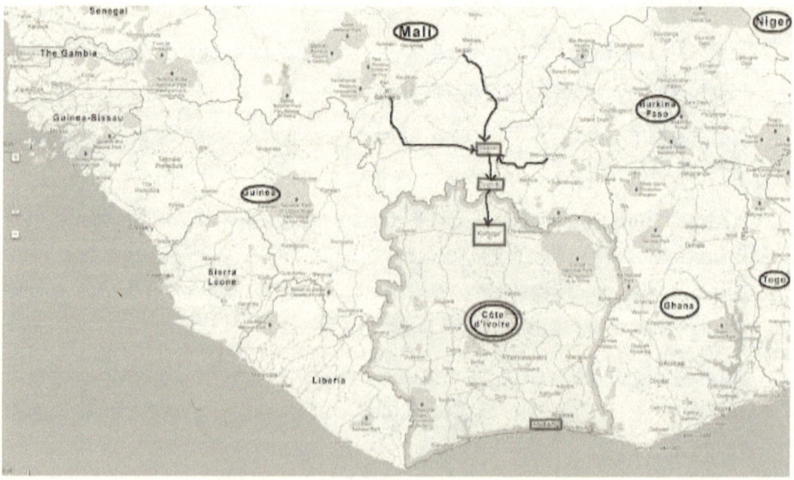

'சிகாசோ' என்கிற பகுதியிலிருக்கும் பேருந்து நிலையத்திற்குதான் கொண்டு வருகிறார்கள். இங்கிருந்து புறப்படுகிற பேருந்துகளில் குழந்தைகளை ஏற்றிக்கொண்டு 'செகுவா' என்கிற இடம் வரை செல்கிறார்கள். பின்னர் அங்கிருந்து மாலி, ஐவரி கோஸ்ட் நாடுகளுக்கிடையிலான எல்லையினை குறுக்குப்பாதைகளில் கடந்து குழந்தைகளை ஐவரி கோஸ்டிற்கு கொண்டு சேர்க்கிறார்கள் என்கிற உண்மையினை மாலி நாட்டிலிருக்கும் ஒரு சமூகநல ஊழியர் மூலம் அறிந்துகொள்கிறார் இயக்குனர் மிக்கி.

இட்ரிகாசா கண்டே (சிகாசொவின் ஓட்டுனர் சங்க பொதுச்செயலாளர்):

"குழந்தைகளைக் கடத்துவதென்பது எப்போதுமே இருந்து வருகிறது. எல்லாப் பேருந்துகளிலும் குழந்தைகள் கடத்தப்பட்டுக்கொண்டே இருக்கிறார்கள். ஐவரி கோஸ்டிற்கு செல்லும் குழந்தைகளின் வயது பொதுவாக 12 இலிருந்து 14 வரை இருக்கும். இதிலே பெண்குழந்தைகளும் உண்டு."

அவரால் இயன்ற அளவிற்கு, பேருந்து நிலையத்திலிருந்து கடத்தப்படுகிற குழந்தைகளை மீட்டு வருகிறார். ஒவ்வொரு நாளும் தான் மீட்கிற குழந்தைகளின் பெயர், முகவரி போன்றவற்றை ஒரு நோட்டுபுத்தகத்தில் எழுதியும் வருகிறார். 2006 இல் மட்டும் அவர் மீட்ட குழந்தைகளின் எண்ணிக்கை 132 (35 பெண் குழந்தைகள் உட்பட). 2007 இல் அவ்வெண்ணிக்கை 140 (41 பெண் குழந்தைகள்). புர்க்கினா பாசோ, மாலி, நைகர் போன்ற நாடுகளைச்சேர்ந்தவர்கள்தான் அக்குழந்தைகள்.

ஒரு பேருந்து முதலாளி : "கிராமப்புறக் குழந்தைகள்தான் அதிகமாக கடத்தப்படுகிறார்கள். கடத்தல்காரர்கள் ஒரேநேரத்தில் 10 முதல் 15 குழந்தைகளைப் பேருந்தில் கடத்துவார்கள். பேருந்தில் மாலி நாட்டின் எல்லை வரை குழந்தைகளைக் கொண்டுசெல்வார்கள். பின்னர் அங்கிருந்து குறுக்குப்பாதைகளில் மோட்டார் சைக்கிள்களில் நாட்டு எல்லையினைக்கடந்து ஐவரி கோஸ்ட் நாட்டிலிருக்கும் 'கொரோகோ' என்கிற இடத்திற்குச்சென்று அங்கிருக்கும் கோகோ தோட்ட முதலாளிகளிடம் விற்றுவிடுவார்கள்."

பேருந்து முதலாளியிடம் பேசிவிட்டு வெளியே வருகிறபோது, அருகினில் நிற்கும் பேருந்தொன்றினில் ஒரு சிறுமி அங்குமிங்கும் முழித்துக்கொண்டே உட்கார்ந்திருக்கிறாள். இயக்குனர் அவளருகினில் சென்றதும், அச்சிறுமியைக் கடத்திவந்த கடத்தல்காரப்பெண் தப்பித்து ஓடிவிடுகிறாள். அச்சிறுமியை விசாரித்துப்பார்த்தால், அவள் கொண்டுவரப்பட்டிருக்கிற பேருந்து நிலையத்திலிருந்து 450 கிலோமீட்டர்கள் தள்ளியிருக்கும் 'செகு' என்கிற கிராமத்திலிருந்து வந்திருக்கிறாள் என்றும் தெரிகிறது.

அச்சிறுமியிடம், சிகாசொவின் ஓட்டுனர் சங்க பொதுச்செயலாளரான இட்ரிகாசா கண்டே, "உன்னை நான் வீட்டிற்கே அனுப்பி வைக்கிறேன். மீண்டும் இதுபோல் வந்துவிடாதே... நீ அங்கே சென்று காசெல்லாம் எதுவும் சம்பாதிக்க முடியாது. அங்கே போனால் வீணாகத்தான் போவாய்" என அச்சிறுமியை எச்சரித்துவிட்டு அவளது வீட்டிற்கு அனுப்பிவைக்க ஏற்பாடு செய்கிறார். வாழ்க்கை முழுவதும் இதே போன்ற நிலைமையினை தினந்தோறும் எதிர்கொள்ள வேண்டியிருக்கிறதே என்று புலம்பிக்கொண்டே அழுகிறார் இட்ரிகாசா கண்டே.

குழந்தைக்கடத்தல் நடைபெறுகிற பாதையில் செகுவாவை நோக்கி இயக்குனர் தன்னுடைய பயணத்தைத் தொடர்கிறார். வழியில் ஒரு கிராமத்தில் நின்று, அங்கிருக்கும் மக்களைச் சந்தித்துப் பேசுகிறார்.

பக்கரி (கிராமத்தலைவர்) : "500 வீடுகள் இருக்கிற எங்கள் கிராமத்திலிருந்து, இதுவரை 12, 15 வயதுள்ள 130 குழந்தைகள் காணவில்லை. கோகோ தோட்ட முதலாளிகள் எங்களுடைய கிராம சந்தைக்கு வருவார்கள். அங்கே அவர்கள் பார்க்கிற குழந்தைகளை யாருக்கும் தெரியாமல் (தெரிவிக்காமல்) கடத்திக்கொண்டு போய்விடுகிறார்கள்."

மேலும் பயணித்து, செகுவாவை வந்தடைந்து அங்கிருக்கும் உணவகமொன்றின் உரிமையாளர் மூலமாக குழந்தைகளைக் கடத்த உதவுகிற ஒருவரின் தொடர்பு கிடைக்கிறது.

கடத்தலில் ஈடுபடுபவர் : "குழந்தைகளை எல்லை தாண்டி கடத்தும் வேலையினை ஒருவரே செய்வதில்லை. ஒருவர் மாலி நாட்டின் எல்லைவரை குழந்தையைக் கொண்டு செல்வார். இரண்டாமவர், யாருக்கும் தெரியாமல், நாட்டு எல்லையினைத்தாண்டிக் கொண்டுசெல்வார். மூன்றாமவர் ஐவரி கோஸ்ட் நாட்டினில் குழந்தையினைப் பெற்றுக்கொண்டு கோகோ தோட்ட முதலாளிகளிடம் ஒப்படைப்பார். ஆக ஒரு கடத்தலை தனிப்பட்ட ஒருவர் மட்டும் செய்வதில்லை. அதே போன்று எல்லையோரம் வாழ்கிற எல்லோரும் ஏதோவொரு வகையில் குழந்தைகளின் கடத்தலில் ஈடுபடுகிறார்கள். அதனை யாரேனும் மறுத்தால், அவர்கள் பொய் சொல்கிறார்கள் என்பதுதான் உண்மை. குழந்தைகளை எல்லை தாண்டிக் கொண்டு விடுவதற்கு, கோகோ தோட்ட முதலாளிகள் எங்களுக்குப் பணம் தருகிறார்கள். நானே பல பேரைக் கொண்டு சென்றிருக்கிறேன்."

செகுவாவிலிருந்து ஐவரி கோஸ்ட் நாட்டினை அடைய, புறவழியொன்றின் வழியாக குழந்தைகள் கடத்தப்படுவதாக அறிந்துகொண்ட இயக்குனர் மிக்கியும் அதே புறவழி மண்சாலை வழியே சென்று பார்க்கிறார். சிகாசோவிலிருந்து வருகிற பேருந்துகளிலிருந்து குழந்தைகள் இறக்கப்படுவதும், உடனே அங்கே தயார் நிலையில் இருக்கும் நபர்கள் தங்களது மோட்டார் சைக்கிள்களில் அக்குழந்தைகளை ஏற்றிக்கொண்டு புறவழிச்சாலை வழியாக நேராக ஐவரி கோஸ்ட் நாட்டினை அடைவதும் அதிர்ச்சியளிக்கக்கூடியதாக இருக்கிறது. இயக்குனரும் அதே வழியில் சற்று அதிக இடைவெளிவிட்டு பின்தொடர்கிறார். போகிற வழியில் சாலையோரத்தில் ஒரு பத்து வயதிற்குட்பட்ட சிறுவன் தனியாக அழுதுகொண்டிருக்கிறான். கடத்தல்காரர்கள் யாரையாவது பார்த்து பயந்து, அச்சிறுவனை நடுத்தெருவில் விட்டுவிட்டு ஓடியிருக்கலாம். அச்சிறுவன் அவ்விடத்திற்கு எப்படி வந்தான் என்று சொல்லக்கூட முடியாத நிலையிலிருந்தான்.

குழந்தைத் தொழிலாளர்களே இல்லை – முதலாளிகளும் ஆட்சியாளர்களும்:

இயக்குனரும் சில ஆப்பிரிக்க சமூக ஆர்வலர்களும் இணைந்து ஐவரி கோஸ்டின் பொருளாதாரத் தலைநகரான "அபிட்ஜானுக்கு" செல்கிறார்கள். நெஸ்லே, கார்கில், ஏ.டி.எம்., பேரி கேலபாட், சாப் கோகோ போன்ற உலகின் மிகப்பெரிய நிறுவனங்களின் தலைமை

அலுவலகங்கள் அபிட்ஜானில் இருக்கின்றன. உலகின் 42 % கோகோ, ஐவரி கோஸ்டிலிருந்துதான் ஏற்றுமதியாகிறது. இந்நிறுவனங்கள்தான் ஐவரி கோஸ்டிலிருந்து ஒட்டுமொத்த கோகோ ஏற்றுமதியையும் செய்கின்றன.

கோகோ ஏற்றுமதி நிறுவனமான சாப் கோகோவின் (SAF Cocoa) முதலாளி அலி லகிசை சந்தித்து, குழந்தைகள் கடத்தல் குறித்தும், குழந்தைத்தொழிலாளர் குறித்தும் கேட்கிறார் இயக்குனர் மிக்கி.

அலி லகிஸ் : "நான் ஒரு கோகோ தொழில் குடும்பத்தில்தான் பிறந்தேன். என்னுடைய வாழ்க்கையில் இதுவரையில் 16 வயதுக்குட்பட்ட குழந்தைகள் கோகோ தோட்டத்தில் வேலை செய்வதைப் பார்த்ததே இல்லை. கோகோ தோட்டங்களில் குழந்தைத்தொழிலாளர் முறையே இல்லை. ஐவரி கோஸ்டில் ஒரு குழந்தைத்தொழிலாளர்கூட கோகோ தோட்டங்களில் வேலை செய்யவில்லை என்பதனை ஒட்டு மொத்த உலகத்திற்கே சொல்லிக்கொள்ள நான் விரும்புகிறேன். இது ஏற்கனவே உறுதி செய்யப்பட்ட ஒன்று. பல குழுக்கள் வந்து முறையாக விசாரித்துவிட்டு அறிக்கைகள் சமர்ப்பித்திருக்கின்றன. எந்தவொரு அறிக்கையிலும் குழந்தைத் தொழிலாளர்கள் இருப்பதாக குறிப்பிடப்படவே இல்லை. நாட்டின் எல்லைகளில் கூட இது நடக்கவில்லை."

இயக்குனர் மிக்கி : "மாலியிலிருந்தும் புர்க்கினா பாசோவிலிருந்தும் குழந்தைகள் கடத்தப்பட்டு ஐவரி கோஸ்டின் கோகோ தோட்டங்களில் வேலை செய்யவைக்கப்படவே இல்லை என்கிறீர்களா?"

அலி லகிஸ் : "இல்லை, இல்லை, இல்லவே இல்லை... எங்களது நிறுவனம்தான் ஐவரி கோஸ்டிலேயே மிகப்பெரிய தயாரிப்பு நிறுவனம். சும்மா எதையாவது கொளுத்திப்போட்டுவிட்டுப் போகாதீர்கள். ஆதாரம் இருந்தால் காட்டுங்கள். குழந்தைத் தொழிலாளர்களே இல்லையென்பதை நீங்களே சென்று பார்த்துவிட்டு வாருங்கள்" என்கிறார் உலகின் மிகப்பெரிய கோகோ ஏற்றுமதி நிறுவனத்தின் உரிமையாளர் அலி லகிஸ். அவருடைய நிறுவனம்தான் அதிக அளவில் நெஸ்லே நிறுவனத்திற்கு கோகோ விற்பனை செய்கிறது.

இயக்குனர் மிக்கியின் ஆவணப்பட முயற்சி குறித்து கேள்விப்பட்ட ஐவரி கோஸ்ட் நாட்டின் தொழிலாளர் துறையின் தலைமைச்செயலர் "டோஹே ஆடம் மாலிக்", மிக்கியை அழைத்துப் பேச விரும்புகிறார்.

இயக்குனர் மிக்கி : "மாலி நாட்டின் செகுவா என்ற இடத்திலிருந்து குழந்தைகளை கடத்திக்கொண்டு கடத்தல்காரர்கள் புறவழிச்சாலை வழியாக ஐவரி கோஸ்டிற்கு வருகிறார்கள். இதனை நானே பார்த்தேன்"

டோஹே ஆடம் மாலிக் : "வருடா வருடம் கோகோ விளைச்சலானது அக்டோபரில் துவங்கி மார்ச்சில் முடியும். நீங்கள் ஜூலையில் மக்கள் வருகையினைப் பார்த்தீர்களானால், அவர்கள் கோகோவிற்காக வரவில்லை. அந்த நேரத்தில் கோகோ எங்குமே இருக்காது. அதனால் கோகோ தோட்டங்களில் வேலையும் இருக்காது. உண்மை என்னவென்றால், அவர்கள் எல்லாம் ஐவரி .கோஸ்டை சுற்றிப்பார்க்க வருகிறார்கள். ஒரு பேருந்தில் 20 குழந்தைகள் இருந்தால் உடனே குழந்தைகள் கடத்தப்படுகிறார்கள் என்று நினைக்கிறீர்கள். ஆனால் உண்மையில் அவர்கள் ஐவரி கோஸ்டின் அழகைக் காண சுற்றுலா வருகிறார்கள்"

இயக்குனர் மிக்கி : *"ஆனால் நான் பார்த்தது ஏப்ரல் மாதத்தில்"*

டோஹே ஆடம் மாலிக் : "அதற்கு எங்களிடம் சட்டமெல்லாம் இருக்கிறது."

சொல்லிவைத்தாற்போல் முதலாளிகளும் ஆட்சியாளர்களும் ஒரே மாதிரி குழந்தைக்கடத்தலும் குழந்தைத்தொழிலாளர் முறையும் இல்லவே இல்லை என்று அடித்துச்சொல்கின்றனர்.

ஆதாரங்கள்:

ஆதாரம் 1 :

கோகோ ஏற்றுமதி நிறுவன முதலாளி அலி லகிஸ் மற்றும் ஐவரி கோஸ்டின் தொழிலாளர் துறை முதன்மைச்செயலர் ஆகியோர் சொல்வது உண்மைதானா என்பதனை அறிய, ஐவரி கோஸ்டைச்சேர்ந்த சமூக ஆர்வலர்களின் உதவியினை நாடுகிறார் இயக்குனர். மேற்குலக நாட்டவரைப் பார்த்தால் அடையாளம் கண்டுகொள்வார்கள் என்பதால், ஐவரி கோஸ்டைச்சேர்ந்த சமூக ஆர்வலர்களிடம் மறைமுக கேமராக்களை கொடுத்து கோகோ தோட்டங்களை வீடியோ எடுக்கச் சொல்கிறார் இயக்குனர். அவர்கள் எடுத்து வந்த வீடியோவில் பதிவாகியிருப்பதைப் பார்த்தால், கோகோ தோட்டங்களில் முழுவதுமாக குழந்தைகள்தான் எல்லா வேலைகளையுமே செய்கிறார்கள் என்பது உறுதியாகிறது.

ஆதாரம் 2 :

வீடியோவைப் பார்த்ததும், இயக்குனரும் சமூக ஆர்வலர்களுடன் இணைந்து மீண்டுமொருமுறை கோகோ தோட்டங்களுக்கு செல்கிறார். அங்கே கைகளில் கத்தியும் உடலினில் வியர்வையுமாக கோகோ தோட்டங்களில் வேலை செய்கிற அச்சிறுவர்கள் ஐவரி கோஸ்டை சுற்றிப்பார்க்க வந்தவர்களல்ல, தங்கள் மீதமுள்ள வாழ்க்கையையே கோகோ தோட்டங்களில் தொலைக்க வந்தவர்கள்.

ஒரு கோகோ தோட்டத்திலிருப்பவரை சந்தித்து (மறைமுக கேமராவை வைத்துக்கொண்டு), தங்களுடைய தோட்டத்திற்கும் குழந்தைத்தொழிலாளர்கள் வேண்டுமென்றும், எவ்வாறு பெறுவது என்றும், எவ்வளவு செலவாகுமென்றும் சமூக ஆர்வலர்கள் மூலமாக கேள்வி கேட்கப்படுகிறது.

கோகோ தோட்ட முதலாளி : 'எங்க பெரியண்ணன் இருக்கார். அவரிடம் எத்தனை குழந்தைகள் வேண்டுமென்று சொன்னால், ஏற்பாடு செய்வார். ஒரு குழந்தைக்கு 15,000 ரூபாய் ஆகும்'

15,000 ரூபாய் கொடுத்தால், ஆயுள் முழுவதும் உழைப்பதற்கு சம்பளமே இல்லாத குழந்தை என்கிற பொருள் கிடைக்கும் என்பதுதான் நிதர்சனமான உண்மை.

ஆதாரம் 3 :

கோகோ தோட்டங்களிலிருந்து தப்பிப்பது என்பது அவ்வளவு எளிதானது இல்லையென்றாலும், மிக அபூர்வமாக ஒன்றிரண்டு குழந்தைகள் கோகோ தோட்டங்களிலிருந்து தப்பித்துவிடுகிறார்கள்.

அவ்வாறு தப்பித்த இரு சிறுவர்கள்,

யாயா கொனாட்டே : 'கடத்தல்காரர்கள் எங்களை எப்படியோ ஏமாற்றித்தான் அழைத்துச்சென்றார்கள். அங்கே நிறைய சிறுவர்,சிறுமிகள் இருந்தனர். நாங்கள் எல்லோரும் தப்பிக்க முயற்சி செய்தோம். தோட்ட முதலாளிகள் எங்களைத் துரத்தினார்கள். இரவெல்லாம் இருளினில் ஒளிந்து மறைந்திருந்தோம். மறுநாள், எங்களைப் பார்த்த வெளியாள் ஒருவர்தான் உதவி செய்து எங்களை வீட்டிற்கு அனுப்பிவைத்தார்.'

சங்கா த்ரோரே : 'கொஞ்சம் மெதுவாக வேலை செய்தாலோ அல்லது வேலை செய்ய மறுத்தாலோ, கடுமையாக அடிப்பார்கள்.'

ஆதாரம் 4 :

சர்வதேச காவல்துறையினர், குழந்தைகள் கடத்தலில் ஈடுபட்டவர்களை கையும் களவுமாகப் பிடித்ததாகவும் 50 குழந்தைகளை மீட்டதாகவும் ஒரு செய்தி வெளியாகிறது. இயக்குனர் மிக்கி சர்வதேச காவல்துறை உயரதிகாரியை சந்திக்கப்புறப்படுகிறார்.

ஹென்றி ப்ளேமின் (சர்வதேச காவல்துறை தலைமை அதிகாரி): "சாலைகள், சந்தைகள், கோகோ தோட்டங்கள் போன்ற இடங்களில் இரண்டு நாட்களாக நோட்டமிட்டு, அதன்பின் மேற்கொண்ட சோதனையில் 65 குழந்தைகள் வரை எங்களால் மீட்க முடிந்தது. எங்களது நடவடிக்கைகளை சற்று முன்கூட்டியே அவர்கள் அறிந்தமையால், பல குழந்தைகளை வீடுகளில் ஒளித்துக்கொண்டார்கள். மீட்கப்பட்ட குழந்தைகளிடம் விசாரணை நடத்தி வருகிறோம். குழந்தைகள் அனைவரும், புர்க்கினா பாசோ, மாலி, டோகோ, நைஜர், நைஜீரியா, பெனின் போன்ற வெவ்வேறு நாடுகளைச் சேர்ந்தவர்கள்."

இயக்குனர் மிக்கி : "கோகோ தோட்டங்களில் குழந்தைகள் வேலை செய்வதைக் கண்டதும் அதிர்ச்சியடையும் அளவிற்கு புதிய செய்தியாக இருந்ததா உங்களுக்கு?"

ஹென்றி ப்ளேமின் : "நிச்சயமாக இல்லை"

குழந்தைகள் கடத்தல், குழந்தைத் தொழிலாளர்முறை போன்றவை மிகச்சாதாரணமாக நடப்பது, எல்லா தரப்பு மக்களுக்கும்

தெரிந்திருக்கிறது. ஆனால் ஏனோ சாக்லேட் தயாரிப்பு நிறுவனங்களுக்குத் தெரியாமல் (தெரிந்தும் ஒப்புக்கொள்ளாமல்) இருப்பது ஆச்சர்யம்தான்.

முதலாளித்துவத்தின் அடிப்படையே மனிதநேயத்திற்கு எதிரானதுதான்:

எல்லா ஆதாரங்களையும் எடுத்துக்கொண்டு சாப் கோகோவின் முதலாளி அலி லகிசை சந்திக்கிறார் இயக்குனர் மிக்கி.

இயக்குனர் மிக்கி : "சென்ற முறை உங்களை சந்தித்தபோது, ஐவரி கோஸ்டில் குழந்தைத்தொழிலாளர்களே இல்லை என்றீர்கள். ஆனால் சர்வதேச காவல்துறைகூட பல குழந்தைத் தொழிலாளர்களை மீட்டிருக்கிறார்கள்."

அலி லகிஸ் : "ஐவரி கோஸ்டிற்கே இது மிக வருத்தமான செய்திதான். செய்தித்தாள் மற்றும் தொலைக்காட்சிகளில் நானும் பார்த்தேன். இதெல்லாம் இங்கொன்றும் அங்கொன்றும் நடக்கிறது. அரசாங்கமும் இதனை எதிர்த்து போராடிவருகிறது." என்கிற மிகப் பொறுப்பான(?!?) பதிலை உதிர்க்கிறார் அலி லகிஸ்.

ஆதாரங்களை எல்லாம் எடுத்துக்கொண்டு ஐ.நா. சபையின் ஒரு அங்கமான 'சர்வதேச தொழிலாளர் ஆணையத்திற்கு' செல்கிறார் இயக்குனர் மிக்கி. உலகம் முழுவதிலும் குழந்தைத் தொழிலாளர் ஒழிப்பினையும் தன்னுடைய குறிக்கோளாகக் கொண்டியங்கும் அமைப்பிது. சாக்லேட் தயாரிப்பு நிறுவனங்கள் அனைத்தும் இதே

அமைப்புடன்தான் பல ஆண்டுகளுக்கு முன்பே குழந்தைத் தொழிலாளர் ஒழிப்பு குறித்த ஒப்பந்தமொன்றினைக் கையெழுத்திட்டது.

சர்வதேசத் தொழிலாளர் ஆணையத்தின் இயக்குனர் பிராங்க் ஹேகமன், மிக்கி காண்பித்த வீடியோ ஆதாரங்களைப் பார்த்தபின்னர்,

பிராங்க் ஹேகமன் : "குழந்தைத் தொழிலாளர் ஒழிப்பிற்காக கடந்த 13 வருடங்களாக உழைத்து வருகிறேன். ஆனால் இதுபோன்ற வீடியோ காட்சிகளை பார்க்கிறபோதெல்லாம், அதிர்ச்சியாகவே இருக்கிறது. இது போன்ற ஆதாரங்களெல்லாம் நம்முடைய இயலாமையினைத்தான் காட்டுகிறது."

இயக்குனர் மிக்கி : "சாக்லேட் நிறுவனங்கள் கையெழுத்திட்ட ஒப்பந்தம் எந்த அளவிற்கு முன்னேற்றம் கண்டிருக்கிறது?"

பிராங்க் ஹேகமன் : "பல விவாதங்கள் நடந்திருக்கின்றன. சில வழிமுறைகள் ஆலோசிக்கப்பட்டிருக்கின்றன. ஆனால் உண்மையான மாற்றம் எதுவும் பெரிய அளவில் நிகழவில்லை. ஐவரி கோஸ்டிலும் கானாவிலும் கோகோ தோட்டங்களில் இன்றைய நிலவரப்படி எத்தனை குழந்தைத் தொழிலாளர்கள் வேலை செய்கிறார்கள் என்று கேட்டால், என்னால் சொல்லமுடியாத நிலைதான்"

சாக்லேட் தயாரிப்பு நிறுவனங்களுக்கு தன்னுடைய ஆவணப்படத்தை திரையிட்டுக்காட்டவும், அவர்களின் உண்மையான அக்கறை குறித்து சில கேள்விகளைக் கேட்கவும் அனுமதி கேட்டுப்பார்த்தார் இயக்குனர் மிக்கி. ஆனால் எந்தவொரு சாக்லேட் தயாரிப்பு நிறுவனமும் அவருடைய படத்தைப் பார்க்கவோ, அவரிடம் பேசவோ மறுத்துவிட்டன. ஆனால் திடீரென ஒரு நாள், சாக்லேட் தயாரிப்பு நிறுவனங்கள் ஒன்றிணைந்து ஒரு அறிக்கையினை மட்டும் வெளியிட்டன. அதில்,

"பெரும்பாலான கோகோ தோட்டங்கள் எங்களுக்குச் சொந்தமானதல்ல. அதனால் அங்கிருக்கும் எந்தவொரு மோசமான நிலைமைக்கும் நாங்கள் பொறுப்பாக முடியாது" என்றொரு வரி எழுதப்பட்டிருந்தது.

ஆதாரங்களைக் காண்பித்தவுடன், தங்களுக்கும் அதற்கும் எந்த சம்பந்தமுமில்லை என்று தட்டிக்கழிக்கிறார்கள். உண்மையிலேயே இவர்களுக்கு அக்குழந்தைகள் மீது அக்கறை இருக்கிறதா என்கிற சந்தேகம்தான் நம் அனைவருக்கும் எழும்.

ஒவ்வொரு சாக்லேட் நிறுவனங்களின் வாசலிலும் பெரிய திரையொன்றினை அமைத்து, தான் தயாரித்த ஆவணப்படத்தை

திரையிடத்திட்டமிடுகிறார் இயக்குனர் மிக்கி. ஐம்பது ஆண்டுகளுக்கும் மேலாக ஐவரி கோஸ்டில் அலுவலகம் அமைத்து சுரண்டலைச் செய்துவரும் நெஸ்லேயின் தலைமையகம் முன்பு திரையமைத்து தன்னுடைய ஆவணப்படத் திரையிடலைத் துவங்கினார்.

கடந்த ஒன்பது ஆண்டுகளில் ஒட்டுமொத்த சாக்லேட் தயாரிப்பு நிறுவனங்களும் இணைந்து 40 கோடி ரூபாய் அளவிற்கு வளர்ந்து வரும் நாடுகளுக்கு உதவிகளை செய்திருக்கின்றன. ஆனால், நெஸ்லே என்கிற ஒரே ஒரு நிறுவனம் கடந்த ஓராண்டில் மட்டுமே ஒரு லட்சம் கோடி ரூபாய் அளவிற்கு வர்த்தகம் செய்திருக்கிறது. சாக்லேட் தயாரிப்பு நிறுவனங்கள் அனைத்தும் ஐவரி கோஸ்டில் பல ஆண்டுகளாக நூற்றுக்கணக்கான தொழிலாளர்களுடன் இயங்கி வருகிறது. அவர்களுடைய மேற்பார்வையில்தான் அனைத்து கொத்தடிமைத்தனமும், ஒடுக்குமுறையும், சுரண்டலும் நடைபெறுகின்றன.

இலாபமொன்றையே குறிக்கோளாகக் கொண்டிருக்கும் அவர்கள், ஐ.நா.வில் சட்டம் போடுவதும், குழந்தைத்தொழிலாளர் முறையினை ஒழிக்க முயற்சி எடுத்து வருகிறோம் என்று வருடாவருடம் அறிக்கைகள் விடுவதும், உதவித்தொகை என்கிற பெயரில் மிகச்சிறிய தொகையினை வீசியெறிவதும், யாரை ஏமாற்றுவதற்காக?

ஈரானிடமிருந்து பெட்ரோல் வாங்காதீர்கள், சிரியாவிடம் சிரித்துப் பேசாதீர்கள், கியூபாவைக் கண்டுகொள்ளாதீர்கள் என்று உலகிற்கே ஒரே நாளில் உத்தரவு போட்டு நிறைவேற்றுகிற ஐ.நா., அமெரிக்கா மற்றும் இன்ன பிற மேற்குலக நாடுகள் எல்லாம், இத்தனை ஆண்டுகளாக கொடூரமாக சுரண்டப்படும் ஆப்பிரிக்க குழந்தைகளுக்காக குரல் கொடுக்காததற்கான காரணம் என்ன?

ஒருபுறம் மனிதநேயத்தை ஒட்டுமொத்தமாக குத்தகைக்கு எடுத்தவர்கள்போல பேசிக்கொண்டே, மறுபுறம் மக்களைக் கொன்றாவது இலாபம் பார்க்கத்துடிக்கிற அமைப்பின் பெயர்தான் முதலாளித்துவம்.

■

4

கியூபா: நெருக்கடிகள் கடந்த மக்கள் தேசம்

(How Cuba Survived Peak Oil - 2006)

500 ஆண்டுகளுக்கும் மேலாக, ஸ்பெயின், இங்கிலாந்து, அமெரிக்க நாடுகளின் காலனிய நாடாகவும் சிலகாலம் அமெரிக்காவின் ஒரு பகுதியாகவும் அடிமைப்பட்டிருந்த கியூபா, மக்கள் புரட்சியின் மூலம் 1959 இல் விடுதலையடைந்தது. அதன்பின்னர், மக்கள்நலன் சார்ந்த அரசின் திட்டங்களாலும், சோவியத் யூனியனின் உதவிகள் மற்றும் வர்த்தகத் தொடர்புகளாலும், வளர்ச்சிப்பாதையில் முன்னேறிக்கொண்டிருந்தது கியூபா.

இதனைப் பொறுத்துக்கொள்ள முடியாமல், 1960, 1992, 1996, 1999 என பல ஆண்டுகளில் பல்வேறு சட்டங்களை இயற்றி, கியூபாவின் மீது மிகப்பெரிய பொருளாதாரத் தடைவிதித்து அதனை இன்றுவரை நடைமுறைப்படுத்தியும் வருகிறது அமெரிக்க அரசு. இதனால் சிறிய பென்சில் கூட கியூபாவிற்குள் நுழையவிடாமல் தடுத்துவைக்கப்பட்டிருக்கிறது.

90களின் ஆரம்பத்தில் சோவியத் யூனியன் உடைந்ததும், கியூபாவிற்கும் பிரிந்துகொண்டிருந்த சோவியத் யூனியனுக்குமிடையிலான உறவில் விரிசல் விழுந்தது. அமெரிக்காவின் வர்த்தகத்தடையும், சோவியத் யூனியனின் வீழ்ச்சியும் ஒன்றுசேர்ந்ததால், மிகப்பெரிய பொருளாதார நெருக்கடியினை கியூபா சந்திக்கவேண்டியதாயிற்று. ஒன்றிரண்டு ஆண்டுகளில், நாட்டின் மொத்த உள்நாட்டு உற்பத்தி 34 % வரை குறைந்தது. 80 சதவீதமான இறக்குமதியையும், 80 சதவீதமான ஏற்றுமதியையும் இழந்தது கியூபா. வானத்தின் உயரத்தில் பறந்துகொண்டிருக்கிற விமானத்தின் இஞ்சின் திடீரென ஒட்டுமொத்தமாக செயலிழந்துபோனால், அந்த விமானம் ஓர் அடிகூட நகரமுடியாமல் அவ்விடத்திலேயே விழுந்துவிடுமல்லவா! அதுபோன்ற நிலைக்குத்தான் கியூபாவும் தள்ளப்பட்டது. எண்ணெய் இறக்குமதி குறைந்ததால், பேருந்துகள் ஓடாமல் நின்றுபோயின. தொழிற்சாலைகள் மூடப்பட்டன. மின்சாரம் இல்லாமல் நாடே இருளில் தவித்தது. உணவுப்பற்றாக்குறை ஏற்பட்டது. பசியும் பட்டினியும் மக்களின் வாழ்க்கைக்குள் நுழைந்தன.

அடுத்தது என்ன? என்கிற கேள்வி கியூப மக்களிடையே மிகப்பெரிய சவாலை எழுப்பிவிட்டிருந்தது.

இன்னும் சில ஆண்டுகளில் இந்த உலகமே சந்திக்கப்போகிற ஒரு பிரச்சனையினை உலகின் முதல்நாடாக கியூபா சந்திக்க நேரிட்டது.

அது என்ன பிரச்சனை? அதனை கியூபா எப்படி எதிர்கொண்டது? கடந்த இருபது ஆண்டுகளில் என்னதான் சாதிக்கமுடிந்தது? உலக நாடுகள் கியூபாவிடமிருந்து கற்றுக்கொள்ள பாடம் இருக்கிறதா?

அதுதான் 'Peak Oil crisis". அதனை கியூபா எப்படி எதிர்கொண்டது என்பதனை "The Power of Community: How Cuba Survived Peak Oil" என்கிற படத்தின்மூலம் ஆவணப்படுத்தியிருக்கிறார் இயக்குனர் 'ஃபெயித் மோர்ஹன்'. பெட்ரோல் உள்ளிட்ட எல்லா எண்ணெய்ப் பொருட்களும் இன்று முதல் கிடைக்காது என்கிற நிலை வந்தால், என்னவாகும்? நம்முடைய நிலை என்ன? அடுத்து என்ன செய்யப்போகிறோம் என்று கூட நாம் நினைத்துப் பார்க்கவியலாது. அதற்காக தயாராகாமல், 'பீக் ஆயில் நெருக்கடி' என்றால் என்னவென்றுகூட அறியாமல் இருக்கிறோம்.

ஆனால் உலகின் முதல் நாடாக, கியூபா அதனை சந்திக்க நேரிட்டது. சோவியத் யூனியனின் உதவியினால் கிடைத்துவந்த எண்ணெயும், அமெரிக்காவின் மூலமாக அமல்படுத்தப்பட்டிருக்கிற

தீவிர வர்த்தகத்தடையும் ஒன்றுசேர்ந்து, 90 களின் துவக்கத்தில் 'பீக் ஆயில் நெருக்கடியினை' சந்தித்தது கியூபா. புதிதாக உற்பத்தி செய்யமுடியாத எண்ணெய்வளத்தை வேறு எந்த நாட்டிலிருந்து பெறலாம் என்று சிந்திக்காமல், அதற்கு மாற்று என்ன என்று சிந்தித்தனர் கியூப மக்கள்.

பீக் ஆயில் நெருக்கடி:

பெட்ரோலியம் உள்ளிட்ட எண்ணெயின் தேவை, ஒவ்வொரு ஆண்டும் உலகளவில் அதிகரித்துக்கொண்டே இருக்கிறது. தொழிற்சாலைகள், நிறுவனங்கள், வாகனங்கள் எல்லாமே எண்ணெயினால்தான் செயல்பட்டுக்கொண்டிருக்கின்றன. எண்ணெயில்லாமல் உலகின் ஓரணுவும் அசையாது என்கிற நிலையின்று உருவாகியிருக்கிறது. ஆனால் எண்ணெய் வளம் என்பது ஏதோ பூமியிலிருந்து எடுக்க எடுக்க சுரக்கக்கூடிய பொருளல்ல. குடத்திலிருக்கும் நீரைப்போல்தான். எடுக்க எடுக்க குறையத்தான் செய்யும். நம்முடைய தாகம் குடத்திற்கும் புரியாது; நீரும் அறியாது. ஒரு நாளைக்கு சுமார் 100 கோடி லிட்டர் எண்ணெய் உலகளவில் பயன்படுத்தப்பட்டுவருகிறது. அதாவது, பல கோடி வருடங்களாக பூமிக்கடியில் உருவான ஒட்டுமொத்த எண்ணெய் வளத்தினை, கடந்த 125 ஆண்டுகளுக்குள் பாதியளவிற்கு நாம் உறிஞ்சியெடுத்து பயன்படுத்தி தீர்த்துவிட்டோம். ஒவ்வோர் ஆண்டும் நமது தேவை அதிகரிப்பதற்கு ஏற்றாற்போல், அதிகளவில் எண்ணெயை

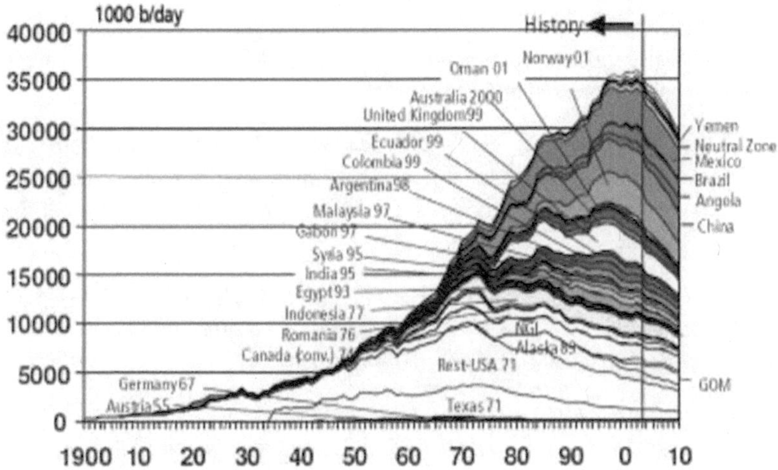

Source: Industry database, 2003 (IHS 2003)
OGJ, 9 Feb 2004 (Jan-Nov 2003)

பூமியிலிருந்து எடுத்துக்கொண்டே இருக்கிறோம். ஒரு குறிப்பிட்ட வேளையிலிருந்து நாம் எடுக்கிற எண்ணெயின் அளவு சரியத்துவங்கும். கொஞ்சம் கொஞ்சமாக அதன் அளவு குறைந்து, இறுதியில் எண்ணெயே இல்லாமல் போகிற தருணமும் வரும். அவ்வாறு குறையத் துவங்குகிற அந்நிலையைத்தான் நாம் 'பீக் ஆயில்' என்கிறோம்.

1949 இல் 'கிங் குப்பர்ட்' என்கிற புவியியல் வல்லுநர் பீக் ஆயில் நெருக்கடி குறித்த ஆய்வறிக்கையொன்றை வெளியிட்டார். 1970 இல் 'பீக் ஆயில்' புள்ளியினை எட்டிவிடுமென்றும், அதன்பின் அமெரிக்காவின் எண்ணெய் உற்பத்தி குறையத்துவங்கிவிடுமென்றும் சொன்னார். அவர் சொல்லியபடியே, உலகளவில் தினந்தோறும் 20 சதவீதம் அளவிற்கு எண்ணெயினைப் பயன்படுத்துகிற அமெரிக்கா, 1970இலேயே பீக் ஆயில் நிலையினை எட்டிவிட்டது. (மத்திய கிழக்கு நாடுகளின் அரசியலைத் தீர்மானிக்கிற சக்தியாக அமெரிக்கா மாறியதற்கு இது மிகமுக்கிய காரணம்).

1997 இல், பெட்ரோலிய புவியியல் வல்லுனரான கோலின் கேம்ப்பெல் "The Coming Oil Crisis" என்கிற ஆய்வுக்கட்டுரையொன்றினை வெளியிட்டார். (<http://www.oilcrisis.com/library/cccrisis.htm>) மூன்றாண்டுகளுக்குப்பிறகு, பல அறிவியல் ஆய்வாளர்களுடன் இணைந்து பீக் ஆயில் ஆய்வுக்கழகத்தினைத் துவங்கினார். 2002 இல் அவர்கள் அனைவரும் ஸ்வீடனில் மாநாடொன்றினையும் நடத்தி விவாதித்தனர்.

2001 இல் 'கென் டெஃபேஸ்' என்கிற ஆய்வாளர் 'ஹூப்பர்ட் பீக்' என்கிற ஆய்வு புத்தகத்தை எழுதி வெளியிட்டார். (<http://press.princeton.edu/chapters/s8845.html>).

2003 இல் 'ரிச்சர்ட் ஹெயின்பேர்க்' என்கிற கல்வியாளர் 'தி பார்ட்டி இஸ் ஓவர்' என்கிற புத்தகத்தை எழுதினார் (<http://en.wikipedia.org/wiki/The_Party%27s_Over:_Oil,_War,_and_the_Fate_of_Industrial_Societies>).

2005 இல் 'மேட் சிம்மன்ஸ்' என்கிற எழுத்தாளர், 'ட்வைலைட் இன் த டெசர்ட்' என்கிற புத்தகத்தில் சவுதி அரேபியாவின் எண்ணெய் இருப்பு குறித்து எழுதினார்.

இப்படியாக ஏராளமான புத்தகங்களும் கட்டுரைகளும் 'பீக் ஆயில் நெருக்கடி' குறித்து எழுதப்பட்டன. குறிப்பாக 2004 மற்றும் 2005 இல் மட்டும் 25 முக்கியமான புத்தகங்கள் வெளியாகின. இங்கொன்றும் அங்கொன்றும் சில நாடுகளில் எண்ணெய் தீர்ந்து

போன செய்திகளாக இருந்தது, உலகம் முழுவதிலும் எண்ணெய்ப் பற்றாக்குறை வரும் என்கிற எச்சரிக்கை மணியோசையினை ஆய்வாளர்கள் எழுப்பினர். ஆனாலும் நாம் இந்நெருக்கடிக்குத் தயாராகவில்லை. ஒட்டுமொத்த எண்ணெய் வளத்தில் பாதியளவிற்கு நாம் பயன்படுத்தித் தீர்த்தபின், எண்ணெய் உற்பத்தி சரியத்துவங்கும். ஆனால் உலகின் மக்கள்தொகையும் நம்முடைய எண்ணெய் தேவையும் நாளுக்கு நாள் அதிகரித்துக்கொண்டே போகிறது. ஆக, எண்ணெய், இயற்கை எரிவாயு, நிலக்கரி, யுரேனியம் போன்ற உற்பத்தி செய்யமுடியாத இயற்கை பொருட்களை, நமக்குப் பின்னால் வருகிற தலைமுறையினருக்கு இல்லாமல் செய்து, முடிந்தவரை பயன்படுத்தித் தீர்க்கிறோம்.

எண்ணெய் உற்பத்தியில் முக்கியப் பங்கு வகிக்கிற 48 இல் 32 நாடுகள் ஏற்கனவே "பீக் ஆயில்" நிலையினை அடைந்துவிட்டன (ஜெர்மனி, பிரான்சு, மெக்சிகோ, ரஷியா, அமெரிக்கா உள்பட). 2020 இல் பீக் ஆயில் நெருக்கடி உலகளவில் வரலாம் என்று சர்வதேச எரிபொருள் நிறுவனம் ஏற்கனவே அறிவித்துவிட்டது. சமீபத்தில் குவைத் பல்கலைக்கழகம் நடத்திய ஆய்வின் அறிக்கையிலோ, "பீக் ஆயில் நெருக்கடி" 2014 இலேயே வருவதற்கான சாத்தியக்கூறுகள் உள்ளதாக சொல்லப்பட்டிருக்கிறது. 2005 க்குப்பிறகு எண்ணெய் உற்பத்தி உயராமலும் 2011 இல் சிறிய அளவில் உயர்ந்திருப்பதும் இச்செய்திகளை உறுதிசெய்யும் வகையில் இருக்கின்றன.

பீக் ஆயில் நெருக்கடியினை சந்தித்த அமெரிக்கா போன்ற நாடுகளும் நிரந்தர மாற்றுத்தீர்வினை நோக்கி நடைபோடாமல், மற்ற நாடுகளைச் சுரண்டி எண்ணெயெடுத்து காலத்தை ஓட்டிக்கொண்டிருக்கின்றன. ஆனால் பீக் ஆயில் நெருக்கடிக்குத் தள்ளப்பட்ட கியூபா இதனை எப்படி எதிர்கொண்டது என்கிற ஆய்வு, உலகின் மற்ற நாடுகளுக்கெல்லாம் பயன்படுவதோடு பாடமாகவும் இருக்கும்.

80களில் சோவியத் யூனியனின் உதவியுடன், 1.4 கோடி டன் அளவிற்கு எண்ணெய் இறக்குமதி செய்துவந்தது கியூபா. சோவியத் யூனியனிலிருந்து இறக்குமதி செய்யப்பட்ட 90,000 டிராக்டர்கள் கியூபாவில் பயன்பாட்டில் இருந்தன. ஏராளமான பூச்சிக்கொல்லி மருந்து மற்றும் ரசாயன உரம் தயாரிக்கும் தொழிற்சாலைகளும் இயங்கிவந்தன. 1990இல் எல்லாம் தலைகீழாக மாறியது. சோவியத் யூனியனின் வீழ்ச்சியானது, கியூபாவில் மிகப்பெரிய பொருளாதார நெருக்கடியினை உண்டாக்கியது. எண்ணெய் இறக்குமதி 80 சதவீதத்திற்கும் மேலாக குறைந்தது. தொழிற்சாலைகள் இயங்க

முடியாமல் அமைதியாகின. உணவுத்தட்டுப்பாடு உருவானது. உணவுப்பற்றாக்குறையின் பாதிப்பு மிகமோசமாக இருந்தது. கர்ப்பிணிப் பெண்கள் இரத்தசோகையால் அவதிப்படுவதும், 5 வயதுக்கும் கீழான குழந்தைகள் ஊட்டச்சத்துக்குறைவால் அவதிப்படுவதும், எடைக்குறைவான குழந்தைகள் பிறப்பதும் அதிகரித்தது. அடுத்த இரண்டாண்டிற்குள் கியூப மக்களின் சராசரி எடை 10 கிலோ அளவிற்கு குறைந்தது. வசதியான வாழ்க்கை குறித்த எண்ணமெல்லாம் மறைந்து, உண்ண உணவு கிடைத்தாலே போதும் என்கிற நிலைக்குத் தள்ளப்பட்டனர்.

எண்ணெய் இறக்குமதி இல்லாமல் போனதால், மின்சார உற்பத்தி வெகுவாகக் குறைந்தது. நாளொன்றிற்கு 14 முதல் 16 மணிநேரம் வரை மின்சாரம் இல்லாமல், கியூபாவே இருளில் மூழ்கியது. பெரும்பாலும் அடுக்குமாடிக்கட்டிடங்களில் வாழ்கிற கியூப மக்களுக்கு, மின்சாரம் இல்லாமல் வாழ்வது, சமைப்பது மிகக் கடினமாக இருந்தது. தண்ணீர் எடுப்பதற்குக்கூட சிரமப்பட வேண்டியிருந்தது. பெட்ரோல் தட்டுப்பாட்டால், கார்கள் ஓடாமல் நின்றன. பேருந்துகளுக்கும் பல மணிநேரம் காத்திருக்க வேண்டியிருந்தது. ஒரு வழியாக வேலையிடத்தைச் சென்றடைந்தாலும், அங்கே மின்சாரம் இல்லாமல் வேலை தடைபடும் சூழலிருந்தது. சிலநேரம் மின்சாரம் இருந்தாலும், உற்பத்திக்குத் தேவையான உதிரிபாகங்களோ மூலப்பொருட்களோ கிடைக்காத நிலைதான். அதனால் பெரும்பாலும் உற்பத்தி செய்யமுடியாத நிலையில்தான் தொழிற்சாலைகள் இருந்தன. வேலை முடித்து(!) வீடு திரும்புகிறபோது, மீண்டும் மூன்று நான்கு மணிநேரம் பேருந்திற்காக காத்திருக்கவேண்டியதாகிவிடும். போக்குவரத்து பிரச்சனைகளைக் களைய, சீனாவிலிருந்து 12 லட்சம் சைக்கிள்களை இறக்குமதி செய்தும், மேலும் 5 லட்சம் சைக்கிள்களை உள்நாட்டிலேயே உற்பத்தி செய்தும், மக்களுக்கு விநியோகித்தது கியூப அரசு. எங்கும் எல்லோரும் சைக்கிள்களில் மக்கள் வலம் வருவதைப் பார்க்க முடிந்தது. மருத்துவர்களும் சைக்கிள்களில் மருத்துவமனைக்கு செல்லத்துவங்கினர்.

இச்சூழலைப் பயன்படுத்திக்கொண்டு, 1992இல் கியூபாவின் மீதான தடையினை மேலும் இறுக்கியது அமெரிக்க அரசு. கியூபாவில் நின்றுவிட்டு வருகிற எந்தக்கப்பலும் அடுத்த 6 மாதத்திற்கு அமெரிக்காவில் அனுமதிக்கப்படாது என்று அறிவிக்கப்பட்டது. இத்தடையின் மூலமாக கியூபாவிற்கு பல்வேறு நாடுகளிலிருந்து வந்துகொண்டிருந்த 4000 கோடி ரூபாய் மதிப்பிலான உணவு மற்றும் மருத்துவப் பொருட்களை கிடைக்கவிடாமல் செய்துவிட்டது

அமெரிக்க அரசு. ஆண்டுகள் போகப்போக, கியூபா மீதான தடைகளை பல வடிவங்களில் அதிகரித்தது அமெரிக்க அரசு. குறிப்பாக கியூபாவில் முதலீடு செய்கிற எந்த நிறுவனங்களுக்கும் அமெரிக்காவில் இடமில்லை என்று அறிவிக்கப்பட்டது. இவையெல்லாம் சேர்ந்து, வேறு நாடுகளிலிருந்து கியூபாவிற்கு வரும் எல்லாவித முதலீடுகளையும் உதவிகளையும் ஒட்டுமொத்தமாக நிறுத்த வைத்தது அமெரிக்க அரசு.

பீக் ஆயில் நெருக்கடி ஒரு புறம், செயற்கையாக உருவாக்கப்பட்ட பொருளாதாரத் தடை ஒரு புறம் என்று இருபெரும் பிரச்சனைகளை ஒருசேர சமாளிக்கவேண்டிய நிலைக்குத்தள்ளப்பட்டது கியூபா.

கியூபாவின் எல்லைக்கு வெளியிலிருந்து எவ்வித உதவியும் கிடைக்காது என்பது உறுதியாகிவிட்ட நிலையில், எப்படிப்பட்ட மாற்றம் நிகழ்ந்தாலும் அது உள்ளிருந்துதான் ஏற்படமுடியும் என்றாகிவிட்டது.

குறைந்தபட்ச அளவிலான உணவிற்கு உத்தரவாதம் கொடுத்தது கியூப அரசு. நாட்டு மக்களுக்கு, அரசு நேரடியாக உணவுப்பொருட்கள் விநியோகம் செய்தது. மாதத்தில் மூன்று வாரத்திற்கு மிகமிகக் குறைந்த விலையில் சத்தான உணவும் உணவுப்பொருட்களும் நாட்டின் எல்லா குடிமக்களுக்கும் பாரபட்சமின்றி வழங்கப்பட்டது. இது கியூப மக்களிடையே அரசின்மீது ஒரு நம்பிக்கையை வளர்த்தது.

விவசாயம்:

90களுக்கு முன்பு வரையிலும் கியூபாவின் விவசாயம் 'பசுமைப்புரட்சியில்' திளைத்திருந்தது. அதாவது பெரும்பாலும் எண்ணெய்வளத்தை பயன்படுத்தித் தயாரிக்கப்பட்ட பூச்சிக்கொல்லி மருந்துகளின் பயன்பாட்டிலும், ரசாயன உரங்களாலும், டீசல் நிரப்பப்பட்ட டிராக்டர்களின் உதவியுடனுமே கியூபாவின் விவசாயம் நடைபெற்றுக்கொண்டிருந்தது. கியூபாவின் விவசாயம், பெட்ரோல் டீசல் உள்ளிட்ட எண்ணெய் வளங்களினால் இயங்கும் தொழிற்சாலைகளைப் பெரிதும் நம்பியிருந்தது. பல தடைகளைத்தாண்டி, இனி புதிய டிராக்டர்களோஅல்லது ஏற்கனவே இருக்கிற டிராக்டர்களுக்கான உதிரிபாகங்களோ, இயங்குவதற்குத் தேவையான பெட்ரோலா டீசலோ கிடைக்காது என்பது உறுதி. உரம், பூச்சிக்கொல்லி மருந்து போன்றவற்றுக்கும் அதே நிலைதான். அதனால் விவசாயத்திலும் மாற்றுவழி கண்டறியவேண்டிய நிலையேற்பட்டது.

விவசாயப்புரட்சி நகர்ப்புற விவசாயம்:

எரிபொருள் இல்லாத நிலை, உணவில்லாத நிலையினை தோற்றுவித்தது. இதனால் நகரத்தின் மையப்பகுதியில்கூட மக்கள் ஆங்காங்கே விவசாயம் செய்யத்துவங்கினர். மருத்துவர்கள், பொறியாளர்கள், ஆசிரியர்கள் என்கிற பேதமெல்லாம் அங்கிருக்கவில்லை. இயற்கை வேளாண்மைக்கு மாறினர். 'இது உன்னுடைய நிலமா, என்னுடைய நிலமா' என்கிற சண்டைகளின்றி, 'இது நம்முடைய நிலம், வா விவசாயம் செய்யலாம்' என்று தங்களுக்குள் சொல்லிக்கொண்டே சாலையருகே, வீடுகளுக்கருகே, பேருந்துநிலையமருகே என்று வீணாகக்கிடக்கிற எல்லா நிலங்களையும் விளைநிலங்களாக மாற்ற முயற்சியெடுத்தனர் கியூப மக்கள். இம்முயற்சியே, ஏராளமான உலகத்தடைகளிருந்தும், கியூபாவை மிகப்பெரிய பஞ்சத்திலிருந்து காப்பாற்றியது. துவக்கத்தில், தங்களின் உணவுத்தேவைக்கு வேறு வழியின்றித் துவங்கிய இம்முயற்சியில் பல தவறுகள் செய்தனர் மக்கள். ஆனால் தவறுகளிலிருந்து பாடம் பயின்று மீண்டும் மீண்டும் முயன்று, இயற்கை வேளாண்மையினைத் தொடர்ந்தனர். நகரங்களில் விவசாயம் செய்கிறபோது, போதிய இடமின்மை, கழிவுகளற்றும் முறை, எலித்தொல்லை எனப்பல இடையூறுகள் வந்தபோதும், அவற்றுக்கெல்லாம் மெதுமெதுவாக தீர்வுகளைக்கண்டறிந்தனர்.

ஆஸ்திரேலியாவிலிருந்து இரண்டு 'நிலைகொள் வேளாண்மை' வல்லுனர்கள் (<http://en.wikipedia.org/wiki/Permaculture>) கியூபாவிற்கு உதவ முன்வந்தனர். மண்வளத்தையும் பூமியின் மற்ற உயிரினங்களையும் பாதிக்காமல் விவசாயம் செய்யும் சில யுக்திகளை கியூப மக்களுக்கு சொல்லிக்கொடுத்தனர். கட்டிடங்களுக்கு மேலும் தோட்டங்கள் அமைப்பது குறித்த பயிற்சியும் பெற்றார்கள் கியூப மக்கள்.

ஏராளமான 'நிலைகொள் வேளாண்மை' மையங்கள் துவங்கப்பட்டன. இயற்கை விவசாயம் செய்வதற்கான எல்லாவிதப் பயிற்சிகளும் எல்லா மக்களுக்கும் இலவசமாக அங்கே வழங்கப் பட்டன. அம்மையங் களுக்கு மக்களின் வருகை அதிகரித்துக் கொண்டே போனது. நாளடைவில் அம்மையங்கள் அனைத்தும், வெறும் விவசாயப் பயிற்சி மையங்களாக இல்லாமல், மக்கள்

கூடும் இடமாகவும், அவர்களது அனைத்து தேவைகளுக்குமான ஒரு ஆலோசனை மையங்களாகவும் மாறின. உதாரணத்திற்கு, ஒருவருக்கு உடல்நிலை சரியில்லையென்று அம்மையங்களுக்கு வருகைதந்தால்கூட, அடுத்து எங்கே செல்லவேண்டுமென்கிற தகவல்கள் அங்கே வழங்கப்பட்டன. ஒருவருக்கொருவர் தங்களின் அறிவினையும் அன்பினையும் பகிர்ந்துகொள்ளும் இடமாக மாறிற்று.

மரம் நடுவது எப்படி, விவசாயம் செய்வது எப்படி என்று மட்டுமே கற்றுக்கொள்ளும் ஒரு தொழில்நுட்ப நிலையமாக இல்லாமல், மனித உறவுகளை வளர்த்துக்கொள்ளும் இடமாக மாறியது. ஒருவருக்கு ஒருவர் உதவிக்கொள்வதின் மூலமாக மட்டுமே, இச்சமூகம் ஒட்டுமொத்தமாக முன்னேற முடியுமென்பதை கற்றுக்கொண்டனர் மக்கள்.

வேலைக்குச் சென்று சம்பாதிப்பது ஒருபுறமிருந்தாலும், விவசாயத்தையும் தொடர்ந்தனர், எல்லாத் தரப்பு மக்களும். இதன்மூலம் கூடுதல் வருமானமும் கிடைத்தது, உணவுத்தேவையும் மெல்ல மெல்ல பூர்த்தியானது.

இதன்மூலம் உலகின் வேறெந்த நாட்டிலும் நடக்காத ஒரு அதிசயம் நிகழ்ந்தது கியூபாவில். கியூபாவிலேயே மற்றனைத்து தொழிலையும் விட, மிக அதிகமான வருமானம் ஈட்டுவோர் விவசாயிகளாயினர். விவசாயம் ஒரு இலாபகரமான தொழிலாயிற்று. இதனால் விவசாயத்தை நோக்கி பலர் ஈர்க்கப்பட்டு வரத்துவங்கினர். கியூபாவில் விவசாயிகள் ஏழைகளாக இருக்கமுடியாது என்கிற நிலை உருவாயிற்று.

"ஒரு சமூகத்தில் விவசாயி என்றுமே ஏழையாக இருக்கக்கூடாது. ஏனெனில், அவன் மட்டுந்தான் அவனுடைய உணவினை காசு கொடுத்து வாங்கத்தேவையில்லை. அதோடு மட்டுமில்லாமல், அவன் உற்பத்தி செய்கிற பொருட்களை விற்று பணமாக்கவும் முடியும். ஆக விவசாயிகளுக்கு இரட்டை இலாபம் கிடைக்க வாய்ப்பிருக்கிறது. அப்படிப்பட்ட ஒரு நிலை கியூபாவில் உருவாகியது."

கியூப தலைநகரான ஹவானாவில் மட்டுமே, ஆயிரத்திற்கும் மேற்பட்ட உழவர் சந்தைகள் இருக்கின்றன. ஆங்காங்கே உற்பத்தி செய்யப்பட்ட காய்கறிகளும் பழங்களும் போக்குவரத்து வசதி தேவைப்படாமல் உழவர் சந்தைகளுக்கு கொண்டுவந்து விற்கப்படுகின்றன. தலைநகரான ஹவானாவின் ஒட்டுமொத்த உணவுத்தேவையில் 50 சதவீதத்திற்கும் மேலாக அந்நகரிலேயே செய்யப்படும் விவசாயத்தால் மட்டுமே பூர்த்தி செய்யப்படுகிறது. 11

இலட்சத்திற்கும் மேற்பட்ட நகரவாழ் மக்களுக்கு உணவு கொடுக்கிறது இப்புதிய நகர விவசாயமுறை. ஒரு நாட்டின் தலைநகரமே விவசாய நகரமாக மாறியிருக்கிறது. சிறு நகரங்களில் இவ்விவசாய முறையானது, 80% முதல் 100% வரை மக்களின் உணவுத் தேவையினை பூர்த்திசெய்கிறது.

உணவுப்போக்குவரத்து செலவு பெருமளவில் குறைந்தமையால், விவசாயத்திற்கு பெட்ரோல் உள்ளிட்ட எண்ணெயின் தேவை வெகுவாகக் குறைந்தது. ஏற்கனவே "இயற்கை வேளாண்மை" மற்றும் "நிலைகொள் வேளாண்மை" போன்றவற்றால் பெட்ரோல் டீசல் உள்ளிட்ட எண்ணெய் தேவைகள் அறவே இல்லாமல் போயிற்று. இப்படிப்பட்ட நகர்ப்புற விவசாயத்திட்டமானது, நாட்டின் 169 நகராட்சிகளில் 1,40,000 பேருக்கு வேலை வாய்ப்பை ஏற்படுத்தித் தந்திருக்கிறது. நாட்டின் பொருளாதார வளர்ச்சிக்கு இத்திட்டம் மிகவும் உதவிகரமானதாகவும் பெருமை சேர்க்கும் திட்டமாகவும் மாறிற்று.

விவசாயப்புரட்சி பேண்தகு விவசாயம்:

பீக் ஆயில் நெருக்கடிக்கு முன்பே கியூபாவில், பேண்தகு விவசாயம் (Sustainable Agriculture <http://en.wikipedia.org/wiki/Sustainable_agriculture>) குறித்து கியூப ஆய்வாளர்கள் சில ஆய்வுகளைத் துவங்கியிருந்தது, ஓரளவிற்கு அவர்களுக்கு உதவிற்று.

ஏற்கனவே விவசாயம் செய்யப்படாமல் புதிதாக விவசாயம் துவங்கப்பட்ட நகரத்தின் மைய இடங்களில் வெற்றிகரமாக செயல்படுத்துவதில் அதிக அளவில் பிரச்சனைகள் இருக்கவில்லை. இதற்கு மக்களின் ஒற்றுமையும் கைகொடுத்தது. ஆனால் ஆண்டாண்டுகளாக விவசாயம் செய்துவந்த கிராமப்புற விளைநிலங்களில் பெரிய பிரச்சனையொன்று இருந்தது கியூப மக்களுக்கு. பல ஆண்டுகளாக ரசாயன உரங்களைப் பயன்படுத்தி வந்தமையால், நிலத்தில் வீரியம் குறைந்திருந்தது. பயிர்கள் வளர்வதற்கு ஏற்ற மண் உருவாவதற்கு பல லட்சம் ஆண்டுகள் ஆகிறது, ஆனால் ரசாயன உரங்கள் போட்டு அதனை அழிப்பதற்கு ஒரு ஆண்டே போதுமானதாக இருக்கிறது. உதாரணத்திற்கு மண்ணில் பயிர் வளர்ச்சிக்கு உதவிகரமாக இருக்கும் மைக்ரோப்ளோரா மற்றும் மைக்ரோபானா போன்ற நுண்ணுயிர்களை ரசாயன உரங்களும் பூச்சிக்கொல்லி மருந்துகளும் அழித்துவிடும்.

மண் என்பதும் ஓர் உயிர்தான். மண்ணின் முதல் மூன்று அங்குலம் மிக முக்கியமானது. ரசாயனங்களைத் தெளிப்பதால், மண்ணின் வளம் முழுக்க எளிதில் பாழாகிவிடும். கியூபாவிலும்

அதுதான் நடந்தது. மண்ணை மீண்டும் விவசாயத்திற்கு ஏற்றபடி மாற்றி உற்பத்தியினைத் துவங்குவதற்கு, 3 முதல் 5 ஆண்டுகள் வரை ஆகலாம் என்று ஆய்வு செய்து கண்டறிந்தனர். இதனைச் செய்வதற்கு காலமும், உழைப்பும், பணமும் தேவைப்பட்டது. ஆனால் என்னவானாலும் சரி, மண்ணுக்கு சேதம் விளைவிக்காமல் செய்வது என்று முடிவெடுத்தனர். பெரிய டிராக்டர்களை வைத்து மண்ணைத் தலைகீழாகப் புரட்டிப்போட்டெல்லாம் செய்யாமல், இயற்கையின் சுழற்சியோடு இணைந்து செய்தனர். அதனால் இயற்கை விவசாயம் குறித்த ஆய்வுகளை முடுக்கிவிட்டது கியூப அரசு. இனியும் பூச்சிக்கொல்லிகளாலும் ரசாயன உரங்களாலும் மண்ணை சேதப்படுத்தி உற்பத்தி செய்யும் உணவினை உண்பதில்லை என்கிற எண்ணம் மக்களிடையே உருவாயிற்று.

எல்லா நிலங்களையும் வளமிக்கதாக அதுவும் செயற்கை ரசாயனங்களைப் பயன்படுத்தாமல் செய்யவேண்டுமென்பதை குறிக்கோளாகக் கொண்டு அரசுத் தரப்பிலிருந்தே நடவடிக்கைகள் எடுக்கப்பட்டன. பல்லாயிரக்கணக்கான டன் அளவிற்கு இயற்கை உரம் தயாரிக்க ஒரு ஒருங்கிணைந்த திட்டம் தீட்டப்பட்டது. வீடுகளிலிருந்து கழிவுகள், அரிசி உமிகள், மற்றும் இன்னபிற இயற்கை பொருட்களைக் கொண்டு கூட்டுரம், கலப்புரம் மற்றும் குப்பையுரம் போன்ற இயற்கை உரங்கள் தயாரிக்கும் பணி மேற்கொள்ளப்பட்டது. இன்று கியூபாவில் 80% விவசாய உற்பத்தி, இயற்கை விவசாயத்தின் மூலமே நடைபெறுகிறது.

விவசாயத்திற்கு கேடு விளைவிக்கும் பூச்சிகளைப் பரவாமல் தடுக்க புதியதொரு முறை கையாளப்பட்டது. ஒரே பயிரை மிகப்பெரிய இடத்தில் விளைவிக்காமல், சிறு சிறு பயிர்நிலங்களாக மாற்றினர். ஒவ்வொரு சிறுநிலத்திலும் ஒவ்வொரு விதமான பயிரை வளர்த்தனர். இதனால், ஒரு விதமான பயிரை பூச்சி தாக்கினால், அதன் இழப்பு அச்சிறு நிலத்திற்குள்ளேயே முடிந்துவிடும். ஒரு லட்சம் மக்காசோள செடியினை ஒரே இடத்தில் வளர்க்கிறபோது, ஒரு பூச்சி உருவானால்கூட ஒருலட்சம் செடிகளையும் தாக்கிவிடும். அத்தனையையும் அழிப்பது கடினமான காரியமும் கூட. அதனால், அதே நிலத்தில், பல விதமான பயிர்களை வளர்ப்பதன்மூலம், ஒரு விதமான செடியைத் தாக்கும் பூச்சி மற்றொரு விதமான செடியினை தாக்காது என்பதால், பூச்சிகளை அழிப்பது எளிதான காரியமாகிவிடும்.

கியூபாவிலேயே செயற்கை ரசாயனங்கள் கலக்காத பல விதமான இயற்கை பூச்சிக்கொல்லி மருந்துகள் தயாரிக்க ஆரம்பித்துவிட்டார்கள். இன்று மத்திய அமெரிக்க நாடுகளுக்கெல்லாம் ஏற்றுமதியும்

செய்கிறார்கள். (குறிப்பு: ஆய்வுகளையும், கண்டுபிடிப்புகளையும் பொறுத்தவரை கியூபாவிற்கு மிகப்பெரிய அனுகூலமான ஒன்று, லத்தீன் அமெரிக்காவின் மக்கள் தொகையில் கியூபா வெறும் 2% தான், ஆனால் விஞ்ஞானிகளின் எண்ணிக்கையில் 11%).

கியூபாவின் கடும்வெயில் காரணமாக, சில பயிர்களை விளைவிக்கமுடியாத சூழலும் உண்டு. எனவே இதனை சமாளிக்க, புதுவிதமான வலைகளைக்கொண்ட கூண்டுகள் போன்றதொரு அமைப்பினை உருவாக்கினர். இதன்மூலம், பூச்சிகள் தாக்குவதும் பரவுவதும் குறைந்தது. 80களில் 21,000 டன் பூச்சிக்கொல்லி மருந்துகள் பயன்படுத்தப்பட்டு வந்த நிலைமாறி, இன்று வெறும் 1000 டன் தான் பயன்படுத்தப்படுகிறது. காட்டினை யாரும் செயற்கையாக உரங்கள் போட்டு வளப்படுத்துவதே இல்லையே. ஆனால் மரங்கள், செடிகள் என எத்தனை செழிப்பாக காட்டினில் வளருகின்றன. அதைப்போன்ற சூழலினை நாமும் நம்முடைய விவசாயத்தில் உருவாக்கினால், நிலமும் மிஞ்சும், உணவும் கிடைக்கும் என்பதுதான் கியூபாவின் புதிய தாரகமந்திரம். இம்முறையினை துவக்க, ஆரம்பத்தில் மிகக்கடினமாக உழைக்கவேண்டியிருக்கும். ஆனால் அதன் பின்னர் தன்னுடைய வேலையினை செவ்வனே செய்யும். இயற்கையோடு இணைந்து விவசாயம் செய்யவேண்டுமே தவிர, இயற்கைக்கு எதிராக அல்ல என்பதனை கியூப மக்களும் அரசும் நன்கு புரிந்துவைத்திருந்தார்கள்.

பீக் ஆயில் நெருக்கடிக்குப் பின்னர், கியூபாவில் நிலத்தை உழுவதற்கு டிராக்டர்களுக்குப் பதிலாக மாடுகளையே பயன்படுத்தத் துவங்கினர். டிராக்டர்களுக்கு டீசல் உள்ளிட்ட எரிபொருள் நிறைய தேவைப்படும் என்பதோடு மட்டுமல்லாமல், நிலத்தில் அதிக அழுத்தம் கொடுத்தால் மண்ணின் வளத்தைக் கெடுத்துவிடும். அதே நேரத்தில் இரண்டு மாடுகளை வைத்து உழுவதும், ஒரு டிராக்டரை வைத்து உழுவதும் ஒன்றல்ல. ஏனெனில், டிராக்டரில் உட்கார்ந்துகொண்டு 8 மணிநேரம்கூட ஓய்வெடுத்துக்கொண்டே உழலாம். ஆனால் மாடுகள் அப்படியல்ல, ஒருமுறை நிலத்தைச் சுற்றிவந்ததும் ஓய்வெடுக்கத்துவங்கிவிடும். எனவே மாடுகளுக்கும் மனிதர்களுக்கும் பயிற்சிகொடுக்கவேண்டியிருந்தது. டிராக்டர்களை பயன்படுத்தவில்லையென்றால் என்னென்ன நன்மைகள் விளையும் என்பதை எடுத்துச்சொல்லி விவசாயிகளை மனதளவில் தயார்படுத்தவேண்டியிருந்தது. மாடுகளைப் பயன்படுத்துவதால், எவ்வளவு பணம் மிச்சமாகும் என்றும், எவ்வளவு எரிபொருள் மிச்சமாகும் என்றும், சுற்றுச்சூழலும் மண்ணும் எந்தளவிற்கு மாசுபடாமல் இருக்கும் என்பதையும் விவசாயிகளுக்கு சொல்லிப்

புரியவைக்கவேண்டியிருந்தது. டிராக்டர்கள் இல்லாத காலத்தில் மாடுகளை உழவைத்து விவசாயம் செய்த வயது முதிர்ந்த விவசாயிகளை அழைத்து வந்து, மற்ற விவசாயிகளுக்குப் பயிற்சி கொடுக்கப்பட்டது. ஓராண்டிற்குள் எல்லா கூட்டுறவு சங்கங்களிலும் இவ்வாறு பயிற்சி பெற்ற ஒருவராவது விவசாயிகளின் உதவிக்குத் தயாராக இருக்கிற நிலை உருவாயிற்று. ஆரம்பத்தில் வேறு வழியின்றித்தான் விவசாயிகள் இம்முறைக்கு மாறினர். ஆனால் சில ஆண்டுகளில், அதன் பயனறிந்து இம்முறையினையே தொடர்ந்தனர்.

விவசாயப்புரட்சி நிலப்பகிர்வும் கூட்டுறவும்:

உணவு உற்பத்தியினைப் பெருக்குவதற்கு உள்ளூர் விவசாயிகளுடன் இணைந்து பல திட்டங்களை வகுத்தது கியூப அரசு. அரசுக்குச் சொந்தமான 40% விவசாய நிலங்களும் கூட்டுறவு சங்கங்களிடம் ஒப்படைக்கப்பட்டன. பல்லாயிரக்கணக்கான ஏக்கர் நிலங்கள் இலவசமாகவோ, கட்டணமில்லா வாடகைக்கோ சிறு விவசாயிகளுக்குக் கொடுக்கப்பட்டன. அரசு தலையீடு அதிகமின்றி, நிலம் குறித்து முடிவெடுக்கும் உரிமை மக்களிடமே விடப்பட்டது. ஆனால் இரண்டு நிபந்தனைகள் விதிக்கப்பட்டன. ஒன்று: நிபந்தனையாக, கொடுக்கப்படுகிற நிலத்தில் விவசாயிகள், விவசாயம் செய்யவேண்டும். இல்லையென்றால் நிலத்தினை அரசு எடுத்துக்கொண்டு வேறு விவசாயிக்கு கொடுத்துவிடும். இரண்டாவது நிபந்தனை: விவசாயிகளுக்குக் கொடுக்கப்படும் நிலத்திற்கோ உற்பத்திக்கோ, எந்தவித வரியும் செலுத்தவேண்டாம். ஆனால்,

அந்நிலத்தை வேறொரு தேவைக்கு அரசு கேட்டால், திருப்பித்தர வேண்டும். 12% முதல் 15% வரையிலான நிலங்களை கியூபாவில் தனிமனிதர்கள் சொந்தமாக வைத்திருக்கிறார்கள். அவர்கள்தான் கியூபாவில் ஏக்கருக்கு அதிகளவில் உற்பத்தி செய்கிறார்கள். இரண்டாவது இடத்தில், புதிதாக துவங்கப்பட்ட கூட்டுறவு சங்கங்கள் அதிகளவில் உற்பத்தி செய்கின்றன. மூன்றாவதாக அரசு நிலங்களின் உற்பத்தியளவு இருக்கின்றன.

சொந்தமாக நிலம் வைத்திருக்கும் விவசாயிகளும் தங்களது நிலத்தை கூட்டுறவு சங்கங்களிடம் ஒப்படைக்காமலே, அவை வழங்கும் விதைகளையும், சேவைகளையும் கடன் வசதிகளையும் பெற்றுக்கொண்டு பயனடையலாம். பல்லாயிரக்கணக்கான குடும்பங்கள் கிராமங்களுக்குச் சென்று அரசிடமிருந்து நிலம்பெற்று விவசாயத்தை தொடங்கியிருக்கின்றனர்.

மக்கள் சமூகம் மாறியிருக்கிறது. பெரும்பாலான விவசாயிகளும் தோட்டஉரிமையாளர்களும் ஒருவருக்கொருவர் தங்களது தோட்டங்களில் விளைவதைப் பகிர்ந்துகொள்கின்றனர். அருகிலிருக்கும் வயதானவர்களுக்கும், குழந்தைகள் காப்பகங்களுக்கும், பள்ளிகளுக்கும், உழைப்பு மையங்களுக்கும், கர்ப்பிணிப்பெண்களுக்கும் இலவசமாக உணவு விநியோகம் செய்கின்றனர். இதனை யாருடைய கட்டாயத்தினாலும் அவர்கள் செய்யவில்லை, மக்களாகவே விருப்பப்பட்டுச் செய்கிறார்கள். தங்களால் முடிந்த பங்களிப்பை இச்சமூகத்திற்கு செய்யவேண்டுமென்கிற எண்ணம்தான் அவர்களை

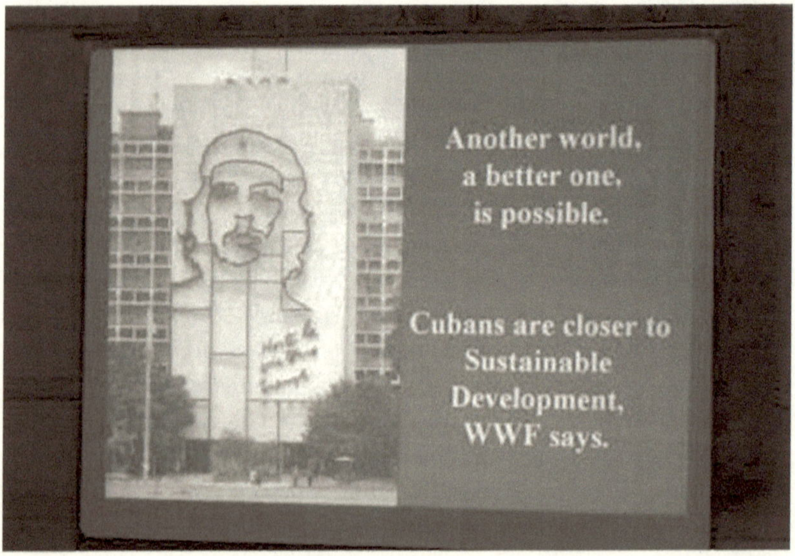

செய்யவைக்கிறது. அக்கம்பக்கத்து மனிதர்களிடம், 'எங்கள் தோட்டத்தில் விளைந்த பழங்களைக் கொண்டு வந்திருக்கிறேன். சாப்பிட்டுப் பாருங்களேன்', 'எனக்கு கொஞ்சம் உப்பு வேணும்' என்று ஒருவருக்கொருவர் அன்பாகப் பழகுவது மிகப்பெரிய சமூக மாற்றங்களே.

கல்வி மற்றும் மருத்துவம்:

பெட்ரோல், டீசல் உள்ளிட்ட எரிபொருள் இல்லாத காரணத்தால், கல்வியும் பெரிதளவில் பாதிக்கப்பட்டது. பேருந்துகளில் படிக்கச் சென்றுகொண்டிருந்த மாணவர்களால், பேருந்து நெருக்கடியால் படிப்பை நிறுத்த வேண்டிய நிலைவந்தது. அதனால், ஒவ்வொரு நகராட்சியின் எல்லைக்குள்ளும் பள்ளிகளையும் கல்லூரிகளையும் அமைத்தது கியூப அரசு. ஏராளமான புதிய பல்கலைக்கழகங்களை உருவாக்கியது. 80களில் 3 பல்கலைக்கழகங்கள்தான் இருந்தன. நெருக்கடிக்குப் பின்னர் அவற்றின் எண்ணிக்கை 50 ஆக உயர்ந்தது. ஹவானாவில் மட்டுமே 7 பல்கலைக்கழகங்கள் உருவாக்கப் பட்டிருக்கின்றன. நடந்தோ சைக்கிளிலோ சென்றடைகிற தூரத்திலேயே அனைத்துக் கல்வி நிறுவனங்களும் உருவாக்கப்பட்டன. ஒரு சில இடங்களில் பள்ளிகளின் வளாகங்களிலேயே கல்லூரிகள் கட்டப்பட்டன. உதாரணத்திற்கு சேக்கர கூர் என்கிற நகராட்சியில் இருந்த பள்ளி வளாகத்தில், இன்று மிகப்பெரிய மருத்துவப் பல்கலைக்கழகம் இயங்குகிறது. மருத்துவ மையங்களும் பள்ளிகளும் இல்லாத ஊர்களே இல்லை என்கிற நிலை உருவாகியிருக்கிறது.

பீக் ஆயில் நெருக்கடியின் போதும், இலவச மருத்துவ வசதியையும் இலவசக் கல்வியையும் நாட்டுமக்களுக்கு தொடர்ந்து கொடுத்துவந்தது கியூப அரசு. இது உலகில் வேறெங்கும் பார்க்கமுடியாத ஒன்று. மற்ற நாடுகளிலெல்லாம், பொருளாதார நெருக்கடி வந்துவிட்டால், அந்நாட்டு அரசுகள் முதலில் கைவைப்பது மக்களின் மருத்துவத்திலும் கல்வியிலுமாகத்தான் இருக்கிறது. இன்றைய அமெரிக்கா மற்றும் ஐரோப்பிய நாடுகளின் பொருளாதார நெருக்கடியிலும் நாம் இதனைக் கண்கூடாகப் பார்க்கமுடிகிறது.

மருத்துவர்கள், செவிலியர்கள் மற்றும் சமூக ஆர்வலர்கள் போன்றோர் தாங்கள் பணிபுரிகிற இடங்களுக்கு அருகிலேயே தங்கி சேவை செய்கின்றனர். சராசரி கியூபா குடிமகள், அமெரிக்காவை விட 8இல் ஒரு பங்கு அளவிற்குதான் எரிபொருளைப் பயன்படுத்துகிறாள். ஆனால், சராசரி வாழ்நாள் மற்றும் குழந்தை இறப்பு விகிதம் போன்றவற்றில் அமெரிக்க குடிமக்களுக்கு இணையாக இருக்கிறார்கள் கியூப குடிமக்கள். ஆக மொத்தத்தில்,

பொருளாதார நெருக்கடிக்குப் பின்னரும் கியூப மக்களின் உடல் ஆரோக்கியம் மற்றும் சுகாதாரம் மேம்பட்டிருக்கிறது. அதிக அளவிலான சைக்கிள் பயன்பாட்டினால், நீரிழிவு நோய், மாரடைப்பு, பக்கவாதம் போன்ற நோய்களின் எண்ணிக்கை தேசிய அளவில் வெகுவாக குறைந்திருக்கிறது. அதிக அளவில் விவசாயத்தில் ஈடுபடுவதால், கியூப மக்களின் உணவுமுறையும் மாறியிருக்கிறது. ஏராளமான காய்கறிகளும் பழங்களுமே அவர்களது உணவுமுறையில் பங்குவகிக்கிறது. நெருக்கடி காலத்தின் துவக்கத்தில், வேறு வழியின்றி இவ்வுணவு முறைக்கு மாறியவர்கள், பின்னர் அதுவே உடலுக்கு ஆரோக்கியமானதாகவும் மாறிய பின்னர், விரும்பித் தொடர்கின்றனர்.

உலகின் வளர்ச்சியடைந்த நாடுகளெல்லாம், ஆயுதங்களையும் அணுகுண்டுகளையும் உற்பத்தி செய்து மூன்றாம் உலக ஏழை நாடுகளுக்கு விற்றுப் பணம் பார்க்கின்றன. ஆனால், கியூபாவோ ஆண்டுதோறும் பல்லாயிரக்கணக்கான மூன்றாம் உலக நாட்டு மக்களை மருத்துவர்களாக்க உதவுகிறது. ஹோண்டுரஸ், வெனிசுவெல்லா, குவாட்டிமாலா, ஹெயிட்டி, பொலிவியா மற்றும் பல ஆப்பிரிக்க நாடுகளிலுள்ள மாணவர்களை மருத்துவர்களாக்கி அனுப்புகிறது கியூபா. இயற்கைச்சீற்றங்களாலும் போர்களாலும் பாதிக்கப்படுகிற நாடுகளையெல்லாம் கியூபாவின் மருத்துவர்கள்தான் முதலில் சென்றடைகிறார்கள். அமெரிக்கா உள்ளிட்ட வளர்ச்சியடைந்த நாடுகளின் இராணுவ வீரர்கள் பல ஏழை நாடுகளில் துப்பாக்கி ஏந்தி அட்டூழியங்கள் செய்துகொண்டிருக்கும் அதே வேளையில், கியூபாவின் மருத்துவர்கள் மருந்து பெட்டியினைப் கையிலேந்தி நாடுநாடாகச் சென்று உதவிக்கொண்டிருப்பது, மிகப்பெரிய மனிதநேய முரண்தான்.

போக்குவரத்து:

கியூபாவின் பீக் ஆயில் நெருக்கடிக் காலத்தில், மிகக்குறைந்த எண்ணெய் இறக்குமதியே சாத்தியமானதால், கார்கள் இயக்கம் நின்றுபோனது. சாலைகள் வெறிச்சோடிக் கிடந்தன. ஒட்டுமொத்த மக்களின் போக்குவரத்து தேவைகளைப் பூர்த்திசெய்யும் வகையிலான ஒரு பொது போக்குவரத்து முறையினை உருவாக்கவேண்டிய கட்டாயத்திற்கு தள்ளப்பட்டது கியூபா. பழைய டிரக்குகள் எல்லாம் மேற்கூரையிடப்பட்டு, பேருந்துகளாக மாற்றப்பட்டன. பெரிய ஒட்டக வண்டிகளும் பயன்படுத்தப்பட்டன.

ஓரிடத்திற்கு செல்லும் பலரும் ஒரே காரில் பயணிக்கிற வழக்கமும், சாலையில் நின்றுகொண்டிருக்கிற யாரைப்பார்த்தாலும் உடனே

வண்டியை நிறுத்தி அவர்களையும் வண்டியில் ஏற்றிக்கொண்டு செல்வதுமாக ஒருவருக்கொருவர் உதவினர் மக்கள். அரசு வாகனங்கள் அரசு வேலையாக செல்கிற வழியில், அந்த வழியாகப் பயணம் செய்ய முற்படுகிற மக்களை ஏற்றிக்கொண்டுதான் பயணிக்கவேண்டும் என்று கியூப அரசு சட்டமே போட்டது. சிறு நகரங்களில் குதிரைகளையும் கழுதைகளையும் கூட குறுகிய தொலைவு பயணத்திற்கு பயன்படுத்தினர். நெருக்கடி காலத்திற்கு முன்பு, கார்களையும் பேருந்துகளையும் பயன்படுத்திவந்த மக்கள், இப்போது சைக்கிள்களையே நாடத்துவங்கினர். நெடுந்தூரப் பயணத்திற்கு அரசு பேருந்துகளும் குறைதூரப் பயணத்திற்கு சைக்கிள்களுமாக கியூப மக்களுடைய போக்குவரத்து முறை, எரிபொருள் சேமிப்பு முறையாக மாறியது.

ஆற்றல்மிக்க கார் மற்றும் பேருந்துகளைத் தயாரிப்பதில்தான் வளர்ச்சியடைந்த நாடுகளெல்லாம் கவனம் செலுத்துகின்றன. ஆனால் ஒரு காரை உதாரணமாக எடுத்துக்கொண்டால், அதனை தயாரிப்பதற்கு பெருமளவிலான ஆற்றலும், எரிபொருளும் தேவைப்படுகிறது. அதன்பின்னர் அதன் ஆயுட்காலம் முழுக்க இயக்குவதற்கு பெட்ரோல் உள்ளிட்ட எரிபொருளும் பெருமளவில் தேவைப்படுகிறது. ஆக, இப்பூமியில் தயாரிக்கப்படும் ஒவ்வொரு காரும், எண்ணெய்வளத்தை பயன்படுத்தித்தீர்க்கும் ஒரு பொருள்தான். வளர்ந்தநாடுகள் என்று சொல்லப்படுகிற நாடுகள் இவற்றையெல்லாம் கணக்கில் எடுத்துக்கொள்வதே இல்லை. எரிபொருள் தீர்ந்துபோகிற நாள் வரும்வரை, இருப்பதைப் பயன்படுத்தித் தீர்த்து எதிர்கால சந்ததியினருக்கு இல்லாமல் செய்வது சரியாகாது. எரிபொருளை சேமிப்பதற்கு சிறந்த வழி, குறைந்த எண்ணிக்கையிலான பேருந்துகளை வைத்துக்கொண்டு பெரிய எண்ணிக்கையிலான மக்களுக்கு சேவை வழங்குவது எப்படி என்பது குறித்துதான் யோசிக்கவேண்டும். அதனை கியூபா செய்துகாட்டியிருக்கிறது.

வீட்டு வசதி:

பீக் ஆயில் நெருக்கடி துவங்கிய காலத்தில், கட்டுமானப் பொருட்களும் எந்திரங்களும் கிடைக்காததினால் புதிதாக வீடுகள் கட்டுவது சிரமமான ஒன்றாகவே இருந்தது. சிமெண்ட் தயாரிப்பிற்கு ஏராளமான எரிபொருள் தேவைப்படுமென்பதால், சிமெண்ட் தயாரிப்பும் குறைந்துவிட்டது.

ஆனால் ஏற்கனவே கியூபாவில் வாழ்வதற்கு எல்லோருக்கும் வீடிருக்கிறது. 85% மக்களுக்கு வசிப்பதற்கு சொந்தமாகவே

வீடிருக்கிறது. பெரும்பாலான வீடுகள், எளிமையானதாகவும் குறைந்த வசதிகளுடனும்தான் கட்டப்பட்டிருக்கின்றன. கிராமப்புற மற்றும் சிறு நகரங்களில் உள்ள வீடுகளிலெல்லாம், தோட்டம் வைக்கிற அளவிற்கு நிறைய இடங்களும் இருக்கின்றன. அங்கெல்லாம் பெரும்பாலும் அரிசியைத் தவிர மற்றனைத்து காய்கறிகளையும் தங்களது வீட்டுத் தோட்டங்களில் விளைவதையே உண்கிறார்கள். ஹவானா நகரத்தில் இந்த அளவிற்கு வசதிகள் இல்லையென்றாலும், ஒரு குடும்பத்திற்குத் தேவையான அளவிற்கு வசதிகள் கொண்ட வீடுகளாக இருக்கின்றன. ஏராளமான மக்கள் வாழுமளவிற்கு நேர்த்தியாக வடிவமைக்கப்பட்ட நகரம் என்பதால், உலகின் பல பெரிய கட்டிட வடிவமைப்பாளர்களும், ஹவானா நகரத்தை ஒரு முன்னுதாரணமாக எடுத்துக்கொள்கிறார்கள். நகரத்தைப் பொறுத்தவரையில், தனித்தனியாக வசதிகளைப் பெருக்கிக்கொள்ள இடங்கள் இல்லாமையால், பொதுவான இடங்களை விளையாடுவதற்கும், தோட்டங்களுக்கும் எல்லா மக்களும் பகிர்ந்துகொண்டு பயன்படுத்துகிறார்கள். குடியிருப்புகளுக்கு மிக அருகிலேயே பள்ளிகள், கல்லூரிகள், மருத்துவமனைகள், வேலைவாய்ப்புகள், பணியிடங்கள் போன்றவற்றை அமைத்துக்கொடுத்து, அதிக அளவிலான போக்குவரத்தைத் குறைத்திருக்கிறது கியூப அரசு.

மாற்று எரிசக்தி:

பீக் ஆயில் நெருக்கடி துவங்கிய காலத்தில், தேசிய மின் இணைத் தொகுதியிலிருந்து (National Electric Grid) 95% கியூப மக்களுக்கு மின்சாரம் வழங்கப்பட்டு வந்தது. ஒளி மின்னழுத்த முறையும் காற்றாலை முறையும் நிறுவுவதற்கு மிக அதிகமாக செலவாகும். அதனால் தேசிய மின் இணைத்தொகுதியிலிருந்து மின்சாரம் வழங்க இயலாமல் போகிற சிறிய பகுதிகளுக்கு, அந்தந்த ஊர்களிலேயே சிறிய காற்றாலைகளும், நீர் மின் நிலையங்களும், சோலார் பேனல்களும் அமைக்கப்பட்டன.

பள்ளிகள் மற்றும் மருத்துவமனைகளை முதற்கட்டமாக எடுத்துக்கொண்டே, அவற்றிலெல்லாம் சோலார் பேனல்கள் நிறுவப்பட்டன. இன்று 2000த்திற்கும் மேற்பட்ட கிராமப்புறப் பள்ளிகளும் மருத்துவமனைகளும் சூரிய ஒளி மின்சாரத்தினால்தான் இயங்குகின்றன. அந்த கிராமங்களுக்கெல்லாம் தேசிய மின் இணைத்தொகுதியிலிருந்து மின்சாரம் கொடுப்பதைவிட சோலார் பேனல்களை நிறுவுவது மலிவானதாகவே இருந்தது. லாஸ் தும்போஸ் என்கிற ஊரில் சூரிய ஆற்றலைப் பயன்படுத்தியே மின்சாரம்

தயாரிக்கப்படுகிறது. அவ்வூரிலிருக்கும் பள்ளிகள், மருத்துவ மையங்கள், சமூகக் கூடங்கள் மற்றும் மக்களின் வீடுகள் ஆகிய அனைத்தின் மாடியிலும் சோலார் பேனல்களைக் காணமுடிகிறது. அவ்வப்போது, பழைய பேனல்களைக் கொடுத்துவிட்டு, புதிய தொழிற்நுட்பத்துடன் தயாரிக்கப்படுகிற பேனல்களையும் மாற்றித்தருகிறது அரசு. நாட்டின் மத்தியிலிருந்து வெகுதொலைவிலிருக்கும் கிராமங்களும் வெளிச்சத்தில் வாழ, இத்திட்டங்கள் உதவுகின்றன. கியூபாவில், 97% மக்களுக்கு மின்சாரம் கிடைக்கிறது. இந்தியாவில் இது 66% தான். இன்னமும் 30 கோடி மக்களுக்கும் மேலாக மின்சாரமே இல்லாத இருளில்தான் வாழ்கின்றனர். (<http://data.worldbank.org/indicator/EG.ELC.ACCS.ZS/>).

மக்களும் தங்களது வாழ்க்கை முறையினை மாற்றிக்கொண்டிருக்கிறார்கள். கியூப மக்கள் எப்போதும் வெந்நீரில் குளிப்பதை வழக்கமாகக் கொண்டவர்கள். பீக் ஆயில் நெருக்கடிக்கு முன்னர், மின்சாரத்தையோ வேறு ஏதாவது எரிபொருளையோ பயன்படுத்தித்தான் தண்ணீரை சூடாக்கி குளித்துவந்தனர். ஆனால் தற்போது, குளிப்பதற்கு சற்றுமுன் எப்போதும் அடிக்கிற வெயிலில் வைத்து சூரிய ஆற்றலில் சூடாக்கியே குளிக்கின்றனர். ஒரு சில மக்கள், சோலார் சூடாக்கியையும் பயன்படுத்துகின்றனர். தேவையில்லாமல் எல்லாவற்றிற்கும் எண்ணெய் எரிபொருளையும் மின்சாரத்தையும் பயன்படுத்துவதை தவிர்க்கத் துவங்கிவிட்டனர்.

பீக் ஆயில் நெருக்கடிக்கு முன்னர், இறக்குமதி செய்யப்பட்ட எண்ணெய் எரிபொருளைக்கொண்டுதான், கியூபாவில் மின்சாரம் தயாரிக்கப்பட்டு வந்தது. ஆனால், நெருக்கடிக்குப் பின்னர் எண்ணெய் கிடைக்காது என்கிற நிலைவந்தபோது, உள்நாட்டிலேயே கிடைக்கும் கச்சா எண்ணெயைப் பயன்படுத்தி மின்சாரம் தயாரிக்கப்பட்டது. அவர்களது உள்நாட்டு கச்சா எண்ணெய், சுற்றுப்புற சூழலுக்கு பாதிப்பு ஏற்படும் என்பதனையும் அறிந்துவைத்திருந்தனர். ஆனால் வாழ்வா சாவா என்கிற நிலையில், வேறு வழியின்றி தற்காலிகமாக அதனை பயன்படுத்தவேண்டியதாக இருந்தது. அதன்பின்னர், நிரந்தரத்தீர்வினை நோக்கி, ஒவ்வொரு படியாக எடுத்துவைத்தனர். விவசாயம் மிகப்பெரிய அளவில் வளர்ச்சியடைந்துகொண்டிருந்ததால், விளைந்த பொருட்களின் கழிவினைக்கொண்டு மின்சாரம் தயாரிக்க ஆரம்பித்தனர். ஒவ்வொரு சர்க்கரை ஆலையும் மின் உற்பத்தி நிலையங்களாக மாறின. சர்க்கரை தயாரித்தபின் கிடைக்கிற கரும்பின் கழிவுகளைக்கொண்டு அருகிலேயே மின்சாரம் தயாரிக்கப் பட்டது.

அறுவடைக்காலங்களில், உயிரிப்பொருட்களிலிருந்தே 30% அளவிற்கான எரிபொருள் தயாரிக்கப்படுகிறது. எண்ணெய்

இறக்குமதியை மட்டுமே நம்பிய மின்சாரத் தயாரிப்பு முறையினை கியூப அரசு கைவிட்டுவிட்டது.

'எதுவுமே இல்லாமல் இவர்கள் எப்படி உயிர் வாழ்கிறார்கள்?' என்று மேற்குலக நாடுகள் பலவும் கியூபா குறித்து பரப்பிவருகிற செய்திகளுக்கு விடையாக, 'அவர்களை எல்லாம் கியூபா வந்து பார்க்கச்சொல்லுங்கள்' என்கிறார்கள் கியூப மக்கள்.

எண்ணெய் வளம் பூமியில் உருவாக பல்லாயிரம் ஆண்டுகளாகியிருக்கிறது. ஆனால் அவற்றின் பெரும்பகுதியினை ஒரே நூற்றாண்டில் நாம் பயன்படுத்தித் தீர்த்துவிட்டோம். எதிர்கால சந்ததியினருக்கு சொந்தமானதையும் சேர்த்துத்தான் நாம் பயன்படுத்திக்கொண்டிருக்கிறோம். பெட்ரோல் உள்ளிட்ட எண்ணெய் வளம் சில ஆண்டுகளில் தீர்ந்துபோவது குறித்து, உலகின் எந்த நாடுகளும் சிந்திக்காமல் இருப்பது மிகவும் வருத்தத்திற்குரியது. மாற்று எரிபொருள் குறித்த சிந்தனையை துவக்கக்கூட தயாராக இல்லாமல், எல்லா நாடுகளும் அடுத்த வாரத்திற்கு பெட்ரோல் இருக்கிறதா, இல்லையென்றால் எந்த நாட்டிலிருந்து வாங்கலாம்/எடுக்கலாம் என்கிற கணக்கை மட்டுமே போட்டுக்கொண்டிருக்கின்றன.

> 'மக்களே! நமக்கு பிரச்சனை இருக்கிறது. எரிபொருளை நாம் மிச்சப்படுத்த வேண்டும். அதனால் தேவையில்லாமல் எரிகிற விளக்குகளை நாம் அணைத்துவைப்போம்'.

இந்த வரிகளை கியூபாவில் சொன்னபோது, மக்கள் அதற்கு செவிசாய்த்தார்கள், சமூக ஒற்றுமையோடு அப்பிரச்சனையினை அணுகினார்கள். ஆனால் அமெரிக்கா போன்ற வளர்ந்த நாடுகளில், இதே வரிகளைச் சொன்னால் அம்மக்கள் நம்மைப்பார்த்து,

'அதைச்சொல்ல நீ யார்? நான் பயன்படுத்தும் அளவிற்கான மின்சாரத்திற்கு பணம் கட்ட என்னால் முடியும்' என்கிற பதில்தான் கிடைக்கும்.

எண்ணெயில்லா நிலை ஒரு நாள் நிச்சயமாக வரும். அதனால், நம்முடைய எண்ணங்களிலும் மாற்றம் வர வேண்டும். திடீரென ஒரு நாள் எதுவுமே இல்லாமல் தவிப்பதற்குப்பதிலாக, இப்போதே அதற்குத் தயாராவதே சரியான அணுகுமுறையாக இருக்கமுடியும். மக்கள் ஒற்றுமையும் சமூக அக்கறையுமே இப்பிரச்சனையினை சமாளிக்க உதவும். மக்கள் நலனில் அக்கறை கொண்ட கியூப அரசினால், அதனை கியூப மக்களுக்கு மிகச்சரியாக புரியவைக்க முடிந்திருக்கிறது. இன்றைய சூழலில், ஒரு நாட்டின் அரசியல்

சுதந்திரம், அந்நாட்டின் பொருளாதார சுதந்திரத்தில் அடங்கியிருக்கிறது. பொருளாதார சுதந்திரமோ, எண்ணெய் எரிபொருள் சுதந்திரத்தில் அடங்கியிருக்கிறது.

இன்னமும் கியூபாவின் கடலோரத்தில், எண்ணெய் வளம் இருப்பதற்கான அறிகுறியிருக்கிறது. ஆனால் அதனையெல்லாம் ஒரு சொத்தாக எண்ண விரும்பவில்லை. அவையில்லாத வாழ்க்கையினை மக்கள் வாழ கற்றுக்கொண்டிருக்கிறார்கள். சூரியனால், இவ்வுலகைப் பல்லாயிரம் ஆண்டுகளாக பத்திரமாக பார்த்துக்கொள்ள முடிந்திருக்கிறது. ஆனால் நாம்தான் ஒரு சில நூற்றாண்டுகளிலேயே இப்பூமியை அழித்துக்கொண்டிருக்கிறோம். ஆக, பிரச்சனை எரிபொருளால் அல்ல; அதனை பயன்படுத்தித் தீர்க்கும் நம்மால்தான். எண்ணிலடங்கா சிறிய தீர்வுகள் நம்முன் கொட்டிக்கிடக்கின்றன. மனித சமூகம் ஒருங்கிணைந்து, இத்தீர்வுகளைப் பயன்படுத்தத் துவங்கினால், வாழ்க்கைநிலை மேம்படும். நமக்கு மிக அருகிலேயே வந்துகொண்டிருக்கிற நெருக்கடிகள், மாற்றங்கள், பிரச்சனைகளைக் கணக்கிலெடுத்துக்கொண்டு மாற்றுத்திட்டங்களை வகுக்கவேண்டும். உலகின் வளர்ச்சியினை நாம் வேறு வடிவில் பார்க்கவேண்டியிருக்கிறது. நாடுகள் ஒன்றிணைய வேண்டியிருக்கிறது, நட்புகள் வளர வேண்டியிருக்கிறது. நமக்கிருக்கிற ஓருலகத்தை நாம் அனைவரும் ஒன்றுசேர்ந்துதான் காப்பாற்றமுடியும். நாடுகள் பேதமின்றி ஒருவருக்கொருவர் கற்பிக்கவேண்டியிருக்கிறது, கற்றுக்கொள்ளவேண்டியிருக்கிறது. வருங்கால சந்ததியினருக்கும் இயற்கையினை விட்டுச்செல்லுமளவிற்கு இயற்கையோடு ஒன்றிணைந்து மகிழ்ச்சியோடு வாழப் பழகவேண்டியிருக்கிறது. அதுதான் உலகின் குடிமக்களாகிய நமக்கு மிகப்பெரிய சவாலாக இருக்கும்.

கியூபாவின் அனுபவங்களும், அவற்றின் மூலம் கிடைக்கிற பாடங்களும் உலக மக்களுக்கு நிச்சயம் உதவிகரமாக இருக்கும். ஒருவருக்கொருவர் ஒற்றுமையோடு தங்களது அனுபவங்களைப் பகிர வேண்டிய நேரமிது. நிச்சயமாக மாற்று உலகம் சாத்தியமே...

■

5

எகிப்து: பாலியல் வன்கொடுமை

(678 - 2010)

ஒரு பெண் தன்னுடைய வீட்டிலிருந்து வெளியே செல்வதற்குமுன், ஏராளமான கேள்விகளை தனக்குள்ளே கேட்டுக்கொள்ள வேண்டியிருக்கிறது.

- நான் போகிற இடம் எனக்குப் பாதுகாப்பானதுதானா?
- நான் எந்த உடையினை அணிய வேண்டும்?
- அந்த உடை மிகவும் இறுக்கமானதாக இருக்கிறதா?
- அந்த உடை அணிந்தால், என்னுடைய உடலை வெளிக்காட்டுவதுபோல் இருந்துவிடுமா?

- *எதிலே நான் அவ்விடத்தை அடையப்போகிறேன்?*
- *நான் போகவேண்டிய இடத்தில், தனியே நான் நடக்கலாமா? அல்லது ஆண் துணையுடன்தான் நடக்கவேண்டுமா?*

இப்படியான கேள்விகள் பெண்களின் அன்றாட வாழ்க்கையில் அங்கமாகிப் போயிருக்கின்றன. பெண்களுக்கு நிகழ்த்தப்படுகிற உடல்ரீதியான வன்கொடுமைகளே இதற்கு முக்கிய காரணமாக இருக்கிறது.

(நன்றி: விக்கி பீடியா)

கதைச்சுருக்கம்:

எகிப்து நாட்டுப்பெண்கள் அன்றாட வாழ்க்கையில் எதிர்கொள்கிற பாலியல் தொல்லைகளையும், அவர்கள் ஏன் அதனை வெளியே சொல்ல முற்படுவதில்லை என்பதனையும், முதன்முதலில் பதிவு செய்யப்பட்ட பாலியல் வன்கொடுமை வழக்கினையும் செபா, பாய்சா மற்றும் நில்லி ஆகிய மூன்று பெண்களின் வாழ்க்கை வழியாக விவரிக்கிறது இப்படம்.

திரைக்கதை:

செபா ஆபரண வடிவமைப்பாளராக இருக்கிறாள். அவள் தன்னுடைய கணவனுடன் கால்பந்தாட்டப் போட்டியொன்றினை காணச்செல்கிறாள். அங்கே விளையாட்டு முடிகிற தருவாயில், அவள் பெரும் கூட்டத்தின் நடுவே தனியாக மாட்டிக்கொள்கிறாள். தனியாக இருப்பதைப் பயன்படுத்தி அவளைச் சுற்றிவளைத்துக்கொண்டு ஒரு கூட்டமே பாலியல் தொல்லை கொடுக்கிறது. அதில் உடல்ரீதியாகவும் மனரீதியாகவும் பாதிக்கப்படுகிறாள். அந்நிகழ்வுக்குப்பிறகு அவளுடைய கணவன் வீட்டுக்கு வருவதே இல்லை. ஒரு நாள் அவனுடைய அலுவலகத்திற்கே சென்று பார்க்கிறாள்.

செபா : "நீ வீட்டுக்கு வாயேன்"

கணவன் : "உன்னை பாக்கும்போதெல்லாம் அவங்க உன்னை என்னவெல்லாம் செஞ்சாங்களோ அதுதான் என்னோட ஞாபகத்துக்கு வருது. எனக்கு கொஞ்சம் அவகாசம் வேணும்"

செபா : "அவகாசமா?"

கணவன் : "என்னோட மனசு படுற வேதனைய உன்னால கற்பனை செஞ்சி கூட பார்க்கமுடியாது"

செபா : "நீ என்னோட நிலைமையை ஒரு நிமிடம் கூட நெனச்சி பாக்க மாட்டியேங்குறதுதான் எனக்கு புரியமாட்டேங்குது"

கணவன் : "நான் அதையெல்லாம் புரிஞ்சிக்க விரும்பல... நீ போ...."

ஒருபுறம் அவளுக்கு நேர்ந்த கொடுமை, மறுபுறம் இதில் எந்தத் தவறும் செய்யாத அவளை தன்னுடைய கணவனே வெறுக்கிறான் என்கிற துயரம் ஆகிய இரண்டும் அவளை நிலைகுலையச் செய்கிறது.

கணவனை விட்டுப் பிரிந்து, பெண்களுக்கான தற்காப்பு யுத்திகளை பயிற்றுவிக்கும் நிறுவனத்தைத் துவங்குகிறாள் செபா.

பாய்சா ஒரு அரசு ஊழியை. அவள் தினந்தோறும் வீட்டிலிருந்து அலுவலகத்திற்குச் சென்று வரும் பேருந்தின் எண் 678. அதுதான் இப்படத்தின் தலைப்பு. அப்பேருந்து எப்போதும் கூட்டமாகவே இருக்குமென்பதால், தினமும் அருவெறுப்பான உரசலுக்குள்ளாகிறாள். ஒரு நாள் டாக்சியில் சென்றும் பார்க்கிறாள். டாக்சி ஓட்டுபவனும் சாடை மாடையாக பாட்டுப்போட்டு, அவளை முழுங்கிவிடுவதுபோன்றே பார்க்கிறான். பயணமென்பது அவளுக்கு பயமுறுத்தலாகவே இருக்கிறது. இதனிடையே செபா துவங்கியிருக்கும் தற்காப்பு வகுப்பு பற்றி கேள்விப்பட்டு அங்கே செல்கிறாள்.

அங்கு வந்திருப்பவர்களிடம் பேசுகிறாள் செபா....

"உங்களைப் பாதுகாத்துக்கொள்ள நீங்கள் எவ்வித ஆயுதங்களையும் எடுக்கத்தேவையில்லை. ஆயுதங்களைக் கையில் வைத்திருக்கும் பெண்களால் கூட பலநேரங்களில் அவர்களை தற்காத்துக் கொள்ளமுடிவதில்லை. ஆத்திரத்துடன் அவனுடைய கண்ணைப் பாருங்கள். அவன் நிச்சயமா உங்களைப்பார்த்து பயப்படுவான். ஏனென்றால் அவன் பலவீனமான பெண்களை மட்டும் தேடித்தான் வேலையைக்காட்டுவான். தான் என்ன செய்தாலும் அந்தப்பெண் பயந்து எதுவும் சொல்லாமலிருக்கிறாளோ, அவளைத்தான் தேடித்தொல்லை கொடுப்பான்." என்கிறாள் செபா.

பங்கெடுத்த அனைவரிடமும் வகுப்பினிறுதியில் ஒரு வெள்ளைத்தாளைக் கொடுத்து, மூன்று கேள்விகளுக்கு பதிலெழுதச்சொல்கிறாள் செபா.

1. “இதுவரை நீங்கள் பாலியல் துன்புறுத்தலுக்கு ஆளாகியிருக்கிறீர்களா?”
2. “எத்தனை முறை?”
3. “அப்போது நீங்கள் என்ன எதிர்வினையாற்றியிருக்கிறீர்கள்?”

அவ்வெள்ளைத்தாளில் எல்லோரும் மிக ஒற்றுமையாக "இல்லை" என்கிற ஒற்றை பதிலையே எழுதிக்கொடுத்துவிட்டுக் கிளம்புகிறார்கள்.

செபாவால் இதனைத் தாங்கிக்கொள்ளவே முடியவில்லை. தனக்கு நேர்ந்த கொடுமைகளை வெளியே சொல்லக்கூட யாரும் முன்வருவதில்லையே என்று வருந்தி அங்கு வந்திருக்கிற பாய்சாவிடம் கேட்கிறாள்,

"நீ இதோட அஞ்சாவது முறை இங்க வர்றியே, எதுக்கு இங்க வந்த? என்னைப் பார்க்கவா? புரிஞ்சிக்க பாய்சா.. டாக்டர் கிட்ட போயிட்டு, உனக்கு வயிறு வலிக்கிதுன்னு சொல்ல கூச்சப்பட்டீனா அவரால எப்படி உனக்கு உதவ முடியும்? வருத்தப்படவேண்டியதும் வெட்கப்படவேண்டியதும் நீ இல்ல; உன்கிட்ட அசிங்கமா நடந்துக்கிட்டானே, அந்த மிருகந்தான்.."

அப்போதும் பாய்சா "இல்லை" என்று சொல்லிவிட்டு அங்கிருந்து சென்றுவிடுகிறாள்.

ஒருநாள் பாய்சா சாலையில் நடந்து கொண்டிருக்கையில் ஒருவன் அவளைப் பின்தொடர்ந்து அவளிடம் தவறாக நடக்க முயற்சிக்கிறான். கூடுமான வரையில் கோபத்தைக் கட்டுப்படுத்திப்பார்க்கிறாள். அவன் எல்லை தாண்ட முயற்சிக்கிறபோது, அவள் தன்னுடைய கைப்பையிலிருந்து கூர்மையான பொருளொன்றை எடுத்து அவனது 'குறி'நோக்கி தாக்கிவிடுகிறாள். பயத்தில் என்ன செய்வதென்றே புரியாமல், நேராக செபா வீட்டிற்குச் செல்கிறாள். அவளுடைய உதவியுடன் ஆடையை மாற்றிக்கொண்டு வீடுவந்து சேர்கிறாள்.

மற்றொருநாள் வழக்கம்போல அவளது 678 எண் பேருந்தில் பயணம் செய்கிறபோது, ஒருவன் அவளை உரசத் துவங்குகிறான். மீண்டும் கூர்மையான அதே பொருளினால் அவனது குறியின்மீது தாக்கிவிட்டு யாரும் கண்டுபிடிப்பதற்கு முன்னர் அப்பேருந்திலிருந்து இறங்கித் தப்பிக்கிறாள்.

மூன்றாவது முறையும் அதே போன்று அவளிடம் தவறாக நடக்க முயன்ற வேறொருவனையும் தாக்கிவிட்டு யாருமறியாவண்ணம் ஓடிவிடுகிறாள். பேருந்தில் எப்போதும் கூட்டம் மிக அதிகமாகவே இருப்பதால், அவளை யாரும் கண்டுபிடித்துவிடவில்லை.

எகிப்து முழுவதும் இச்செய்தி பரவுகிறது. குற்றவாளியினைக் கண்டுபிடிக்க சிறப்புக் காவல் அதிகாரியொருவரை அரசு நியமிக்கிறது. அவரும் காயம்பட்டவர்களைத் தனித்தனியே விசாரித்து, குற்றப்பின்னணியினைக் கண்டுபிடிக்கிறார். பெண்களுக்கு தற்காப்பு வித்தைகள் சொல்லித்தரும் செபாவைக் கண்காணித்து, அதன்மூலம்

பாய்சாதான் குற்றவாளியெனக் கண்டறிகிறார். அந்நேரத்தில்தான் அவருக்குப் பெண்குழந்தை பிறந்திருப்பதாக செய்தி வர, 'இனி இதுபோன்று செய்யாதீர்கள்' என்று சொல்லி எவ்வித வழக்கும் போடாமல் அவர்களை அனுப்பிவிடுகிறார் காவலதிகாரி.

நில்லி ஒரு நிறுவனத்தில் வாடிக்கையாளர்களைத் தொடர்புகொண்டு கடனட்டை வாங்கவைக்கிற வேலையினை செய்கிறாள். ஒருநாள், வாடிக்கையாளர் ஒருவரை அழைக்கிறபோது,

நில்லி : 'சார் நான் சர்க்கிள் டிஸ்கவுன்ட் சொல்யூசன்ல இருந்து நில்லி பேசுறேன். ஒரு அஞ்சு நிமிடம் ஒதுக்குனீங்கன்னா, எங்க நிறுவனத்தின் கடன் அட்டையோட சலுகைகளை நான் விளக்கமுடியும்'

வாடிக்கையாளர் : 'நில்லியா? நீங்க சாராவோட தோழியா?'

நில்லி : 'இல்ல சார். அது யாருன்னு எனக்குத் தெரியாது சார். நான் சொல்லவந்தது என்னன்னா.....'

வாடிக்கையாளர் : 'ஆனா உங்க குரல் எங்கயோ கேட்டமாதிரி இருக்குதே! நீங்க எந்த ஏரியாவுல இருந்து கால் பண்றீங்க?'

நில்லி : 'என்ன நம்புங்க சார்... எனக்குத் தெரியாது சார் உங்கள... நான் சொல்லவந்தது....'

வாடிக்கையாளர் : 'இல்ல.. நீங்க சொல்லுங்க... எந்த ஏரியாவுல இருக்கீங்கன்னு'

நில்லி : 'நாசிர் ஏரியா சார்'

வாடிக்கையாளர் : 'ஓகே. நானும் பக்கத்துலதான் இருக்கேன். என்கிட்ட கார் இருக்கு... நான் அங்க வந்து உங்கள பாக்குறேன்...'

பயத்தில் நடுநடுங்கி, அழைப்பைத் துண்டிக்கிறாள் நில்லி. உடனே உயரதிகாரி நில்லி அருகே வந்து,

'வாடிக்கையாளரிடம் அன்பாகப் பேச கத்துக்கோ. உன்னை என்ன அவன் கூடவா போகச் சொன்னேன். அன்பாப் பேசி, அழகா அவனையே அழைப்பைத் துண்டிக்க வைக்கணும். அதுதான் திறமை...' என்று கடுமையாக திட்டித்தீர்க்கிறார் நில்லியை. எதுவும் பேசமுடியாமல், அமைதியாகிறாள் நில்லி.

கோபமும் சோகமும் கலந்ததொரு மனநிலையோடு, வீட்டிற்கு செல்லப்புறப்படுகிறாள். வீட்டை நெருங்கி சாலையைக் கடக்கிற வேளையில், மிதமான வேகத்தில் வண்டியொன்று அவளருகே செல்கிறது. அதனை ஓட்டிவந்தவன், நில்லியின் மார்பினைத்

தொடநினைத்து அவளது சட்டையைப் பிடித்துக்கொள்கிறான். அவளது சட்டையை விடாமல் அவன் வண்டியைத் தொடர்ந்து ஓட்டுகிறான். அவளும் வண்டியுடனே ஓடவேண்டிய கட்டாயத்திற்கு தள்ளப்படுகிறாள். சிறிதுதூரம் சென்றதும் நிலைதடுமாறி கீழேவிழுகிறாள் நில்லி. அலுவலகத்தில் அன்றையதினம் அவளுக்கு ஏற்பட்ட மோசமான அனுபவமும், அதனைத்தொடர்ந்து சாலையில் நிகழ்ந்த கொடுமையும், அவளுக்கு ஒரு வேகத்தைக் கொடுக்கிறது. அடுத்த வினாடியே சாலையிலிருந்து எழுந்து, அவ்வண்டியைப் பின்தொடர்ந்து ஓடுகிறாள். சற்றுத் தொலைவில் சிக்னலில் மாட்டிக்கொள்கிறது வண்டி. அவளைத் துன்புறுத்தியவனைப் பிடித்து காவல் நிலையத்தில் ஒப்படைக்கிறாள். நகைச்சுவை நிகழ்ச்சிகள் நடத்தும் அவளது வருங்கால கணவனும் செய்தியறிந்து காவல்நிலையத்திற்கு வருகிறான்.

அங்கே காவல் அதிகாரி, இதனைப் பாலியல் வன்கொடுமைச் சட்டத்தில் வழக்குப் பதிவு செய்ய மறுக்கிறார். கடுமையாக வாதிட்டுப் பார்க்கிறார்கள் நில்லியும் அவளது வருங்காலக்கணவனும். அதற்கு மேலதிகாரியின் ஒப்புதல் வேண்டுமென்றும், வேறொரு காவல் நிலையத்திற்கு செல்லவேண்டுமென்றும் அலைக்கழிக்கிறார் அக்காவல் அதிகாரி. அவளும் விடாமல், உயர் காவல் நிலையத்திற்குச் சென்று ஒருவழியாக பாலியல் வன்கொடுமை வழக்காகப் பதிவு செய்கிறாள். இதுதான் எகிப்து நாட்டிலேயே முதன்முதலாக பதிவுசெய்யப்பட்ட பாலியல் வன்கொடுமை வழக்கு என்பது அவளுக்கு அப்போது தெரியாது.

அதன் காரணமாக நேயர்கள் தொடர்பு கொண்டு நேரடியாகக் கேள்வி கேட்கிற ஒரு தொலைக்காட்சி நிகழ்ச்சியில் பங்கெடுக்க நில்லிக்கு வாய்ப்புக் கிடைக்கிறது. போத்தைனா என்கிற பெயரில் ஒரு பெண் நேயர் அழைக்கிறார்.

போத்தைனா : "நில்லி! உங்கள மாதிரி ஆகறதுக்கு நாங்கெல்லாம் ஆசைப்படத்தான் முடியுது. ஆனா ஆகமுடியாது"

நில்லி : "நான் ஒன்னும் வித்தியாசமா பெருசா எதையும் செஞ்சிரல... அந்த நேரத்துல என்ன செய்யணுமோ அதைத்தான் செஞ்சேன்"

போத்தைனா : "அது உண்மையிலேயே கடினமான ஒன்றுதான் நில்லி. உங்களுக்கு ஒன்னு தெரியுமா? என்னோட பேரு போத்தைனா கூட இல்ல..." என்று சொல்லிவிட்டு அழைப்பைத் துண்டித்துவிடுகிறாள் போத்தைனா என்கிற பெயரில் அழைத்த பாய்சா. அடுத்ததாக, அகமத் என்பவர் அழைக்கிறார்.

அகமத் : "பாலியல் தொல்லைகள் எல்லா இடத்திலேயுமா நடக்குது? எல்லோருக்குமா நடக்குது? எனக்கும் தங்கச்சிங்க இருக்காங்க, எங்க வீட்லயும் பெண்கள் இருக்காங்க... ஆனா யாருக்கும் இதுமாதிரி நடக்குறதில்ல... நீ ஏதாவது மோசமான ஆடைகள் போட்டுகிட்டு இருந்திருப்ப... அதான் அப்படி ஆயிருக்கு..."

நில்லி உடனே எழுந்து நின்று சொல்கிறாள் : "நான் இப்ப போட்டிருக்கேனே, அதே உடைகள்தான் அன்னைக்கும் போட்டிருந்தேன். இது என்ன மோசமாவா இருக்கு?"

அகமத் : "இல்ல"

நில்லி : "உங்க வீட்ல உங்க தங்கச்சிங்களுக்கு எதுவும் நடக்குறதில்லன்னு சொல்றீங்களே... அப்படியில்ல அது... அவங்களுக்கும் இதுமாதிரி நடக்கத்தான் செய்யுது... ஆனா அவங்க வெளிய சொல்றதில்ல, நான் சொல்லிருக்கேன்... அவ்வளவுதான் வித்தியாசம்... உடனே எங்கிட்ட கேட்ட கேள்வியையே உங்க தங்கச்சிங்ககிட்டயும் கேட்டுறாதீங்க...."

நில்லியின் குடும்பத்தாரும், அவளது வருங்காலக் கணவனின் குடும்பத்தாரும் வழக்கைத் திரும்பப்பெறுமாறு அவளை வற்புறுத்துகிறார்கள். அவளது வருங்காலக்கணவனும் எதிர்கால வாழ்க்கையைச் சொல்லி அதையே வழிமொழிகிறான். நில்லி அதனை மறுத்துவிடுகிறாள். அவன் நடத்தும் நகைச்சுவை நிகழ்ச்சியொன்றில் நில்லிக்கும் வாய்ப்பு பெற்றுத்தருகிறான் அவன். அதிலே, நில்லி சற்று நகைச்சுவை கலந்து தனக்கு நேர்ந்த கொடுமையினையே தொகுத்துப் பேசுகிறாள். அவள், தற்போது தனது காதலன்கூட துணைக்கு இல்லை என்றும் சொல்லிமுடிக்கிறாள் அந்நிகழ்ச்சியினை.

ஒருநாள் வழக்கு நீதிமன்றத்திற்கு வருகிறது. வழக்கைத் திரும்பப் பெற்றுக்கொள்கிறாயா? என்று நீதிபதிகள் நில்லியைப்பார்த்துக் கேட்கிறார்கள். அவள் தன்னுடைய குடும்பத்தைப் பார்க்கிறாள். எதுவும் பேசாமல் அமைதியாக இருக்கிறாள். நீதிமன்றமே அவளையே பார்த்துக்கொண்டிருக்கிறது. சட்டென அவளது காதலன் எழுந்து நின்று,

"அவள் வழக்கைத் திரும்பப் பெறமாட்டாள்" என்கிறான்.

அவளும் மகிழ்ச்சி பொங்க, "ஆமாம். நான் வழக்கைத் திரும்பப்பெறமாட்டேன்" என்கிறாள். நீதிமன்றத்தில் குவிந்திருக்கும் ஒட்டுமொத்த மக்களும் கைதட்டி வரவேற்கிறார்கள் அவளது முடிவை.

நில்லியின் வழக்கில் அவளை பாலியல் துன்புறுத்தலுக்கு ஆளாக்கியவனுக்கு மூன்றாண்டுகள் சிறைத்தண்டனை கிடைக்கிறது. அதன்பிறகு ஓராண்டு கழித்து, எகிப்தில் பாலியல் வன்கொடுமைக்கென தனியாக சட்டங்கள் இயற்றப்படுகிறது. ஆனாலும் இன்றளவும் பாலியல் வன்கொடுமை தொடர்பான புகார்கள் மிகக்குறைவாகவே காணப்படுகின்றன என்கிற வாசகத்தோடு படம் நிறைவு பெறுகிறது.

■

6

ஈரான்: போர்ச்சூழலில் ஆசிரியப்பணி

(Blackboards - 2000)

ஈரான், ஈராக் நாடுகளுக்கிடையே போர் நடந்துகொண்டிருக்கிற காலகட்டத்தில், உணவின்றி, உழைக்க வேலையின்றி, வீடுவாசல் இழந்து, உயிர்பயத்தோடு இருநாட்டு மக்களும் பெரும்பாலும் ஊர் ஊராக சுற்றிக்கொண்டிருந்த அவலம்தான் அரங்கேறியது. அவர்கள் ஒவ்வொருவரிடமும் நம் கண்களைக் கலங்கடிக்கிற ஆயிரமாயிரம் அனுபவங்கள் கதைகளாகக் கொட்டிக்கிடக்கின்றன.

கதைச்சுருக்கம்:

"கரும்பலகைகள்" என்கிற இத்திரைப்படம், 'பாடம் சொல்லிக்கொடுக்க எங்கேயாவது மாணவர்கள் கிடைக்க மாட்டார்களா?' என்று ஊர் ஊராக அலைந்து கொண்டிருக்கிற இரண்டு ஈரான் ஆசிரியர்களின் பயண அனுபவங்களைப்பற்றி பேசுகிற படம். இரு வேறு காரணங்களுக்காக ஈரானிலிருந்து ஈராக்கிற்கு நடைப் பயணமாகச் சென்று கொண்டிருக்கும் மக்கள் கூட்டத்தோடு இணைந்து அவர்களுக்குப் பாடம் சொல்லிக்கொடுக்க முயல்கிறார்கள் அவ்விரண்டு ஆசிரியர்களும். எத்திசையிலிருந்தும் குண்டுகள் வந்து தாக்கலாம், எவ்விடத்திலிருந்தும் புதைக்கப்பட்டிருக்கிற கண்ணிவெடிகள் வெடிக்கலாம், உயிருக்கு உத்தரவாதமில்லா இப்பயணத்தில், அவர்களுக்கு ஏற்படுகிற அனுபவங்கள்தான் இத்திரைப்படத்தின் திரைக்கதை.

இத்திரைப்படத்தை இயக்கியது சமிரா மக்மல்பப் என்கிற 20 வயதேயான இளம் ஈரானியப் பெண் இயக்குனர். இத்திரைப்படம் கேன்ஸ் திரைப்பட விழாவில் சிறந்த படத்திற்கான விருதைப்பெற்றது.

திரைக்கதை:

முதுகில் கரும்பலகையினைச் சுமந்தபடி பேசிக்கொண்டே மாணவர்களைத்தேடி அலைந்து கொண்டிருக்கிறார்கள் ஈரானைச்சேர்ந்த ஆசிரியர்கள். சிறிய புல்பூண்டுகூட முளைக்காத கடும் வறட்சியான மலைப்பாதையில்தான் அவர்கள் பயணிக்கிறார்கள். அக்கூட்டத்திலிருக்கும் ரேபோர் மற்றும் சையது ஆகிய இரண்டு ஆசிரியர்கள் பேசிக்கொள்கிறார்கள்,

ரேபோர் : நீ நேத்து எங்க போயிருந்த?

சையது : டேசல் என்கிற ஊருக்கு மாணவர்களைத்தேடித்தான் போயிருந்தேன். ஆனா யாருமே கிடைக்கல. மூணு நாள் அங்கேயே இருந்தும் பார்த்தேன்.

ரேபோர் : ஒருத்தர் கூடவா கிடைக்கல?

சையது : இல்ல. எங்கப்பா அப்பவே சொன்னாரு. நாந்தான் அவர் பேச்சை கேக்கவே கேக்கல. அதுக்கு இப்ப வருத்தப்படறேன். பாரு, மூணு நாள் சுற்றிக்கூட மாணவர்கள் யாருமே கிடைக்கிறதில்ல. எங்கப்பா பேச்சை அப்பவே கேட்டிருக்கலாம்.

ரேபோர் : சரி உங்கப்பா உன்ன என்னவாக சொன்னாரு?

சையது : ஆடு மேய்க்க சொன்னாரு. நாந்தான் செய்யாம போயிட்டேன்

அவர்கள் பேசிக்கொண்டிருக்கும்போதே அங்கே ஹெலிகாப்டர் பறக்கிற சத்தம் கேட்கிறது. ஒட்டுமொத்த ஆசிரியர்க்கூட்டமும் சற்றுத் தொலைவில் மறைவான இடத்திற்குச்சென்று, தத்தமது கரும்பலகைகளைத் தங்கள் மீது வைத்துக்கொண்டு ஒளிந்துகொள்கிறார்கள். சிறிதுநேரம் கழித்து ஹெலிகாப்டர் சத்தம் குறைந்து மறைகிறது. அது பறந்துகொண்டிருந்த திசையில் காக்கைகளும் பருந்துகளும் கூட்டமாக சத்தமிட்டுக்கொண்டிருந்தன. இப்போது ஆசிரியர்கள் தங்களது கரும்பலகைகளை எடுத்துக்கொண்டு மீண்டும் பயணத்தை தொடர்கிறார்கள்.

மற்றொரு ஆசிரியர் : 'உடல்நிலை சரியில்லாத என்னோட சின்ன குழந்தைக்கு மருத்துவம் பார்க்கவும் வசதியில்ல. நானும் ஊர் ஊரா சுத்திக்கிட்டு இருக்கேன். படிக்கிறதுக்குதான் பசங்க யாருமே கிடைக்கமாட்றாங்க. இப்படியே சுற்றி சுற்றிச், நாம கடைசில நம்ம ஊருக்குக்கூட திரும்பிப் போக மாட்டோமுன்னு நினைக்கிறேன்."

இப்போது சையது ஒரு திசையிலும், ரேபோர் மற்றொரு திசையிலும், மீதமுள்ள ஆசிரியர்கள் வேறொரு திசையிலும் பிரிந்து செல்கிறார்கள் மாணவர்களைத்தேடி....

ரேபோர்....

ரேபோர் சென்ற திசையில், கூட்டமாக சிறுவர்கள் தங்கள் மீது பெரிய சுமைகளை எடுத்துக்கொண்டு நடந்து கொண்டிருப்பதைக் காண்கிறான். அவர்கள் ஈரானிலிருந்து கள்ளத்தனமாக பொருட்களை ஈராக்கிற்கு எடுத்துச்செல்லும் பொதிவேலை செய்வோர் என்பதனை அறிகிறான். இத்தனை சிறுவர்களைப் பார்த்ததும் ரேபோருக்கு எல்லைகடந்த மகிழ்ச்சி.

ரேபோர் : நீங்கல்லாம் எங்க போறீங்க? இங்க ஏதாவது பள்ளி இருக்கா? யாராவது ஆசிரியர்கள் இருக்காங்களா?

சிறுவர்கள் : எங்களுக்கு வழியை விடுங்க. ஏற்கனவே பாரம் தாங்க முடியல. நீங்க வேற எங்களை நிக்க வெச்சி கேள்வி கேக்குறீங்க.

ரேபோருக்குச் சரியான பதில் கிடைக்காவிட்டாலும், அச்சிறுவர்களுடன் இணைந்து பயணத்தைத் தொடர்கிறான்.

ரேபோர் : நான் ஒரு ஆசிரியர். உங்களுக்கெல்லாம் எழுதப் படிக்க சொல்லித்தரத்தான் வந்திருக்கேன். அதுக்காக ரொம்ப தூரம் நடந்து வந்திருக்கேன். இவ்வளவு நாளா உங்களைத்தான் தேடிக்கிட்டு இருந்தேன். உங்களுக்கெல்லாம் கூட்டல், பெருக்கல் எல்லாம் சொல்லித்தரேன். எனக்கு

அதிகமா காசெல்லாம் வேணாம். உண்பதற்கு ஏதாவது கொடுத்தீங்கன்னா அதுவே போதும்.

ஒரு சிறுவன் : நாங்களே திருட்டுத்தனமா பொருளை ஈரானுக்கும் ஈராக்குக்கும் கொண்டு போற வேலையை செய்யுறோம். எங்களுக்கே கூலி குறைவுதான். எங்களுக்கு நிக்கக்கூட நேரமில்ல.

ரேபோர் : தம்பி! நீ படிக்கக் கற்றுக்கொண்டால், உன்னால புத்தகமெல்லாம் வாசிக்க முடியும். உலக நிகழ்வுகளை எல்லாம் நீங்க தெரிஞ்சிக்க முடியும். கணக்கெல்லாம் நீங்களே போடலாம். எவ்ளோ நல்லா இருக்கும்ல?

சிறுவன் : வரவு செலவு கணக்கு போடறதெல்லாம் எங்க மொதலாளிக்கு வேணும்னா உதவியா இருக்கலாம். எங்களுக்கு இல்ல. எங்களுக்கு நடக்கத்தெரிந்தாலே போதும். அதேமாதிரி, ஒரு இடத்துல உக்காந்து புத்தகம் படிக்கிற அளவுக்கெல்லாம் எங்க நிலைமை நல்லாயில்ல.

இப்படியே அச்சிறுவர்களுடன் பேசிக்கொண்டே நடக்கிறான் ரேபோர். அவர்கள் ஓரிடத்தில் அமர்ந்து ஓய்வெடுக்கிறார்கள்.

அப்போது ஒவ்வொரு சிறுவனிடமும் பேச்சுக்கொடுக்கிறான் ரேபோர். ஆனால் யாரும் அவரிடம் பாடம் கற்றுக்கொள்ளத் தயாராக இல்லை.

ஒரு சிறுவனிடம்,

ரேபோர் : நீ எழுதப் படிக்கக் கற்றுக்கொண்டால், புத்தகமெல்லாம் படிக்கலாம். புத்தகத்தில் நிறைய கதைகள் இருக்கும்.

சிறுவன் : கதைகளா? எங்ககிட்டயே நூற்றுக்கணக்கான கதைகள் இருக்கு.

இவற்றையெல்லாம் கேட்டுக்கொண்டிருந்த மற்றொரு சிறுவன், ரேபோரைத் தன்னருகில் வரச்சொல்லி தன்னுடைய பெயரும் ரேபோர் என்றும் தனக்கு எழுதப்படிக்க கற்றுக்கொள்வதில் ஆர்வமிருக்கிறதென்றும் சொல்கிறான். தன்னுடைய சட்டைப்பையிலிருந்து ரொட்டித்துண்டொன்றினை எடுத்து அதில் பாதியை ரேபோருக்கு கொடுத்து மீதியை உண்கிறான் சிறுவன். ரொட்டித்துண்டினைப் பார்த்ததும் ரேபோருக்கு அளவு கடந்த மகிழ்ச்சி. தன்னுடைய பெயரை எழுத சொல்லித்தந்தாலே போதுமென்கிறான் சிறுவன்.

ஆசிரியர் ரேபோர் : "R ..... e ..... e .... b ..... o .... r .... "

சிறுவன் ரேபோர் : " "R ..... e ..... e .... b ..... o .... r .... "

இதற்கிடையே, 'ஓடுங்க... ஓடுங்க...' என்கிற எச்சரிக்கை குரல்கேட்க எல்லா சிறுவர்களும் வேறொரு திசைநோக்கி ஓடுகிறார்கள். ரேபோரும் அவர்களைப் பின்தொடர்கிறான். கரடுமுரடான மலைப்பாதையில் உயிர்பயத்தில் ஓடியதால், ஒரு சிறுவன் தடுமாறிக் கீழே விழுகிறான். அவனுக்கு காலில் பலத்த அடியுடன் எலும்பும் முறிந்துவிடுகிறது.

ரேபோர் தன்னுடைய கரும்பலகையினை இரண்டு துண்டுகளாக வெட்டி உடைத்து, அதில் ஒரு துண்டினால் காலுடைந்த சிறுவனுக்கு கட்டிவிடுகிறான்.

ஒரு சிறுவன், அடிபட்ட சிறுவனை தன் தோளில் தூக்கிச் சுமந்துகொண்டு நடக்க, எல்லோரும் பயணத்தை மீண்டும் துவக்குகிறார்கள்.

ஆசிரியர் ரேபோர் : "R ..... e ..... e .... b ..... o .... r .... "

சிறுவன் ரேபோர் : "R ..... e ..... e .... b ..... o .... r .... "

ஆசிரியர் ரேபோர் : "R என்கிற எழுத்தை கொஞ்சம் நீட்டி சொல்லணும்... 'ரே' என்று சொல்லணும்"

இப்போதும் ரேபோர் என்கிற பெயருடைய சிறுவனைத்தவிர வேறுயாரும் பாடம் கற்றுக்கொள்ள விரும்பவில்லை. ஒருவனாவது கிடைத்தானே என்கிற மகிழ்ச்சியில், அவனுக்கு சொல்லிக்கொடுத்துக்கொண்டே செல்கிறார் ரேபோர்.

ஓரிடத்தில் ஓய்வாக அமர்ந்துகொண்டிருக்கையில், சிறுவன் அக்கரும்பலகையில் தட்டுத்தடுமாறி தன்னுடைய பெயரினை எழுதிமுடிக்கிறான். அளவு கடந்த மகிழ்ச்சியுடன், ரேபோர் ஆசிரியரை அழைத்துச்சொல்கிறான். அவர் அக்கரும்பலகையினைத் திரும்பிப்பார்க்கிற வேளையில், எங்கிருந்தோ வந்த குண்டு அச்சிறுவனின் உயிரைப் பதம் பார்க்கிறது. அங்கேயே செத்து மடிகிறான். மீதமுள்ள சிறுவர்களும் ரேபோரும் ஆளுக்கொருபுறம் ஓடுகிறார்கள். ஆனாலும் மனிதாபிமானத்தையெல்லாம் கற்றறியாத பேராதிக்கம்கொண்ட குண்டுகளிலிருந்து அவர்களால் தப்பமுடியவில்லை. ரேபோரும் ஒரு குண்டுக்கு இரையாகி கீழே விழுகிறார். அவருடைய ஒரே சொத்தான கரும்பலகை அவர்மீது விழுந்து அவரது உடலை மூடுகிறது...

சையது....

வழிநெடுக அவர் சந்திக்கிற ஒன்றிரண்டு நபர்களிடமும்,

"இங்கே ஏதாவது பள்ளி இருக்கிறதா? படிக்க யாராவது இருக்காங்களா?"

என்று கேட்டுக்கொண்டே செல்கிறார் சையது.

ஒரு சிறிய கிராமத்தைப் பார்க்கிறார். ஆனால் அங்கே வீடுகள் மட்டுமிருக்கிறது, யாரும் வெளியில் நடமாடவில்லை. எந்த வீட்டினுள்ளேயாவது யாரேனும் இருக்கமாட்டார்களா என்கிற ஆவலில், உரக்க சத்தம்போட்டுக்கொண்டே போகிறார்,

'யாராவது இருக்கீங்களா? கதவைத்திறங்க... நான் எழுதப் படிக்க சொல்லித்தரேன்... பெருக்கல் வாய்ப்பாடு சொல்லித்தரேன்... ஓர் ரெண்டு ரெண்டு... ஈர் ரெண்டு நாலு... யாராவது வாங்க..' தொலைவில் ஒரு பெண்ணெப்பார்த்ததும், மேலும் உரக்கக்கத்துகிறார், 'நான் ரொம்ப தூரம் நடந்து வந்துருக்கேன்... உங்க குழந்தைகளுக்கெல்லாம் எழுதப் படிக்க சொல்லித்தருவதற்குதான் வந்துருக்கேன்...'

ஆனால் அவரது குரலுக்கு பலனில்லை. ஆட்கள் யாருமில்லாமையால், அக்கிராமத்தைக் கடந்து மேலும் நடக்கத் துவங்குகிறார்.

இப்போது நூற்றுக்கணக்கான வயது முதிர்ந்தோர் கூட்டமாக மூட்டை முடிச்சுகளுடன் ஈரானிலிருந்து ஈராக்கிலிருக்கும் அலப்ஜா என்னும் நகரை நோக்கி நடந்துகொண்டிருப்பதைப் பார்க்கிறார். இம்முதியவர்கள் அனைவரும் ஈராக்கின் அலப்ஜா நகரில் பிறந்து வளர்ந்தவர்கள். ஈராக்கில் குர்து இன மக்களை ஒடுக்கும் ஈராக் அரசைக்கண்டு பயந்து, பல ஆண்டுகளாக ஈரானில் வாழ்ந்து வந்திருக்கின்றனர். [ஈராக்கில் குர்து இன மக்களின் போராட்டத்தை அடக்க, அமெரிக்க அரசின் உதவியுடன் தயாரிக்கப்பட்ட ரசாயன குண்டுகளை ஈராக் அரசு அலப்ஜா என்னும் நகரில் வீசி 5000 த்திற்கும் மேற்பட்ட மக்களை ஒட்டுமொத்தமாகக் கொன்று குவித்தது. மேலும் 10000த்திற்கும் மேற்பட்ட மக்கள் மிகக்கடுமையாக பாதிக்கப்பட்டனர்.]

இப்போது, அவர்கள் பிறந்து வளர்ந்த நகரம் ரசாயன குண்டு தாக்குதலினால் அழிந்துகிடக்கிற செய்தி கேட்டு, அவ்வூருக்கு நடைப்பயணமாகச் சென்றுகொண்டிருக்கின்றனர்.

சையது அக்கூட்டத்தில் நுழைந்து, ஒவ்வொருவரிடமும் சென்று, 'உங்களுக்கு எழுதப் படிக்கத்தெரியுமா? நான் சொல்லித்தரட்டுமா? எனக்கு உண்பதற்கு மட்டும் ஏதாவது கொடுங்க போதும்..' என்று ஒரு முதியவரிடம், கெஞ்சி கேட்கிறார்.

சையது : 'வேற ஏதாவது வேலை இருந்தாலும் பரவாயில்ல. நான் செய்யிறேன்'

முதியவர் : 'நாங்க ஈராக் போகணும். வயசாயிட்டதால நாங்க வழி தவறி வந்துட்டோம். எங்களை ஈரான் எல்லை தாண்டி கொண்டு போயி ஈராக்கில் விடமுடியுமா?' என்று கேட்கிறார்.

அதற்கு பிரதிபலனாக ஏதாவது உண்பதற்கு தாருங்கள் என்று கேட்கிறார். அவர்களிடம் உணவாக எதுவுமே இல்லையென்பதால், 40 வால்நட்டிற்கு (Wallnut ஒரு வகையான பருப்பு) அவர்களை ஈராக்கின் எல்லைத்துவக்கம் வரை அழைத்துச்செல்வதாக ஒப்புக்கொண்டு அவர்களோடு பயணிக்கிறார். அக்கூட்டத்தில் ஒரு முதியவர் உயிருக்குப்போராடிக்கொண்டிருப்பதால் அவரால் மேலும் நடக்க இயலவில்லை.

வேறொரு முதியவர் : "உன்னுடைய கரும்பலகையில் வைத்து நடக்கமுடியாத இவரை தூக்கிட்டுப்போக உதவி செய்தால், உனக்கு மேலும் 5 வால்நட் தருகிறோம்" என்கிறார். அதற்கும் சம்மதித்து கரும்பலகையில் அம்முதியவரை வைத்து தூக்கிக்கொண்டே போகிறார்.

உடல்நிலை சரியில்லாத அம்முதியவர், கைக்குழந்தையுடன் விதவையாக இருக்கும் தன்மகள் அலாலுக்கு ஒரு திருமணம் செய்துவிட்டால் மகிழ்ச்சியாக இறப்பார் என்று கூட்டத்திலிருக்கும் ஒருவர் சையதிடம் சொல்லிக்கொண்டே வருகிறார். சையது, தானே அலாலை மணமுடிப்பதாகவும் அதற்காக தன்னிடம் இருக்கிற ஒரே சொத்தான கரும்பலகையையே வரதட்சணையாக அப்பெண்ணுக்கு கொடுக்கத்தயாராக இருப்பதாகவும் அவர்களிடம் சொல்கிறார். போகிற வழியிலேயே அவர்களது திருமணம் நடக்கிறது.

புதுமணத்தம்பதிகள் தனிமையில் இருக்கட்டுமென்று மறைவான ஓரிடத்தில் அவர்களை விட்டுவிட்டு, அலாலின் குழந்தையையும் அழைத்துச்சென்று முதியவர்கள் அனைவரும் சற்றுத் தொலைவில் ஓய்வெடுக்கிறார்கள். குழந்தையுடன் முதியவர்கள் விளையாடிக்கொண்டிருக்கிறார்கள்.

இப்போது கேமரா சையதும் அவரது புதுமனைவியும் இருக்கிற மறைவிடத்திற்கு மெல்ல நுழைகிறது. அங்கே சையது தன்னுடைய கரும்பலகையினை எடுத்துவைத்துக்கொண்டு அவளது மனைவிக்குப் பாடம் சொல்லிக்கொடுத்துக்கொண்டிருக்கிறார்.

சையது : "நான்....... உன்னைக்...... காதலிக்கிறேன்......' சொல்லு பாப்போம்..."

சையது : "என்னைய பாரு... என் கைய பாரு..." என்று சொல்லிக்கொண்டே தனது வலது கையைத் தூக்கி 'நான்'... இடது கையைத் தூக்கி 'உன்னை'.... மீண்டும் வலது கையைத் தூக்கி 'காதலிக்கிறேன்' என்று சொல்லிவிட்டு அலாலையும் சொல்லச்சொல்கிறான்.

ஆனால் அவள் அவனது முகத்தைக்கூட பார்க்காமல், தனது கைகளால் முகத்தினை மூடிக்கொண்டு வேறொருபுறம் திரும்பியே இருக்கிறாள்.

சையது : "நீ பதிலே சொல்லாதனால, உனக்கு முட்டை மார்க்குதான் தருவேன்"

சையது : "சரி நீ ரொம்ப நல்ல பொண்ணுல்ல... அதனால உனக்கு 18 மார்க்கு போடறேன். இப்பவாவது சொல்லேன்... "

சையது : "நீ ஏன் படிக்க மறுக்கிற? இந்த சுற்றுவட்டாரத்திலேயே நான் ஒரு நல்ல டீச்சர் தெரியுமா? என்கிட்டே படிச்சவங்கள்ளாம் 20 க்கு 20 மார்க்கு வாங்குவாங்க தெரியுமா?"

சையது : "உனக்கு முட்ட மார்க்குதான் போடணும். ஆனா நீ நல்ல பொண்ணாச்சே.. அதனால உனக்கு திரும்பவும் 18 மார்க்கு போடுறேன்..."

அலால் பதிலேதும் சொல்லாமலும், அவரது முகத்தைப் பார்க்காமலும் திரும்பியே இருக்கிறாள். அப்போது அவளது குழந்தை மெல்ல மெல்ல நடந்து அவர்கள் இருக்கும் மறைவிடத்திற்கு வந்துவிடுகிறது. அவள் ஓடிச்சென்று அவளது குழந்தையை தூக்கிக்கொள்கிறாள்.

அலால் சில துணிகளைத் துவைத்து சையதின் கரும்பலகையின் மீது காயப்போடுகிறாள். அந்த ஈரத்துணியிலிருக்கும் தண்ணீர் மெல்ல இறங்கி, அவன் எழுதி வைத்திருந்த 'நான் உன்னைக் காதலிக்கிறேன்' என்கிற எழுத்துகளை நனைத்து அழித்துக்கொண்டிருந்தன...

கண்ணி வெடிகள் புதைக்கப்பட்டிருக்கும் பாதையில், அவ்வப்போது ஏதாவதொரு திசையிலிருந்து வரும் வெடிகுண்டு சத்தங்களையும் கேட்டுக்கொண்டே தங்களது பயணத்தைத் தொடர்கிறார்கள்.

சையது அக்கூட்டத்தினை வழிநடத்திக்கொண்டே செல்கிறார். அவரால் அமைதியாக நடக்கமுடியவில்லை. அதனால், அலால் அவரை கவனிக்கிறாளா இல்லையா என்பதனையெல்லாம் கண்டுகொள்ளாமல் பாடம் சொல்லிக்கொடுத்துக்கொண்டே நடக்கிறார்.

"ரெண்டு ரெண்டு நாலு... பதில் சொல்லு... "உடனே உடனே சொல்லிப் பழகினாத்தான் சீக்கிரமா படிக்கமுடியும்..."

"ரெண்டு மூணு ஆறு.." "நாலு ரெண்டு எட்டு..." "அஞ்சு ரெண்டு பத்து..." "கணக்கு பிடிக்கலன்னா வேற ஏதாவது சொல்லித்தரட்டுமா? சரி உனக்கு ஒரு 8 மார்க்கு போடுறேன்.. வேண்டாம்... 8 மார்க்கு போட்டா, நீ பெயிலாயிருவியே... சரி 10 மார்க்கு போடுறேன்... 'நான் உன்னைக் காதலிக்கிறேன்'னு சொல்லு பாப்போம்..."

'சரி என்ன காதலிக்கலன்னாவது சொல்லேன்... அதுவும் சொல்லமாட்டியா? உனக்கு முட்டை மார்க்கு போடுறேன் பாரு... உன் குழந்தைக்கும் முட்டை மார்க்கு போடுறேன்... உனக்கு சொல்லிக்கொடுத்ததுக்காக எனக்கும் ஒரு முட்டை மார்க்கு போடறேன்...' என்று தன்னுடைய கரும்பலகையை எடுத்துக்கொண்டு அவளை விட்டு வேகமாக நடக்கிறார்.

அலால் : "கரும்பலகை"

அலால் : "கரும்பலகை" என்று சத்தமாக அழைத்துக்கொண்டு சையதின் பின்னாலேயே ஓடுகிறாள் அலால்.

அலால் : "என்னுடைய மனசு ஒரு இரயில்மாதிரி. ஒவ்வொரு ஸ்டேசன்லயும் பலபேரு ஏறி இறங்குறாங்க... அதுல எப்பவுமே எறங்காம இருக்கிறது என் குழந்தைமட்டுந்தான்..."

என்று சொல்லிவிட்டு, அவனது கரும்பலகையில் காயப்போட்டிருந்த தன்னுடைய துணிகளை மட்டும் எடுத்துக்கொண்டு நடக்கிறாள்.

அவர்கள் எல்லையை நெருங்கிக்கொண்டிருப்பதால், சையது மற்றும் கூட்டத்தினரை நோக்கி குண்டுகள் வீசத்துவங்குகின்றனர் ஈராக் படையினர். மீண்டும் ஈராக்கிலிருந்து ரசாயன குண்டுகள் வீசிவிட்டார்களோ என்கிற அச்சம் அவர்களை ஆட்கொள்ள எல்லோரும் தரையில் படுத்துக்கொள்கிறார்கள். அலால், அவளது குழந்தை மற்றும் அவளது தந்தை ஆகியோரின் மீது தன்னுடைய கரும்பலகையினை வைத்து மறைத்துக்கொண்டே, 'கவலைப்படாதீங்க... நான் உங்களைக் காப்பாற்றுகிறேன்' என்று அவர்களுக்கு தைரியம் கொடுக்கிறார் சையது. முட்டிபோட்டே மெதுமெதுவாக அவர்கள் அனைவரும் நகர்ந்து நகர்ந்து எல்லையினை அடைகிறார்கள்.

சையது : 'இதுதான் எல்லை! உங்களுடைய, உங்களது முன்னோர்களுடைய இடம் இதுதான்! உங்க தாய்நாடு இதுதான்!'

ஒரு முதியவர் : "நீ பொய் சொல்ற. நான் அடிச்சி சொல்றேன், இது எங்க சொந்த ஊர் இல்ல."

சையது : "நான் சொல்வது உண்மைதான். இதுதான் உங்க ஊர் அலப்ஜா"

மற்றுமொரு முதியவர் : 'அவன் நம்மள ஏமாத்துறான். இது எல்லை இல்ல. நம்மள வேற எங்கயோ கூட்டிட்டு வந்துட்டான். எல்லை எதுன்னு எனக்கு நல்லா தெரியும். இது இல்ல."

மற்றுமொரு முதியவர் : "கரும்பலகை! நீ எங்களை ஏமாத்திட்ட"

சையது : "இல்லங்க. ரசாயன குண்டு போட்டதுனால உங்க ஊர் இப்படி ஆயிடுச்சி."

என்று சொல்லிக்கொண்டே சற்றுத் தொலைவிலிருக்கிற எல்லை வேலியைக்காட்டுகிறார், அவர்களுக்கு. உருத்தெரியாமல் அழிந்துபோயிருக்கிற அவர்களது சொந்த ஊரைப்பார்த்து அழுகிறார்கள். தங்களை சரியாகக் கொண்டு சேர்த்தமைக்கு நன்றி தெரிவித்துவிட்டு, சையதிடம் ஒரு பெரியவர் 40 வால்நட்டுகளை கொடுக்கிறார்.

பெரியவர் : "எங்களோட சேர்ந்து எல்லை தாண்டி வர்றியா?"

சையது : "அது என்னால முடியாதே"

பெரியவர் : "ஆனா உன்னோட மனைவியால இந்த நாட்டுல இருக்க முடியாது. அவள் எங்களோட ஈராக் வரப்போறா. நீயும் எங்களோட வந்திடேன்."

சையது : "என்னால அங்க வரமுடியாதே. நான் இந்த நாட்டை சேர்ந்தவன்."

பெரியவர் : "உன் மனைவி உன்னோட ஈரான்ல இருக்க மாட்டாளாம். அவளுக்கு சொந்த ஊருக்கே போகணுமாம். சரி அவளை விவாகரத்து பண்ணிடு."

அலால் மற்றும் சையதின் சம்மதத்துடன் எல்லையருகே நின்றுகொண்டே விவாகரத்து நடக்கிறது. திருமணத்தின்போது வரதட்சணையாகக் கொடுத்த கரும்பலகையினை எடுத்துக்கொண்டு அலால் எல்லையினைக் கடக்கிறாள். சையது அவளையே பார்த்துக்கொண்டிருக்கிறான். அவள் தோளின்மீது எடுத்துச்செல்கிற கரும்பலகையின் பின்னே 'நான் உன்னை காதலிக்கிறேன்' என்கிற வாசகம் சையது நின்றுகொண்டிருக்கும் ஈரானின் எல்லையினைக் கடந்து ஈராக்கிற்குள் நுழைந்து மெல்ல மறைகிறது அலாலுடன் சேர்ந்து.

■

7

பொலிவியா: கொலம்பஸின் காலனியாதிக்கமும், பொலிவியாவின் தண்ணீர்ப்புரட்சியும்

(Even the Rain - 2010)

'கொலம்பஸ் அமெரிக்காவைக் கண்டுபிடித்தார்' என்கிற ஒற்றை வரிதான் கொலம்பஸ் குறித்து நமக்கு சொல்லித்தரப்பட்டிருக்கிறது. யாரந்த கொலம்பஸ்? அவர் எதற்காக ஐரோப்பாவிலிருந்து கடல் மார்க்கமாக பல ஊர்களுக்குச் சென்றார்? என்பதற்கான பதில்களெல்லாம் நமக்குச் சொல்லித்தரப்பட்டதே இல்லை. கொலம்பஸ் சென்ற நாடுகளிலெல்லாம் அம்மக்களை அடிமைப்படுத்தி கொடுங்கோல் ஆட்சி புரிந்தார் என்பதும், தங்கம் மற்றும் இன்ன பிற செல்வங்களை கொலம்பஸின் காலடியில் போடாதவர்களின் கைகள் வெட்டியெறியப்பட்டன, எதிர்த்துக்கேள்வி கேட்டோரெல்லாம் தீயிட்டுக் கொளுத்தப்பட்டனர் என்பதெல்லாம் நமக்குச் சொல்லித்தரப்படாத உண்மை வரலாறு. இது காலனியாதிக்கம்...

"தண்ணீரை தனியார்மயமாக்கு"
"இலவசமாக கல்வி வழங்காதே"
"விவசாயிகளுக்கு மானியம் கொடுக்காதே"
"இதனைச்செய்யாவிடில் உனக்கு கடனுதவி கிடையாது"

என்னும் உலகவங்கியின் கட்டளைகளை ஏற்றுச் செயல்படுத்துகிற அரசுகள் பெரும்பாலான மூன்றாம் உலக நாடுகளில் இன்றும்

இருந்து வருகின்றன. அதன்பிறகு வளர்ந்த நாடுகளிலுள்ள பன்னாட்டு நிறுவனங்கள் அம்மூன்றாம் உலக நாடுகளுக்குள் நுழைந்து தங்கள் வியாபாரக்கடைகளை விரித்து, கல்லாகட்டிவிடும்... இது மறுகாலனியாதிக்கம்....

பொலிவிய நாட்டில் கொச்சாபம்பா என்கிற நகருக்கு செமாபா (SEMAPA) என்னும் அரசு நிறுவனம்தான் தண்ணீர் வழங்கிவந்தது. தண்ணீரை தனியார்மயமாக்காவிட்டால் பொலிவியாவிற்கு எவ்விதமான கடனுதவியும் செய்யப்படமாட்டாது என்று உலகவங்கி அறிவித்துவிட்டது. அதனையேற்று, 1998 இல் கொச்சாம்பாவிற்கு தண்ணீர் வழங்குவதற்கு 'அகுவாஸ் டெல் டுனாரி' என்கிற பன்னாட்டு நிறுவனத்துடன் பொலிவிய அரசு ஒப்பந்தம் போட்டது. இங்கிலாந்தின் 'சர்வதேச தண்ணீர் நிறுவனம்', இத்தாலியின் 'எடிசன்' நிறுவனம், அமெரிக்காவின் 'பெக்டெல் எண்டர்ப்ரைஸ் ஹோல்டிங்க்ஸ்', ஸ்பெயினின் 'அபெங்கோவா' நிறுவனம் மற்றும் இரண்டு பொலிவிய தனியார் நிறுவனங்கள் ஆகியவை உள்ளடக்கிய ஒரு பன்னாட்டு நிறுவனம்தான் 'அகுவாஸ் டெல் டுனாரி'. கொச்சாம்பாவில் குடிநீர், பாசன நீர் மற்றும் மழைநீர் உட்பட அனைத்து வகையான நீருக்கும் உரிமைகொண்ட ஒரே நிறுவனம் 'அகுவாஸ் டெல் டுனாரி' தான் என்று பத்திரமே எழுதிக்கொடுத்துவிட்டது பொலிவிய அரசு.

(இதனை எதிர்த்து மக்கள் பெரிய அளவில் போராடினார்கள். நாட்டின் எல்லாப் பகுதிகளிலிருந்தும் அப்போராட்டத்திற்கு ஆதரவு கிடைத்தது. அதன் விளைவாக பொலிவியாவில் ஒரு ஆட்சி மாற்றமே நிகழ்ந்திருக்கிறது என்பது தனிக் கதை)

கதைச்சுருக்கம்:

கொலம்பஸின் வாழ்க்கையைத் திரைப்படமாக்கி, அவரது உண்மை முகத்தை உலகறியச்செய்திட இயக்குனர் செபாஸ்டின், தயாரிப்பாளர் கோஸ்டா ஆகியோர் ஒரு சிறிய குழுவுடன் பொலிவியா வருகிறார்கள். இயற்கை அழகைக் கருத்தில்கொண்டு இயக்குனர் செபாஸ்டின் பொலிவியாவைத்தேர்ந்தெடுக்கிறார். ஆனால் தயாரிப்பாளர் கோஸ்டாவோ, ஒரு நாளைக்கு வெறும் 2 டாலர் கொடுத்தாலே வேலைக்கும் நடிக்கவும் ஆட்கள் கிடைப்பார்கள் என்கிற நோக்கில் பொலிவியாவைத் தேர்ந்தெடுக்கிறார். உள்ளூர் மக்களையே அத்திரைப்படத்தில் நடிக்கவைக்கிறார்கள். அவர்கள் நடிக்கத் தேர்ந்தெடுத்த உள்ளூர்க்காரர்களில் ஒருவர், பொலிவிய அரசு தண்ணீரை தனியார் மயமாக்குவதை எதிர்க்கும் போராட்டத்தின் முக்கியப் போராளியாக இருக்கிறார். கொலம்பஸின் காலனியாதிக்கத்தை/கொடூரமுகத்தை ஒருபுறமும், உலகவங்கியின்

மூலமாக மூன்றாம் உலக நாடுகளை தனியார்மய வலைக்குள் சிக்கவைத்து, மீன்பிடித்து மகிழும் மேற்கத்திய நாடுகளின் மறுகாலனியாதிக்கத்தை பொலிவியாவின் தண்ணீர் பிரச்சனையின் வழியாக மறுபுறமும் எடுத்துரைக்கிற திரைப்படம்தான் "EVEN THE RAIN"

கொலம்பஸின் வாழ்க்கையாக இத்திரைப்படத்தில் வருபவை....

கொலம்பஸ் : 'இயேசு கிறிஸ்துவின் ஆசீர்வாதத்துடன் ஆட்சிபுரியும் ஆரகோன் அரசர் பெர்டினன்ட் மற்றும் அரசி இசபெல்லா ஆகியோரின் ஆணைப்படி இங்கிருக்கும் நிலங்களையும் கடல்களையும் அவற்றிலிருக்கும் அனைத்தையும் சொந்தமாக்கிக்கொள்ள வந்திருக்கிறேன். இந்நிலங்களின் கடல்களின் இறையாண்மையை அவர்களின் சார்பாக காப்பேன் என்று உறுதிகூறுகிறேன்" என்று அறிவிக்கிறார் கொலம்பஸ். தன்னுடைய குழுவினரிடம்,

கொலம்பஸ் : "இம்மக்கள் மிகவும் அமைதியானவர்களாக இருக்கிறார்கள். அதோ அதுதான் அவர்களது கிராமமென்று நினைக்கிறேன். ஒரு கோட்டை கட்டுவதற்கு சிறந்த இடம் அது. நீங்கள் அனைவரும் இம்மக்களுடன் கலந்துவிடுங்கள். உங்களில் யார் முதலில் தங்கத்தைக் கண்டுபிடிக்கிறீர்களோ, அவர்களுக்கு நிச்சயம் பரிசு உண்டு. அதுமட்டுமில்லாமல், அவர்களிடம் என்ன மாதிரியான ஆயுதங்கள் இருக்கிறது என்பதையும் கண்டறியுங்கள்"

அம்மக்களின் வாழ்க்கையினை நன்கு அறிந்தபிறகு, அவர்களை ஓரிடத்தில் அழைத்து கொலம்பஸ் மீண்டும் பேசுகிறார்.

கொலம்பஸ் : 'தேவாலயத்தையும் போப்பையும் இப்பிரபஞ்சத்தை ஆள்பவர்களாகவும், ஸ்பெயின் அரசரையும் அரசியையும் இந்நிலங்களின் ஆட்சியாளர்களாகவும் நீங்கள் ஏற்க வேண்டுமெனக் கேட்டுக்கொள்கிறேன். அதற்கு பிரதிபலனாக, எங்களது அன்பை உங்களுக்குத் தருவோம்."

ஒரு இந்தியர் : 'ஏற்றுக்கொள்ளவில்லையென்றால்?"

கொலம்பஸ் : "உங்களை அடிமைகளாக்குவோம். உங்களது உடைமைகளை ஆக்கிரமிப்போம். எங்களால் இயன்றவரை உங்களைத் துன்புறுத்துவோம்."

ஒரு இந்தியர்: "எங்களிடமிருந்து என்னதான் வேண்டும் உங்களுக்கு?"

கொலம்பஸ் : "வரி"

கொலம்பஸ் : "ஒவ்வொரு இந்தியனும் ஒரு குண்டுமணி அளவிற்கு தங்கம் கொண்டுவர வேண்டும்." என்கிற ஆணை பிறப்பிக்கிறார் கொலம்பஸ்.

அதன்பிறகு ஒவ்வொரு நாளும், அம்மக்களை வரிசையில் நிற்கவைத்து எல்லோரும் ஒரு குண்டுமணி அளவிற்கு தங்கம்

கொண்டுவந்திருக்கிறார்களா என்று எடைபோட்டுப் பார்க்கிறார்கள். தங்கத்தின் அளவு சிறிது குறைவாக இருந்தாலும் கூட, அம்மக்களின் கைகளை வெட்டியெறிகிறார்கள், கொலம்பஸின் உத்தரவுடன் அவரது ஆட்கள்.

இக்கொடுமைகளில் இருந்து தப்பித்து ஓடுகிறவர்களையும், எதிர்த்துக் கேள்வி கேட்போரையும் பொதுவிடத்தில் எரித்துவிடுகின்றனர் கொலம்பசும் அவரது கூட்டமும்.

ஈவன் தி ரெயின் திரைப்படத்தின் திரைக்கதை:

'நடிக்க ஆள் வேண்டும். எல்லோருக்கும் வாய்ப்பளிக்கப்படும்' என்ற விளம்பரத்தைப் பார்த்து , திரைப்படக்குழு அலுவலகத்தின் முன்பு ஆயிரக்கணக்கானோர் பெருங்கூட்டமாக வந்து குவிகிறார்கள். இயக்குனர் செபாஸ்டின் அவருக்குத் தேவையான சிலரை, வரிசையின் முதலிலிருந்து தேர்ந்தெடுத்துவிட்டு, வரிசையின் பின்னாலிருப்போரைக் கிளம்பச்சொல்கிறார். உடனே அக்கூட்டத்திலிருந்து டேனியல் என்பவர், திரைப்படக்குழுவினருடன் வாக்குவாதத்தில் ஈடுபடுகிறார்.

"எல்லோரையும் பார்த்துவிட்டு, அதன்பிறகே நீங்கள் முடிவெடுக்கவேண்டும். இந்த வேலைக்காக நாங்கள்லாம் எத்தனை கிலோமீட்டர் நடந்து வந்துருக்கோம் தெரியுமா உங்களுக்கு? உங்களுக்கு எங்க கஷ்டங்களெல்லாம் புரியாது..."

என்று திரைப்படக்குழுவினருடன் கோபமாக வாதிடுகிறார் டேனியல்.

டேனியலின் கோபம் தன்னுடைய படத்திற்கு உதவும் என்று நம்பி, 'வரிசையில் இருக்கும் எல்லோரையும் பார்த்துவிட்டே தேர்வு செய்வோம்' என்று அறிவிக்கிறார் செபாஸ்டின். கூட்டத்திலிருக்கும் எல்லோரும் டேனியலைப் பாராட்டி கைத்தட்டுகிறார்கள்.

டேனியலின் முகமும் அவரிடம் காணப்படுகிற போராட்டக் குணமும் படத்தில் கொலம்பஸை எதிர்த்துப் போராடும் இந்தியர் வேடத்திற்கு பொருந்துமென்பதால் டேனியலையும் அவரது மகளையும் தன்னுடைய திரைப்படத்தில் நடிக்க தேர்வு செய்கிறார் இயக்குனர் செபாஸ்டின்.

மற்றொருநாள் திரைப்படக்குழு அலுவலகம் அருகிலேயே டேனியலும் அந்த ஊர் மக்கள் சிலருமாக சேர்ந்து அங்கே குழி தோண்டிக்கொண்டிருக்கிறார்கள். திரைப்படக்குழுவிலுள்ள ஒரு பெண், டேனியலைப் பார்த்து,

'எதற்காக இங்கே தோண்டுகிறீர்கள்?" என்று கேட்கிறாள்.

டேனியல் : 'எங்களுக்கு இங்க குடிக்க தண்ணியே இல்ல. அதான் நாங்க எல்லாரும் சேர்ந்து காசு போட்டு, இங்க இருந்து ஏழு கிலோமீட்டர் தூரத்தில் அதோ தெரியுதே அந்த மலைக்கு பக்கத்துல ஒரு கிணறு வாங்கிருக்கோம். அங்க இருந்து பூமிக்கு கீழே குழாய்வழியாக தண்ணீரை இங்கே கொண்டுவருவதற்குதான் தோண்டிக்கிட்டு இருக்கோம்.'

இதனைக்கேட்ட அப்பெண் அதிர்ச்சியுறுகிறாள். அப்போது 'அகுவாஸ் டெல் டுனாரி' என்கிற பன்னாட்டு தனியார் தண்ணீர் நிறுவனத்தைச்சேர்ந்த சிலர் அங்கே வந்து ஏதோ கணக்கெடுத்துக் கொண்டிருக்கிறார்கள். அதனைக்கண்ட டேனியலும் ஊர்மக்களும் தனியார் நிறுவன வண்டியை அடித்து நொறுக்கி அதில் வந்தவர்களையும் அடித்துத் துரத்துகிறார்கள்.

மற்றொருநாள் 'அகுவாஸ் டெல் டுனாரி' நிறுவன ஆட்கள் பொலிவிய காவல்துறை சகிதமாக வந்து, கொச்சாபம்பா மக்கள் தங்கள் சொந்த செலவில் கட்டிவைத்த தண்ணீர் தொட்டிகளை சீல்வைத்து மூடுகிறார்கள்.

இதனைக்கண்டு வீடுகளிலிருக்கும் பெண்கள் ஓடிவருகிறார்கள்...

பெண்கள் : 'எங்களுடைய சொந்த உழைப்பில் தோண்டிய கிணறும் தொட்டிகளும் இவை.'

பெண்கள் : "இதனை மூட உங்களுக்கு எந்த உரிமையும் இல்லை"

பெண்கள் : "நாங்க அழுக்குத் தண்ணீரோடு எப்படி வாழ்வது?"

பெண்கள் : "எங்களோட நிலத்தை எடுத்துக்கொண்டீர்கள்... எங்களுடைய கிணறுகளையும் எடுத்துக்கொண்டீர்கள்.... காற்றையும் எடுத்துக்கொள்வீர்களா?"

பெண்கள் : "இதுக்கு மேலும் தண்ணீருக்காக உங்களுக்கு எங்களால் காசு கொடுக்கமுடியாது"

காவல்துறை அதிகாரி : "அவங்களை அவங்களோட வேலையை செய்யவிடுங்க"

பெண்கள் : "என்ன வேலை? எங்களோட தண்ணீரை எடுத்துக்குற வேலையா?"

பெண்கள் : "இது எங்களோட தண்ணீர்.... எங்க குழந்தைகளுக்கான தண்ணீர். இதில் கைவைக்காதீர்கள்...."

அப்பெண்களின் கெஞ்சும்குரல்களுக்கெல்லாம் அவர்கள் செவிசாய்க்காமல் தொட்டிகளுக்கு பூட்டுப்போடத்துவங்குகிறார்கள். இப்போது பெண்கள் அனைவரும் கெஞ்சுவதை நிறுத்தி, காவல்துறையினரை விரட்டி அடிக்கிறார்கள்.

விவரம் அறிந்த டேனியலும் சிறிய அளவிலான மக்களும் 'அகுவாஸ் டெல் டுனாரி' நிறுவனத்தின் முன்பு ஆர்ப்பாட்டத்தில் ஈடுபடுகிறார்கள். டேனியல் ஒரு சிறிய ஒலிபெருக்கியின் வழியாக அம்மக்கள்முன் ஆவேசமாகப் பேசுகிறார்.

டேனியல் : "தோழர்களே! அவர்கள் நமது விருப்பத்துக்கு மாறாக, நம்முடைய ஆறுகளை குளங்களை ஏரிகளை விற்றார்கள்... நம் தலைமீது விழும் மழைத்தண்ணீரைக்கூட சட்டம்போட்டு விற்றார்கள்... இது நம்ப முடியாத உண்மை தோழர்களே! மழைநீரைக்கூட நம்மை எடுக்கவிடுவதில்லை. ஆனால் அதனை யார் எடுக்கிறார்கள்? லண்டனிலும் கலிபோர்னியாவிலும் இருக்கிற முதலாளிகளின் நிறுவனங்கள்தான் எடுக்கின்றன..."

டேனியல் : "தோழர்களே! அடுத்தது அவர்கள் எதனை நம்மிடமிருந்து திருடப்போகிறார்கள்? நம்முடைய மூச்சுக்காற்றையா? நம்முடைய நெற்றி வியர்வையையா? ஆனால் அவர்களுக்குக் கிடைக்கப்போவது நம்முடைய சிறுநீர்மட்டுந்தான்"

என்று பேசிமுடிக்கையில் காவல்துறையினர் டேனியலை அப்புறப்படுத்துகிறார்கள்.

இதனை சற்றுத் தொலைவில் நின்று பார்த்துக்கொண்டிருந்த 'கொலம்பஸ் திரைப்படத்தின் தயாரிப்பாளருக்கு பயமும் கோபமும் ஒருசேர உருவாகிறது. டேனியலைத் தனியே அழைத்து எச்சரிக்கிறார். தண்ணீர்ப் போராட்டங்களிலிருந்து ஒரு மூன்று வாரத்திற்கு தள்ளியே இருக்குமாறு டேனியலை வற்புறுத்துகிறார். டேனியல் எவ்வித பதிலும் சொல்லாமல் அமைதி காக்கிறார்.

அடுத்தநாள் டேனியல் மக்களோடிணைந்து தண்ணீர் தனியார் மயமாவதை எதிர்க்கிற தங்கள் போராட்டத்தின் அடுத்தகட்ட நடவடிக்கைகள் குறித்து ஆலோசிக்கிறார். ஆலோசனையின் முடிவில், தண்ணீர் நிறுவனத்தை முற்றகையிடுவதென்றும் தண்ணீர் கிடைக்கும்வரை அங்கிருந்து நகர்வதில்லையென்றும் உறுதி எடுக்கிறார்கள். அதன்படி எல்லோரும் தண்ணீர் நிறுவனத்தின் முன்பாகக் கூடுகிறார்கள். டேனியல் மக்கள் முன்பு பேசத்துவங்குகிறார்.

டேனியல் : "அடுத்த 48 மணிநேரத்திற்குள் தண்ணீரினை தனியார் மயமாக்குவதை திரும்பப் பெறவில்லையெனில், நகரின் சாலைகள்

அனைத்தையும் மறித்துப் போராட்டம் நடத்துவோம்." கூடியிருக்கிற மக்கள் அனைவரும் கைத்தட்டி தங்கள் ஆதரவைத் தெரிவிக்கிறார்கள்.

பொலிவிய அரசு மக்களின் குரலுக்கு செவிசாய்க்காமல், அவர்களது போராட்டத்தை ஒடுக்கவே முயற்சிக்கிறது. காவல்துறையினரால் எல்லோரும் கடுமையாக தாக்கப்படுகிறார்கள். அதில் டேனியலுக்கும் நன்றாகவே அடியும் உதையும் விழுகிறது. இதனை கேள்விப்பட்ட 'கொலம்பஸ்' திரைப்பட இயக்குனரும், தயாரிப்பாளரும் டேனியல் மீது கடும் கோபத்திற்குள்ளாகிறார்கள். தயாரிப்பாளர் கோஸ்டா, டேனியலின் வீட்டிற்கே வந்து, 'இனியாவது எந்தப் போராட்டத்திற்கும் போகாதே' என்று எச்சரித்து விட்டுப்போகிறார்.

ஆனால் அடுத்தநாளும் போராட்டம் தொடர்கிறது. காவல்துறையினரின் கடும் தாக்குதலுக்காளாகி இரத்தவெள்ளத்துடன் டேனியல் கைதாவதைத் தொலைக்காட்சியில் பார்க்கிறார்கள் கோஸ்டாவும் செபாஸ்டினும். டேனியலை அடைத்துவைத்திருக்கிற சிறைக்குச் சென்று, உயர் காவல் அதிகாரிக்கு லஞ்சம் கொடுத்து டேனியலை மீட்கிறார்கள். திரைப்படம் எடுத்து முடித்த பின்னர் டேனியலை மீண்டும் சிறைக்கே வந்து ஒப்படைப்பதாக டேனியலுக்குத் தெரியாமல் சிறையதிகாரிக்கு வாக்கு கொடுக்கிறார்கள்.

தயாரிப்பாளர் கோஸ்டா: ஏன் இப்படி செஞ்ச டேனியல்? என்னோட வார்த்தையை நீ மீறிவிட்டாயே?

டேனியல் : தண்ணீர்தான் வாழ்க்கை. அது உங்களுக்குப் புரியாது...

அடுத்தநாள் படப்பிடிப்பிற்கு டேனியல் வருகிறார். நடித்துக்கொண்டிருக்கும்போதே, காவல்துறை வந்து டேனியலைக் கைது செய்யமுயல்கிறது. கூடியிருக்கிற மக்களனைவரும் காவல்துறையினரை அடித்துவிட்டு, டேனியலைத் தப்பவிடுகிறார்கள். கொச்சாபம்பா நகரின் மக்களுடைய பேராதரவுடன் போராட்டமும் பலமடங்கு பெரியதாகிறது. கொச்சாபம்பாவில் படப்பிடிப்பைத் தொடர இயலாத காரணத்தால், எட்டு மணிநேரம் பயணித்து வேறுவொரு கிராமத்திற்குச் சென்று படப்பிடிப்பைத் தொடரலாமென்று முடிவெடுக்கிறார்கள் திரைப்படக்குழுவினர். அவர்கள் கிளம்புகிற நேரத்தில், டேனியலின் மனைவி அங்கே வந்து, தன்னுடைய மகள் அடிபட்டுக் கிடப்பதாகச் சொல்லி தயாரிப்பாளர் கோஸ்டாவின் உதவியைக்கேட்கிறாள். அவளது அழுகை கோஸ்டாவை அவளுடன் செல்லவைக்கிறது. இயக்குனர் செபாஸ்டினும் திரைப்படக்குழுவினரும் அங்கிருந்து புதிய

படப்பிடிப்புத்தளத்திற்கு செல்கிறார்கள். கோஸ்டா மட்டும் டேனியலின் மனைவியுடன் அவளது மகளைத்தேடிச்செல்கிறார்.

கோஸ்டா செல்லும் வழியெங்கும் பிணங்கள், இரத்தவாடை, மனித பாகங்களின் சிதறல்கள், முழுவதுமாக சேதமடைந்த நகர வீதிகள்/வீடுகள் என எல்லாமுமாகச்சேர்ந்து கோஸ்டாவின் மனதை ஏதோ செய்தது. இறுதியாக டேனியலின் மகளைக் கண்டுபிடிக்கிறார்கள். அவ்விடத்தில் ஏராளமானோர் காயங்களோடு உயிருக்குப் போராடிக்கொண்டிருக்கின்றனர். கோஸ்டா தன்னுடைய காரிலேயே டேனியலின் மகள் உட்பட பலரையும் ஏற்றிக்கொண்டு மருத்துவமனைக்குச் செல்கிறார். இரவு முழுவதும் மருத்துவமனையிலேயே இருந்துவிடுகிறார் கோஸ்டா. மறுநாள் எல்லோரும் அபாய கட்டத்தை தாண்டிவிட்டார்கள் என்கிற செய்தியை அறிந்ததும், டேனியலைத்தேடி நகரத்தின் மையப்பகுதிக்கு வருகிறார் கோஸ்டா.

நகரமே அமைதியாக இருக்கிறது. தனியார் தண்ணீர் நிறுவனத்தின் பெயர்ப்பலகை சாய்ந்து விழுந்து கிடக்கிறது.

சாலையில் ஒருவர் மணியடித்தபடி 'போராட்டத்தை நிறுத்துங்கள்... தண்ணீர் உங்களுடையதுதான்... போராட்டத்தை நிறுத்துங்கள்... தண்ணீர் உங்களுடையதுதான்...'சொல்லிக்கொண்டே போவதைப்பார்த்து கொச்சாபம்பா மக்கள் வெற்றி பெற்றுவிட்டார்களே என்று கோஸ்டாவும் மகிழ்ச்சியடைகிறார்.

அதன்பின் டேனியலையும் சந்திக்கிறார். கோஸ்டா கண்ணீர் மல்க டேனியலிடமிருந்து விடைபெற்றுக்கொண்டு கிளம்புகையில் கோஸ்டாவிற்கு டேனியல் அன்புப்பரிசொன்று கொடுக்கிறார்.

காரில் பயணிக்கையில் டேனியல் கொடுத்த பரிசுப்பொட்டலத்தை திறந்துபார்க்கிறார் கோஸ்டா. அதனுள்ளே தண்ணீர் நிரப்பப்பட்ட ஒரு பாட்டில் இருக்கிறது... 'யாக்கு' (ஸ்பானிஷ் மொழியில் தண்ணீர்) என்று தனக்குத்தானே ஒருமுறை சொல்லிக்கொள்கிறார் கோஸ்டா.

■

8

இங்கிலாந்து: சமவூதியத்திற்காகப் போராடிய பெண்கள்

(Made in Dagenhaum - 2010)

இலாபமொன்றையே குறிக்கோளாகக்கொண்டியங்கும் நிறுவனங்களில்/தொழிற்சாலைகளில் தொழிலாளிகள் தினந்தோறும் எதிர்கொள்ளும் பிரச்சனைகள் ஏராளம். ஊதியக்குறைவு, மோசமான பணிச்சூழல், மரியாதையின்றி நடத்தப்படுவது, அடிப்படை உரிமைகள் அனைத்தும் மறுக்கப்படுவது, இவற்றையெல்லாம் எதிர்த்துக்கேட்டால் வேலையைவிட்டே அனுப்பிவிடுவது இவைதான் இன்றைய தொழிற்சாலைகளின் இயங்குமுறை. அதிலும் பெண் தொழிலாளர்களின் நிலை சொல்லிமாளாது. பணியிடத்தில் ஒரே மாதியான வேலை செய்யும் ஆண்களுக்கும் பெண்களுக்கும் ஒரே மாதிரியாக ஊதியமோ மரியாதையோ தரப்படுவதில்லை.

ஐக்கிய நாடுகள் சபையின் வளர்ச்சித்திட்டம், சர்வதேச தொழிலாளர் அமைப்பு மற்றும் உலக சுகாதார அமைப்பு ஆகிய அமைப்புகளின் உதவியுடன் உலகப் பொருளாதார மன்றம் ஒரு அறிக்கையினைத் தயாரித்து சமீபத்தில் வெளியிட்டிருந்தது. அவ்வறிக்கையில் உலகின் எந்த நாட்டிலும் பெண்கள், ஆண்களுக்கு சமமாக ஊதியம் பெறுவதில்லை என்பது குறிப்பிடப் பட்டிருக்கிறது.

நாடுகள் ஆண்களுக்கு கொடுக்கும் ஊதியத்தைவிட பெண்களுக்கு எத்தனை சதவீதம் குறைவாக கொடுக்கப்படுகிறது?

ஐஸ்லாந்து	15 %
நார்வே	16 %
ஜெர்மனி	25 %
இங்கிலாந்து	25 %
அமெரிக்கா	26 %

இலங்கை	28 %
ரஷ்யா	30 %
பிரான்ஸ்	30 %
இஸ்ரேல்	31 %
சிங்கப்பூர்	31 %
சீனா	31 %
இத்தாலி	33 %
ஜப்பான்	35 %
இந்தியா	39 %
பாகிஸ்தான்	45 %

ஆண்களைவிட பெண்களுக்கு மிகக்குறைந்த ஊதியம் கொடுக்கிற பட்டியலில் பாகிஸ்தானும் இந்தியாவும்தான் ஆசியாவிலேயே கடைசி இடங்களைப் பிடித்திருக்கின்றன. இப்புள்ளிவிவரங்களை சேகரிக்க இயலாமற்போன ஏராளமான மூன்றாம் உலக நாடுகளில் இந்நிலை எண்ணிப்பார்க்க முடியாத அளவிற்கு மோசமாக இருக்குமென்று அஞ்சப்படுகிறது. தனியார் நிறுவனங்களிலும் முறைசாரா தொழிலிலும் ஆண், பெண் ஊதிய வேறுபாடானது மிக அதிகமாக இருப்பதாக அறிக்கையில் சுட்டிக்காட்டப் பட்டிருக்கிறது.

கடந்த சில ஆண்டுகளின் வளர்ச்சி விகிதம் அப்படியே தொடர்ந்தால், ஆணும் பெண்ணும் சமவூதியம் பெறுவதற்கு இன்னும் 150 ஆண்டுகள் ஆகலாம் என்கிறார் லண்டன் பொருளாதார நிபுணர் ஆலன் மானிங்.

கதைச்சுருக்கம்:

ஐரோப்பாவின் மிகப்பெரிய (உலகிலேயே நான்காவது பெரிய) கார் தயாரிக்கும் 'போர்ட்' நிறுவனத்தின் தொழிற்சாலையொன்று லண்டன் தேம்ஸ் நதிக்கரையிலிருக்கும் டேகன்காம் என்கிற இடத்தில் இருக்கிறது. அத்தொழிற்சாலையில் 1968ஆம் ஆண்டில், 55 ஆயிரம் ஆண் தொழிலாளர்களும் 187 பெண் தொழிலாளர்களும் வேலை செய்துவந்தார்கள். ஆண் தொழிலாளர்களைவிட பெண் தொழிலாளர்களுக்கு மிகமிகக் குறைவான ஊதியம் கொடுக்கப்பட்டுவந்தது. அதோடு மட்டுமன்றி அவர்களை, 'பயிற்சித்திறன் தேவைப்படாத வேலை' (unskilled labour) என்கிற வகையில் நிறுவனம் கணக்கில் கொண்டதால், மரியாதையும்

ஊதியமும் ஒருசேர குறைவாகவே கிடைத்தது பெண் ஊழியர்களுக்கு. ஆண்களும் ஆணாதிக்கமும் ஆக்கிரமித்திருந்த நிர்வாகம், தொழிற்சங்கம், ஊடகம், முதலாளிகள், அரசு ஆகியவற்றை எதிர்த்து எவ்வாறு அவர்கள் ஒருங்கிணைந்து போராடி வெற்றி பெற்றார்கள் என்பதே இத்திரைப்படத்தின் கதை. போர்டு நிறுவனத்தில் அப்பெண்கள் பெற்ற வெற்றியானது, உலகின் பல்வேறு நாடுகளுக்கு ஒரு முன்மாதிரியாகத் திகழ்ந்தது.

திரைக்கதை:

மிகமோசமான பணிச்சூழலில் 'போர்ட்' கார்களுக்கான இருக்கைகள் தைக்கும் பணியினை 187 பெண்கள் செய்துவந்தார்கள். மிகவும் நுட்பான வேலையாக இருப்பினும், "பயிற்சித்திறன் வேண்டா உழைப்பு" என்ற வகையிலேயே இவ்வேலையினை நிர்வாகம் சொல்லிவந்தது. அதனால் மிகக்குறைந்த ஊதியமும் அப்பெண்களுக்கு வழங்கப்பட்டது. இதனை மாற்றவேண்டுமென்று அப்பெண்கள் அனைவரும் தொழிற்சங்கத்தின் உதவியை நாடுகிறார்கள். தொழிற்சங்க பிரதிநிதியான ஆல்பர்ட் அப்பெண்களின் கோரிக்கையினை தொழிற்சங்கத்தில் எடுத்துரைத்து, அதன்மூலம் நிர்வாகத்தின் பார்வைக்கும் கொண்டுசெல்வதாக உறுதியளிக்கிறார்.

இது தொடர்பாக பேச்சுவார்த்தைக்கு வருமாறு தொழிற்சங்கத்தை நிர்வாகம் அழைக்கிறது. ஆல்பர்ட் இதனை மிகவும் மகிழ்ச்சியோடு

பெண் ஊழியர்களிடம் அறிவிக்கிறார். பேச்சுவார்த்தைக்கு தானும் (ஆல்பர்ட்), மான்டியும் (மற்றொரு தொழிற்சங்க பிரதிநிதி) தொழிற்சங்கம் சார்பாக கலந்துகொள்ளவிருப்பதாகவும், பெண்களிலிருந்து இரண்டுபேர் வரவேண்டுமென்றும் கேட்டுக்கொள்கிறார். கோனி என்கிற பெண், மூத்த ஊழியர் என்பதால் அவரைத் தேர்ந்தெடுத்துவிட்டு, மற்றொருவர் யார் வருகிறீர்களென்று ஆல்பர்ட் கேட்கிறார். ஆனால் யாருமே முன்வரவில்லை. முன்வரிசையில் நின்றுகொண்டிருந்த ரீட்டாவை பேச்சுவார்த்தையில் கலந்துகொள்ளுமாறு கேட்கிறார். துவக்கத்தில் ரீட்டா தயங்கினாலும், பின்பு எல்லோரும் ரீட்டாவை ஆதரிக்க, ரீட்டாவும் ஒப்புக்கொள்கிறாள்.

அடுத்தநாள், ரீட்டா, கோனி, ஆல்பர்ட் மற்றும் மான்டி ஆகியோர் நிர்வாகத்துடன் பேச்சுவார்த்தைக்கு செல்லத் தயாராகினர். கூட்ட அறைக்கு உள்ளே செல்வதற்குமுன், ரீட்டா மற்றும் கோனியிடம்,

மான்டி : 'பேச்சுவார்த்தையின்போது நிர்வாகத்தில் யாராவது ஏதாவது கேள்வி கேட்டால், எதுவுமே பேசாமல் தலையைக் குனிந்து கொள்ளுங்கள். நான் பதில் சொல்லிக்கொள்கிறேன். எல்லாவற்றிற்கும் மேலாக, நான் தலையாட்டினால் நீங்களும் தலையாட்ட வேண்டும்.' என்று சொல்லிவைத்தே அவர்களை பேச்சுவார்த்தை அறைக்கு அழைத்துச் செல்கிறார் மான்டி. அனைவரும் பேச்சுவார்த்தை நடைபெறும் அறைக்குள்ளே செல்கிறார்கள்.

ஆப்கின்ஸ் (நிர்வாக அதிகாரி) : 'பெண்களின் கோரிக்கை என்ன என்பது எங்களுக்குப் புரிகிறது. ஆனால் அதையெல்லாம் உடனடியாகத் தீர்த்து வைக்க முடியாது. கோரிக்கைகளை பரிசீலிப்பதற்கென்று ஒரு நடைமுறை இருக்கிறது. அதையெல்லாம் விட்டுவிட்டு திடீரென ஒரு முடிவெடுக்கமுடியாது.'

மான்டி : 'நான் எப்போதும் நியாயமாத்தான் பேசுவேன்னு உங்களுக்கே தெரியும்'

ஆப்கின்ஸ் (நிர்வாக அதிகாரி) : "ஆமா. நீங்க நியாயமானவர்'

மான்டி : "சரி. நாம ஒரு இரண்டு வாரம் கழித்து மீண்டும் கூடுவோம். அப்போது நீங்கள் பெண்களின் கோரிக்கையினை பரிசீலிக்கிறோமென்று உத்தரவாதம் கொடுங்கள். இன்றைய பேச்சுவார்த்தையின்மூலம் பெண்கள் வேலைநிறுத்தத்தை திரும்பப்பெற்றுக்கொண்டார்களென்று நீங்க உங்க மேலதிகாரிகளிடம் சென்று சொல்லிவிடுங்கள். நாங்களும் பெண்களிடம் சென்று, இன்னும் சில வாரங்களில் நிர்வாகம் பெண்களுடைய

பிரச்சனையைத்தான் முதன்மையானதாகக் கருதி பரிசீலிக்கத்துவங்கிவிடும் என்று சொல்லிவிடுகிறோம்."

ஆப்கின்ஸ் (நிர்வாக அதிகாரி): "இது ரொம்ப நியாயமான யோசனையா இருக்கு"

ஆல்பர்ட் : "இது பெண்களுக்கு மகிழ்ச்சியான செய்தியாக இருக்குமென்று எனக்குத் தோன்றவில்லை"

மான்டி (நிர்வாக அதிகாரி) : "அதெல்லாம் சரியாயிரும். நிர்வாகம் அவங்களை ஏமாற்றவில்லை என்கிற நம்பிக்கை இருக்கிறவரை ஒன்னும் பிரச்சனையில்லை." இதனையெல்லாம் கேட்டுக்கொண்டிருந்த ரீட்டாவால் கோபத்தைக் கட்டுப்படுத்தமுடியவில்லை.

ரீட்டா (பெண்களின் பிரதிநிதி) : 'மூன்று மணிநேரம் நாம் இங்கே பேசிக்கொண்டிருக்கிறோம். நீங்க எல்லாரும் பெண்களுக்கு கொடுக்குற மதிப்பு இவ்வளவுதானா?" தன்னுடைய கைப்பையிலிருந்து சில தோல் துண்டுகளை (லெதர் பீஸ்) எடுத்து மேசையின்மீது வைத்து, நிர்வாக அதிகாரியைப்பார்த்து பேசுகிறாள்,

ரீட்டா (பெண்களின் பிரதிநிதி) : "இந்தத் துண்டுகளையெல்லாம் சரியாக வைத்து, கார் இருக்கைக்கு ஏற்ற மாதிரி தைத்துத் தாருங்கள் பார்க்கலாம். உங்களால முடியாதுன்னு எனக்குத் தெரியும். ஏனென்றால், அனுபவமோ, பயிற்சியோ இல்லாமல் இவ்வேலையினை செய்யமுடியாது. இந்த மாதிரி ஏராளமான வேலைகள் நாங்க செய்றோம். இது ஒரு 'பயிற்சித்திறன் தேவைப்படாத வேலை' அல்ல."

ஆப்கின்ஸ் (நிர்வாக அதிகாரி) : "உங்களோட கோரிக்கை நிர்வாகத்திற்குப் புரிகிறது"

ரீட்டா (பெண்களின் பிரதிநிதி) : "எங்களின் கோரிக்கையினைப் புரிந்து கொள்வது எளிது என்றாலும், எனக்கென்னவோ நீங்கள் புரிந்துகொண்டது மாதிரியே தெரியல."

ரீட்டா (பெண்களின் பிரதிநிதி) : "எங்களையெல்லாம் 'ஓரளவு பயிற்சிதேவைப்படுகிற வேலையினை' செய்கிறவர்கள் பட்டியலில் இணைக்கவேண்டும். அதற்கேற்ப ஊதியமும் கொடுக்கவேண்டும். இக்கோரிக்கையினை நாங்கள் வைத்தே பல மாதங்கள் ஆகிவிட்டது. ஆனால் இதுவரைக்கும் நீங்கள் எதுவுமே செய்யவில்லை. ஏன் என்பது எங்கள் எல்லோருக்கும் தெரியும். இதுவரைக்கும் பெண்கள் எப்போதுமே வேலைநிறுத்தம் செய்ததே இல்லை. எங்களோட கோரிக்கையினை நீங்கள் மறந்துவிடலாம், நாங்களும் எங்களுடைய வேலையைப்பார்க்க சென்றுவிடுவோம் என்றுதானே நினைத்தீர்கள். ஆனால் நாங்கள் எங்கேயும்

போகப்போவதில்லை. நாங்கள் சொல்லியதை செய்யப்போகிறோம். முதன்முறையாக... அடுத்த 24 மணிநேரம் அடையாள வேலைநிறுத்தம் செய்யப்போகிறோம்." என்று சொல்லிவிட்டு, ரீட்டா அப்பேச்சுவார்த்தை அறையிலிருந்து வெளியேறுகிறாள். ரீட்டாவின் கொந்தளிப்பைக் கண்டு ஆல்பர்ட் மிகுந்த மகிழ்ச்சியடைகிறார்.

ரீட்டாவும் கோனியும் தாங்கள் வேலை செய்யும் இடத்திற்கு வருகிறார்கள். பேச்சுவார்த்தை என்னவாகியிருக்குமோ என்கிற ஆர்வத்தில் எல்லோரும் அமைதியாக ரீட்டா மற்றும் கோனியின் முகங்களையே பார்க்கிறார்கள்.

ரீட்டா மெதுவாக அருகிலிருக்கும் மேசையின்மீது ஏறி நிற்கிறாள். ஒரு சில வினாடிகள் என்ன சொல்வது, எப்படிச் சொல்வது என்று யோசித்துக்கொண்டே எல்லோரையும் பார்க்கிறாள். கொஞ்சம் கொஞ்சமாக தைரியத்தை வரவழைத்துக்கொண்டு,

ரீட்டா : 'எல்லாரும் வெளிய போலாம் வாங்க. நாம் வேலைநிறுத்தம் பண்ணப்போறோம்' என்று அறிவிக்கிறாள் ரீட்டா.

பெண்கள் அனைவரும் மகிழ்ச்சி போங்க, துள்ளிக்குதித்து வெளியே செல்கிறார்கள். 'எங்களுக்குத்தேவை மரியாதை' 'எங்களுக்குத்தேவை மரியாதை'

'எங்களுக்குத்தேவை மரியாதை'

என்ற முழங்கிக்கொண்டே தட்டிகளையும் பதாகைகளையும் ஏந்தியபடி 'போர்டு' தொழிற்சாலை வாயிலில் போராட்டத்தை துவங்குகிறார்கள் அப்பெண்கள். முதன்முறையாகத் தங்களது உரிமைக்காகப் போராடியதில் மிகுந்த மகிழ்ச்சியுடன் ரீட்டாவிற்கு எல்லோரும் நன்றி தெரிவித்துவிட்டு மாலை வீடு திரும்பினர்.

அமெரிக்காவிலிருக்கும் போர்டு நிறுவன தலைமைச்செயல் அதிகாரியான போர்டிற்கு பெண்களின் போராட்டம் குறித்த செய்தி சொல்லப்படுகிறது. அவர் அதிர்ச்சியாகிறார். ரீட்டா வீட்டிற்கு சென்றுகொண்டிருக்கும் வேளையில் ஆல்பர்ட் ரீட்டாவைப் பார்த்துவிடுகிறார். ரீட்டாவிடம் தனியாகப் பேசவேண்டுமென்று சொல்லி அருகிலிருக்கும் தேநீர் விடுதிக்கு அழைத்துச்செல்கிறார்.

ஆல்பர்ட் : 'ஆண்களைவிட பெண்களுக்கு குறைவான ஊதியம் கொடுத்தால் போதும் என்கிற வசதி அவர்களுக்கு இருப்பதால்தான், போர்டு நிறுவனம் இப்படி ஒரு அநியாயத்தை செய்கிறது. இது இங்கே மட்டுமல்ல. நாடெங்கிலும் இதே நிலைதான். பெண்கள் என்பதாலேயே அவர்களுக்கு குறைவான ஊதியம் வழங்குகிறார்கள். மிக மிக அடிப்படையான பிரச்சனைகளுடனே

நீங்கள் எப்போதும் போராடிக்கொண்டிருக்க வேண்டியதாக இருக்கிறது. அதனால் சமவூதியம் பெறப்போராடுவது மிகமிக அவசியம்'

ரீட்டா : 'உங்களுக்கு ஏன் இவ்வளவு ஆர்வம் இப்பிரச்சனையில்?'

ஆல்பர்ட் : 'எங்கம்மா தனியாக உழைத்து, அதில் கிடைக்கும் அரைச்சம்பளத்தை வைத்தே என்னையும் என் சகோதரர்களையும் வளர்த்தாங்க. வாழ்க்கை முழுவதும் அவங்க பட்ட துயரம் என்னை மிகவும் பாதித்திருக்கிறது.'

ஆல்பர்ட் : 'யாராவது இந்த சுரண்டலை தடுத்து நிறுத்தனும்.' என்று ரீட்டாவிடம் சொல்கிறார்.

அடுத்தநாள் எல்லோரும் வேலைபார்த்துக்கொண்டிருக்கும்போது, நிர்வாகத்திடமிருந்து ஒரு சுற்றறிக்கை வருகிறது. வேலைநிறுத்தத்தை நடத்திய பெண் ஊழியர்களைக் கடுமையான வார்த்தைகளால் கண்டித்து எழுதப்பட்டிருந்தது அவ்வறிக்கை. அதைக்கண்டதும் கடும் கோபத்திற்குள்ளாகிறார்கள் அவர்கள். இனியும் பொறுப்பதற்கில்லை என்று ரீட்டா, மற்ற பெண்களின் கருத்தினையும் கேட்டுவிட்டு தொடர் வேலைநிறுத்தத்தை அறிவிக்கிறாள்.

'சமவூதியமும் மரியாதையும் கிடைக்கும்வரை வேலைநிறுத்தம் தொடரும்' என்று சொல்லிவிட்டு எல்லோரும் வெளியேறுகிறார்கள்.

அவர்கள் வேலை செய்கிற டேகன்காம் கிளையில் மட்டும் இப்போராட்டத்தினை முடக்கிவிடாமல், போர்டின் அனைத்து கிளைகளுக்கும் சென்று அங்கிருக்கும் பெண் ஊழியர்களிடமும் ரீட்டாவும் மற்ற பெண்களும் பேசுகிறார்கள்.

'நம்மை நடத்துகிறவிதத்திற்கு முற்றுப்புள்ளி வைக்கவேண்டிய நேரம் வந்துவிட்டது. இதற்கு மேலும் நம்மால் பொறுத்துக்கொள்ள முடியாது'

நம்பிக்கையோடு அவர்கள் போராட்டத்தினை முன்னெடுத்துச்சென்றாலும், ஊடகங்களும் பொதுமக்களும் அவர்களுக்கு ஆதரவாக இல்லை.

ரீட்டா எப்போதும் போராட்டத்திலேயே கவனம் செலுத்துவதால், அவளால் வீட்டு வேலைகளை அதிகமாக கவனிக்க முடியவில்லை. அதனால் ரீட்டா மீது அவளது கணவனுக்கு நிறையக் கோபம் வருகிறது. கோபத்தின் விளைவால், அவளிடம் பேசுவதையே குறைத்துவிடுகிறான்.

பெண் ஊழியர்கள் வேலைநிறுத்தத்தில் இருப்பதால், கார் இருக்கைகள் தைத்துத்தர ஆளில்லாமல் போர்டு நிறுவனமே தவிக்கிறது. ஒரு கட்டத்திற்கு மேல், கார்கள் தயாரிப்பையே போர்டு நிறுவனம் காலவரையின்றி நிறுத்திவிடுகிறது. அதனால் ஆயிரக்கணக்கான ஆண் தொழிலாளர்களும் வீட்டிற்கு அனுப்பப்படுகிறார்கள். அவர்களெல்லாம் ரீட்டாவின் மீதும் மற்ற பெண்களின்மீதும் ஆத்திரப்படுகிறார்கள், திட்டித்தீர்க்கிறார்கள். கோனி போராட்டத்திற்கு சென்றிருக்கும்போது, உடல்நிலை சரியில்லாத அவளது கணவரும் இறந்துவிடுகிறார். அனைவரையும் வறுமை துரத்துகிறது. பெண்களனைவரும் தங்களிடமிருக்கும் சேமிப்புப் பணத்தை ஒன்றாகச் சேர்த்து, அதனை போராட்ட செலவிற்கும் எல்லோரது வீட்டுச்செலவிற்கும் பகிர்ந்துகொண்டு நாட்களை நகர்த்துகிறார்கள். பெண்களின் போராட்டத்தை உடைக்க நிர்வாகம் பல வழிகளில் முயல்கிறது. போராட்டக்குழுவில் முக்கியப் பங்குவகிக்கும் சாண்ட்ராவிற்கு விளம்பர மாடலாகவேண்டுமென்ற ஆசையிருப்பதை அறிந்துகொண்டு, அவளை போர்டு நிறுவனத்தின் விளம்பர மாடலாக நியமிக்கிறோமென்று சொல்லி நிர்வாகம் அவளை தன்வசம் இழுக்கப்பார்க்கிறது. நிர்வாகத்தின் சூழ்ச்சியறிந்து அவ்வாய்ப்பினை மறுக்கிறாள் சாண்ட்ரா.

பெண்களின் கோரிக்கையை முதன்மையாகக் கருதி ஒட்டுமொத்த தொழிற்சங்கமும் போராட்டத்தை முன்னெடுத்துச் செல்லலாமா வேண்டாமா என்று தங்களுக்குள் வாக்கெடுப்பு நடத்த தொழிற்சங்கம் முடிவுசெய்கிறது. ரீட்டா உள்பட சில பெண்களையும் அக்கூட்டத்திற்கு தொழிற்சங்கம் அழைக்கிறது. வாக்கெடுப்பிற்கு ரீட்டா கிளம்பிக்கொண்டிருக்கையில், அவளது கணவன் அவளை தடுத்துநிறுத்துகிறான்.

கணவன் : "சமீபகாலமாக நீ செய்வது எனக்கு கொஞ்சம்கூட பிடிக்கவில்லை"

ரீட்டா : "எனக்கு நேரமாகிறது. நான் போகணும். பிறகு வந்து பேசலாம்"

கணவன் : "இப்பவே பேசியாகணும். எனக்கும் நிறைய ஆசைகள் இருக்கு. பைக்ல ஊர் சுத்தணும், தினமும் நண்பர்களோட இரவு தண்ணியடிக்கனும். இந்த மாதிரி எதையுமே செய்யமுடியல. எல்லாம் உன்னாலதான். உன்னைய அடிக்க நான் கை ஓங்கினதுகூட இல்ல."

ரீட்டா : "இப்ப நீ என்ன சொல்ல வர? நீ ஒரு தியாகியா இருக்குற, அப்படின்னு சொல்றியா?"

ரீட்டா : "நாங்கள்லாம் உரிமைக்காகப் போராடுறோம் இப்போ... ஆனா நீ உன்னோட கூடுதல் சலுகைகள் பறிபோகுதேன்னு பேசிக்கிட்டு இருக்க.

எங்களோட அடிப்படை உரிமைக்கான போராட்டம்தான் இது... அதை நீ புரிஞ்சிக்கோ..." அதற்குமேல் எதுவுமே பேசாமல், ரீட்டா அங்கிருந்து கிளம்பி தொழிற்சங்கக் கூட்டத்திற்கு சென்றுவிடுகிறாள்.

ஒட்டுமொத்த சமூகத்தின் பொதுப்புத்தியிலும் ஆணுக்குப் பெண் சமமாக ஊதியம் பெறக்கூடாது என்கிற எண்ணம் ஆழப்பதிந்திருக்கிறது. அதுவே தொழிற்சங்க ஓட்டெடுப்பில் தங்களுக்கெதிராக அமைந்துவிடுமோ என்று அஞ்சவே செய்கிறார்கள் ரீட்டாவும் மற்ற பெண்களும். சற்றுத் தாமதமாகவே கூட்ட அறைக்குள் நுழைகிறாள் ரீட்டா. அவளைப் பேச அழைக்கிறார்கள்.

ரீட்டா : "நாமெல்லாம் உழைக்கும் வர்க்கம். நாமெல்லாமென்று நான் சொன்னது 'ஆண்', 'பெண்' ஆகிய இருவரையும்தான். நாமெல்லாம் பாலினத்தால் வேறுபட வேண்டாம். அடிப்படை உரிமைக்காக நாமெல்லாம் போராடுவோம். 'பெண்ணுக்கு சமவூதியம்' என்பதுவும் ஒரு உரிமைதான். அதற்காகவும் போராடனும் நாமெல்லாம் ஒன்றிணைந்து" என்னும் பொருள்பட பேசிமுடித்து மேடையிலிருந்து கீழிறங்கிவருகிறாள் ரீட்டா.

ரீட்டாவின் கணவனும் கூட்டத்தில் அவள் பேசுவதைக் கேட்டுவிடுகிறான். தன்னுடைய பேச்சிற்கும் செயலுக்கும் ரீட்டாவிடம் மன்னிப்புக் கேட்கிறான். இனி அவளது போராட்டத்திற்கு உறுதுணையாக இருக்கப்போவதாக அவளிடம் உறுதியும் கூறுகிறான்.

அதற்குள் வாக்கெடுப்பின் முடிவு அறிவிக்கப்படுகையில், பெரும்பான்மையானோர் பெண்களின் கோரிக்கைக்கு ஆதரவளித்து வாக்களித்திருந்தது தெரியவருகிறது.

பெண்களின் சமவூதிய கோரிக்கைக்கு ஒட்டுமொத்த தொழிற்சங்கமும் ஆதரவு தெரிவித்த செய்தி, அரசாங்கத்தின் காதுகளுக்கு எட்டுகிறது. போராட்டத்தின் வீரியம் பலமடங்காக உயருகிறது. அரசாங்கத்திலிருக்கும் பெண் தொழிலமைச்சர், போராட்டப் பெண்களை சந்தித்து பிரச்சனைக்கு ஒரு முடிவுகட்ட நினைக்கிறார். அதற்கான தேதியும் நேரமும் முடிவு செய்யப்படுகிறது. எந்த முடிவெடுத்தாலும் போர்டு நிறுவனத்திற்கு ஆதரவாகவே எடுக்கவேண்டுமென்று அமெரிக்காவிலிருந்து போர்டு நேரடியாக நாட்டின் பிரதமருக்கே தொலைபேசியில் அழைத்துச்சொல்கிறார். பிரதமரும் அமைச்சருக்கு அதனை ஒரு ஆணையாகவே பிறப்பிக்கிறார்.

பிரதமர் : "கோடிக்கணக்கான பணத்தை நம் நாட்டில் முதலீடு செய்திருக்கிறது போர்டு நிறுவனம். நமது அரசாங்கம் போராட்டக்காரர்களின் பக்கம் நிற்காது

என்று நான் 'போர்டு'க்கு வாக்கு கொடுத்துவிட்டேன். நீங்க என்ன செய்தாலும் சரி... ஆனால் 'போர்டு' வருத்தப்படுகிறமாதிரி மட்டும் எந்த முடிவும் எடுக்கக்கூடாது."

இச்சூழலில் அமைச்சரும் ரீட்டா குழுவினரும் சந்திப்பதற்குமுன், போர்டு நிர்வாக அதிகாரியே அமைச்சரை நேரில் சந்தித்து, தங்களுக்கு சாதகமாகவே அரசு நடந்துகொள்ள வேண்டுமென்றும் பெண்களின் கோரிக்கையை நிராகரிக்க வேண்டுமென்றும் சொல்கிறார்.

போர்டு நிர்வாக அதிகாரி : "போர்டு நிறுவனம் உங்கள் நாட்டிற்கு எவ்வளவு முக்கியமென்று உங்களுக்கே தெரியும். நாங்கள் இந்நாட்டிலேயே தொழிலை தொடர்ந்து நடத்தவேண்டுமா அல்லது வேறு நாட்டிற்குச் செல்லவேண்டுமா என்பதை நீங்கள்தான் முடிவு செய்யவேண்டும். இவர்களுக்கெல்லாம் தொடர்ந்து குறைந்த ஊதியம் கொடுத்தால்தான் நாங்கள் இலாபமாக நிறுவனத்தை நடத்தமுடியும். இதில் ஏதேனும் மாற்றம் வந்தால், நாங்கள் நிச்சயம் வேறுநாட்டிற்கு தொழிற்சாலையை மாற்றவேண்டிவரும். 40 ஆயிரம் தொழிலாளர்களின் வாழ்க்கை எங்கள் கையில்தான் இருக்கு. அதை நினைவில் வைத்துக்கொள்ளுங்கள்"

போர்டு நிர்வாக அதிகாரியை அந்த அறையிலேயே விட்டுவிட்டு, அமைச்சர் அப்போராட்டப் பெண்கள் இருக்கும் அறைக்குச் செல்கிறார்.

அமைச்சர் : "நீங்கல்லாம் திரும்ப வேலைக்குச் செல்லுங்கள். நிச்சயமாக உங்களுக்கு வெகுசீக்கிரத்தில் ஒரு நல்ல முடிவை நான் சொல்கிறேன்."

ரீட்டா : "அப்படியெல்லாம் போக முடியாது. எங்களுக்கு ஒரு தீர்க்கமான உத்தரவாதம் கொடுத்தாலொழிய நாங்கள் போராட்டத்தை நிறுத்துவதாக இல்லை"

அமைச்சர் : "அரசியலில் சில நேரம் விட்டுத்தான் பிடிக்கணும்"

ரீட்டா : "நாங்கள்லாம் அரசியல்வாதிகளில்லை. உழைக்கும் பெண்கள். நீங்களும் தானே?"

அமைச்சர் : "சரி, குறைந்தபட்சம் இப்போதைக்கு என்ன வேணும் உங்களுக்கு?"

ரீட்டா : "வெகு சீக்கிரத்தில் சமஊதியம் தரப்படும் என்று அரசு வாக்குறுதி கொடுக்க வேண்டும். அதுவரை உடனடியாக இன்றிலிருந்தே ஆண்களுடைய ஊதியத்தில் 90 சதவீதம் அளவிற்காவது எங்களுக்கு உயர்த்திக்கொடுக்கவேண்டும்."

அதனைக் கூட்டத்தில் கலந்துகொண்ட மற்ற எல்லாப்பெண்களும் வழிமொழிகிறார்கள். அவர்களின் உறுதியான பேச்சு, அமைச்சரை எதுவும் பேசமுடியாமல் திணறடிக்கிறது.

சில நிமிடங்கள் கழித்து, அமைச்சரும் ரீட்டா மற்றும் குழுவினரும் வெளியே வருகிறார்கள். பத்திரிகை நிருபர்களின்முன் அமைச்சர் அறிவிக்கிறார்,

அமைச்சர் : "போர்டு நிறுவனப் பெண் தொழிலாளிகளுடன் நடத்திய பேச்சுவார்த்தையின் முடிவில், அவர்கள் அனைவரும் ஜூலை ஒன்றாம்தேதி முதல் மீண்டும் வேலைக்கு செல்வார்கள் என்று உறுதி கூறுகிறேன். அவர்கள் உடனடியாக ஊதிய உயர்வும் பெறுவார்கள். அதாவது ஆண்கள் பெறும் ஊதியத்தில் 92% அளவிற்கு பெண்களின் ஊதியமும் இனி இருக்கும். அதோடுமட்டுமல்லாது, அடுத்த இலையுதிர்காலத்திற்குள் சமவூதியச்சட்டத்தை அரசாங்கம் நிறைவேற்றும் என்றும் வாக்குறுதி கொடுக்கிறோம்." எல்லோரும் மகிழ்ச்சியில் திளைக்கிறார்கள்....

"இரண்டாண்டுகளுக்குப்பிறகு 1970இல் இங்கிலாந்தில் ஆண்களுக்கும் பெண்களுக்கும் சமமாக ஊதியம் வழங்கவேண்டுமென்று வலியுறுத்தி 'சமவூதியச்சட்டம்' நிறைவேற்றப்படுகிறது"

திரைப்படத்தின் இறுதியில், போர்டு நிறுவனத்தில் 1968 இல் சமவூதியதிற்காகப் போராடிய பெண்கள் பேசுகிறார்கள்.

"அந்தக் காலகட்டத்தில் நாங்க வேலைநிறுத்தம் செய்து போராடுவோம் என்று யாருமே எதிர்பார்க்கவில்லை"

"எதனைப் பெறுவதற்காக போராட்டத்தை துவங்கினோமோ, அதனைப் பெறும்வரை நம்முடைய முடிவில் உறுதியாக இருப்போம் என்று சொல்லிக்கொண்டோம்"

"நாங்கள் அவ்வளவு உறுதியாக இருப்போமென்றோ, போர்டு நிறுவனத்தையே இறங்கி வர வைக்க முடியுமென்றோ நினைக்கவேயில்லை"

"ஆனால் இறுதியில் எங்களால் எல்லாவற்றையும் செய்யமுடிந்தது"

■

9

வெனிசுவெல்லா:

ஊடகங்கள் மறைத்துவிட்ட மக்கள் புரட்சி

(The Revolution will not be televised - 2003)

அறிவியல் தொழில்நுட்பங்களின் உதவியோடு, ஊடகங்களால் கோடிக்கணக்கான மக்களை சில வினாடிகளில் தொடர்பு கொண்டு செய்திகளை விநியோகிக்கமுடிகிறது. இதனால் உலகளவில் ஊடகங்கள் அடைந்திருக்கிற வளர்ச்சி அபாரமானது. அவர்களால் மக்களிடையே ஒரு பொதுக்கருத்தை திணித்து நிலைநிறுத்தவும் முடியும் என்கிற அளவிற்கான வளர்ச்சியிது.

எவையெல்லாம் "செய்திகள்", எவையெல்லாம் "முக்கியச் செய்திகள்" என்பனவற்றை, ஊடகங்களைக் கையில் வைத்திருக்கிற முதலாளிகள்தான் தீர்மானிக்கிறார்கள்.

* 1994 இல் ஆப்பிரிக்க நாடான ருவாண்டாவில் சுமார் பத்து இலட்சம் அப்பாவி மக்களின் உயிரைக்குடித்த இனப்படுகொலைக்கு மிக முக்கியமான காரணம் ஆர்.டி.எல்.எம். என்கிற வானொலிதான். தொடர்ந்து அவ்வானொலியில் இடைவிடாது சிறுபான்மையின டூட்சி மக்களுக்கு எதிராக இனவெறிக் கருத்துகளைப் பரப்பி பல இலட்சக்கணக்கான மக்களைக் கொலை செய்யத் தூண்டிவிட்டுக் கொண்டே இருந்தது.

* 2002 இல் குஜராத்தில் முஸ்லிம் மக்களுக்கு எதிராக நிகழ்த்தப்பட்ட வன்முறையின்போதும், "குஜராத் சமாச்சார்" மற்றும் சந்தேஷ் போன்ற பத்திரிகைகள் இனவெறிக் கருத்துக்களை எவ்வாறு பரப்பின என்பதும் நாம் அறிந்ததே.

* எண்ணெய் வளமிக்க மத்திய கிழக்கு நாடுகளை ஆக்கிரமிக்கும் போர்களுக்கு உலகளவில் ஆதரவைத்திரட்ட ஊடகங்கள் மூலமாக அமெரிக்கா செய்கிற பரப்புரைகளும் இதிலடங்கும்.

வரலாற்றில் இப்படியான உதாரணங்கள் ஏராளமாக உண்டு.

கதைச்சுருக்கம் :

தென்னமெரிக்க நாடான வெனிசுவெல்லாவில், அந்நாட்டு மக்களின் பேராதரவுடன் ஒரு அரசு அமைகிறது. பெருமுதலாளிகளும் உலகின் மிகப்பெரிய தீவிரவாத அமைப்பான சி.ஐ.ஏ.வும் கைகோர்த்து ஊடகங்களைப் பயன்படுத்தி வெனிசுவெல்லாவின் மக்கள் அரசை கவிழ்க்க சதித்திட்டம் தீட்டுகின்றன. மக்களால் விரும்பியேற்கப்பட்ட ஒரு அரசினைக் கவிழ்க்க, ஊடகங்கள் மூலமாக எவ்வாறு முயற்சி செய்யப்பட்டது என்பதனையும், அதனை முறியடித்த மக்களின் புரட்சியையும் சொல்கிற திரைப்படம்தான் "The Revolution will not be Televised"

திரைக்கதை:

2000ஆண்டில் நடைபெற்ற பொதுத்தேர்தலில் 60 சதவீத வாக்குகளைப் பெற்று வெனிசுவெல்லாவின் அதிபராக மீண்டும் தேர்ந்தெடுக்கப்படுகிறார் ஹூகோ சாவேஸ்.

பதவியேற்றுக்கொண்ட சாவேஸ் : "இங்கே வெனிசுவெல்லா மற்றும் பிற லத்தீன் அமெரிக்கா நாடுகளிலும் பின்பற்றப்பட்டு வந்த புதிய தாராளமயக் கொள்கைகளினால் கட்டுப்பாடுகளற்ற வர்த்தகம் சாத்தியம் என்றே சொல்லப்பட்டு வந்தது. ஆனால் அவை அனைத்தும் பொய். ஆயிரம் மடங்கு பொய். அதற்கு மாற்று இருக்கிறது என்பதனை வெனிசுவெல்லாவில் நாம் நிரூபித்துக்கொண்டிருக்கிறோம். இதனை செய்வதற்கு சர்வதேச அளவில் பல நெருக்கடிகளை நான் சந்திக்க வேண்டியிருக்கிறது. ஆனால் அதையெல்லாம் நான் கண்டுகொள்ளப்போவதில்லை. நரகத்தின் வாசலுக்கே தள்ளப்பட்டாலும், நான் வெனிசுவெல்லா மக்களைக் காப்பேன்."

சாவேசின் ஆட்சி குறித்து ஒரு ஆவணப்படம் எடுக்க, 2001 ஆம் ஆண்டில் அயர்லாந்து நாட்டைச் சேர்ந்த கிம் பார்ட்லி மற்றும் பிரைன் ஆகிய இருவரும் வெனிசுவெல்லா நாட்டிற்கு செல்கிறார்கள். சாவேசின் அனுமதியுடன் அவர் செல்கிற இடங்களுக்கெல்லாம் காமிராவை தூக்கிக்கொண்டு ஆவணப்படுத்திக்கொண்டே போகிறார்கள்.

சாவேசின் எளிமை, மக்களிடம் அவர் கொண்டிருக்கிற நெருக்கம் போன்றவை அவர்களை ஆச்சரியப்பட வைக்கிறது. அமெரிக்காவின் கட்டுப்பாடற்ற சந்தைப் பொருளாதாரத்தை கடுமையாக எதிர்த்துப் பேசிவருகிறார் சாவேஸ்.

சாவேஸ் : "60 களில் நமக்கு நம்முடைய நாட்டினைத் திருப்பிக் கொடுத்தார்கள். ஆனால் எவ்விதக் கடன் வசதியோ தொழில்நுட்ப வசதியோ

தரவில்லை. அதனால் நமது உழைப்பாளி மக்களுக்கு என்ன கிடைத்தது? நம்முடைய எண்ணெய் வளம் கூட நம்முடையதாக இல்லை. இந்நிலை இன்னொருமுறை நடக்க விடமாட்டோம். அதற்கேற்ப நம்முடைய அரசியலமைப்பும் மாற்றியமைக்கப்பட்டிருக்கிறது. மக்களாகிய நீங்களும் ஒருங்கிணைந்து ஒத்துழைக்கவேண்டும்."

வாரத்தில் ஒரு நாள் தொலைக்காட்சி மற்றும் வானொலியில் சாவேஸ் தோன்றி தொலைபேசி வாயிலாக நாட்டு மக்களின் கேள்விகளுக்கு நேரடியாக பதிலளிக்கிறார். மக்கள் தங்களுடைய குறைகளை எவ்வித இடைத்தடைகளுமின்றி சாவேசிடம் தெரிவிக்கலாம் என்பதுதான் அந்நிகழ்ச்சியின் சிறப்பு. குறைகளை மட்டுமல்லாது, அரசுக்குத் தங்களாலான உதவிகளையும் செய்ய முன்வருகிறார்கள் மக்கள். அந்நிகழ்ச்சியில் சாவேசைத் தொடர்புகொண்டு பேசுகிற ஒரு பெண்மணி,

"சாவேஸ்! என்னிடம் ஒரு சிறு நிலம் கூடுதலாக இருக்கிறது. மக்களுக்குப் பயன்படும் என்பதால், அதனை நான் அரசுக்கு வழங்க விருப்பப்படுகிறேன்".

அதுபோக, சாவேஸ் செல்லுமிடமெல்லாம் சிறு காகிதங்களிலும் மனுக்களாகவும் தங்களது குறைகளையும் அரசுக்கான ஆலோசனைகளையும் மக்கள் எழுதித்தருகிறார்கள். மக்களிடமிருந்து மனுக்களைப் பெறுவதற்கு ஒரு குழுவையே அமைக்கிறார் சாவேஸ். தினமும் ஆயிரக்கணக்கில் வந்து குவியும் மனுக்களைப் படித்து உரிய நடவடிக்கைகள் எடுப்பதும் அக்குழுவின் பணி.

உழைக்கும் மக்களுக்கு ஆதரவாகவும் பெருமுதலாளிகளுக்கு எதிராகவும் செயல்படுவதால், அவர்கள் சாவேசின் மீது கடும் அதிருப்தியோடு இருந்தனர். மக்களோடு மக்களாக வாழ்கிற சாவேஸ் குறித்து தனியார் தொலைக்காட்சிகள் மூலமாக தவறான பரப்புரையினைத் தொடர்ந்து நடத்தத்துவங்கினர். வெனிசுவெல்லாவில் ஐந்து முக்கியமான தனியார் தொலைக்காட்சிகளும் பெருமுதலாளிகளின் வசம் இருக்கிறது. அவர்களால் இயன்றவரை சாவேஸ் குறித்து எதையாவது எதிர்மறையான செய்திகளைச் சொல்லிக்கொண்டே இருந்தனர்...

தனியார் தொலைக்காட்சி 1 : "சாவேசுக்கும் பிடல் காஸ்ட்ரோவுக்கும் ஏதோ உடல்ரீதியான உறவு இருக்கிறது..."

தனியார் தொலைக்காட்சி 2 : "சாவேஸ் மருத்துவ ரீதியாக மனநலம் பாதிக்கப்பட்டவர் என்பதை சாவேசே ஒப்புக்கொண்டிருக்கிறார்..."

தனியார் தொலைக்காட்சி 3 : "இந்த அரசினை மாற்றுவதற்கான நேரம் இது. சாவேசை மக்கள் மாற்றுவது குறித்து யோசிக்கவேண்டும்..."

இவற்றையெல்லாம் சாவேஸ் அரசு கவனித்து வந்தாலும், ஊடகங்களுக்கு அரசு எவ்விதக் கட்டுப்பாடும் விதிக்கவில்லை. அதனை அவர்களது சுதந்திரம் என்றே சாவேசின் அரசு கருதிவந்தது. தனது நிலையினை ஒட்டுமொத்த மக்களுக்கும் விளக்கிச்சொல்ல, அவருக்கு இருந்த ஒரே ஊடகம் 'சேனல் 8' என்கிற அரசு தொலைக்காட்சிதான்.

ஒருபுறம் உள்ளூர்க் கொள்ளையர்களிடமிருந்து மக்களைக் காக்கவேண்டிய பணியினைச் செய்துகொண்டே, மறுபுறம் உலகளவில் ஏகாதிபத்தியத்தின் மனித உரிமை மீறும் போர்களையும் அவ்வப்போது கடுமையாக கண்டித்தே வந்தார் சாவேஸ்.

ஆப்கானிஸ்தானில் அப்பாவி மக்கள் மீது அமெரிக்கா நடத்திய தாக்குதல் குறித்துப்பேசும்போது,

> "தீவிரவாதம் ஒழிக்கப்படவேண்டும் என்பதில் நமக்கு உடன்பாடு உண்டு. ஆனால் தீவிரவாதம் உருவாவதற்கு காரணமான பிரச்சனைகளைக் கண்டறிந்து, தீர்த்தால்தான் தீவிரவாதம் ஒழியும். குழந்தைகளையும் பெண்களையும் அப்பாவி மக்களையும் குண்டு வீசித்தாக்கியெல்லாம் தீவிரவாதத்தை ஒழிக்க முடியாது. இந்தத்தவறை தொடரப்போகிறார்களா அவர்கள்? இனியும் அவர்கள் இதனைச் செய்வதற்குமுன், யோசித்து செயல்படவேண்டும். இதனை கோரிக்கையாக வைக்கிறோம் அவர்கள் முன்னே... நான் மீண்டும் சொல்கிறேன், தீவிரவாதத்தை தீவிரவாதத்தால் ஒழிக்கமுடியாது..."

உலகிலேயே மிக அதிக அளவில் எண்ணெய் இருப்புக் கொண்ட நாடு வெனிசுவெல்லாதான் (சவுதி அரேபியாகூட இரண்டாவது இடத்தில்தான் இருக்கிறது). சாவேசின் சோசலிச அரசு அமைவதற்கு முன்புவரை அமெரிக்காவின் கைப்பாவை அரசுகள் பல ஆண்டுகளாக வெனிசுவெல்லாவை ஆண்டுவந்தமையால், அமெரிக்காவைப் பொறுத்தவரையில் எண்ணெய் இறக்குமதிக்கு வெனிசுவெல்லா எப்போதும் ஒரு நம்பிக்கையான நாடாகவே இருந்துவந்திருக்கிறது. ஆனால் சாவேசின் அரசு பதவியேற்றபின் நிலைமை தலைகீழாகிவிட்டமையால், வெனிசுவெல்லாவில் எப்படியாவது ஒரு ஆட்சி மாற்றத்தினை உருவாக்கவேண்டுமென அமெரிக்கா காத்துக்கொண்டிருந்தது. அமெரிக்க வெளியுறவுத்துறை அமைச்சர் காலின் பவலும் இன்னபிற அமெரிக்க அமைச்சர்களும் வெளிப்படையாகவே சாவேசை மாற்ற வேண்டுமெனப் பேசிவந்தனர்.

இதனையெல்லாம் சிறிதும் கண்டுகொள்ளாத சாவேஸ் அரசின் ஆதரவாளர்கள், கிராமங்களிலும் சிறு நகரங்களிலும் சிறுசிறு

குழுக்களை அமைத்து அதன்மூலமும் அப்பகுதியிலுள்ள மக்களுக்கு கல்வி வழங்குவதையும் சமூக பிரச்சனைகளைத் தீர்ப்பதிலுமே கவனம் செலுத்தினார்கள்.

மக்கள் குரல் 1 : 'நாங்கள் இதற்கு முன்பு எப்போதும் ஓட்டுப் போட்டதே இல்லை. ஆனால் இந்த அரசு புதிய நம்பிக்கைகளை எங்களுக்கு கொடுத்தது. அதனால்தான் சாவேசுக்கு ஓட்டுப்போட முடிவெடுத்தோம்"

மக்கள் குரல் 2 : "அரசியலுக்கும் எங்களுக்கும் எந்தவிதத் தொடர்பும் இருந்ததில்லை. ஒரு கூட்டம் பணம் படைத்தவர்களாக மாறுவதும், நாங்கள் மேலும் ஏழையாவதுமே நடந்துவந்திருக்கிறது அரசியலால். ஆனால் இப்போது எங்களுக்கு உண்மையிலேயே அரசியலில் ஈடுபாடு வந்திருக்கிறது. ஏனென்றால், இப்போது அரசியல் என்பது மக்களாட்சியில் பங்கெடுப்பது என்பதாக மாறியிருக்கிறது"

மக்கள் குரல் 3 : "முதலில் படிக்க வேண்டும் என்றுதான் சாவேஸ் சொல்வார். அதனால் நாங்கள் அனைவரும் புதிதாக மாற்றியமைக்கப்பட்ட அரசியலமைப்புச் சட்டத்தைப் படித்தோம்."

மக்கள் குரல் 4 *(பெட்டிக்கடைக்காரர்)* : 'பொருள்வாங்க வரும் வாடிக்கையாளர்களிடம், அரசியலமைப்புச் சட்டத்தை படிக்க வலியுறுத்துவோம். படிப்பதோடு மட்டுமல்லாது விவாதிக்கவும் அவர்களைத் தூண்டுகிறோம்.'

மக்கள் குரல் 5 : "இதற்கு முன்னர் இருந்த அரசுகள் எல்லாம், மூடிய கதவுகளுக்குள்தான் முடிவுகளை எடுத்துவந்தன. எங்களின் குரல் அவ்வறைக்குள் நுழையக்கூட முடியாத நிலைதான் இருந்தது. முதன்முறையாக மக்களையும் பங்கெடுக்க வைக்கிற ஒரு மக்களாட்சி இப்போதுதான் நடக்கிறது" ஒருபுறம் உழைக்கும் வர்க்கத்திடம் சாவேசின் சோசலிச அரசு மீதான மரியாதை இப்படியாக அதிகரித்திருந்தாலும், மறுபுறம் உழைக்காமல் காலம் காலமாக பிறர் உழைப்பைச் சுரண்டியே வாழ்ந்துவந்திருந்த பணம்படைத்த ஒரு சிறு கூட்டம் சாவேசின் அரசைக் கடுமையாகக் குறைகூறிவந்தனர்.

அவர்கள் அவ்வப்போது அவர்களுக்குள்ளாக சில கூட்டங்கள் நடத்தி நிலைமையினை விவாதித்தும், ஆங்காங்கே சிறுசிறு போராட்டங்களை நடத்தியும் சாவேஸ் அரசுக்குத் தங்களது எதிர்ப்பினை வெளிக்காட்டினர்.

எண்ணெய் வளங்கள் நாட்டுடைமையாக்கமும், அமெரிக்க அரசின் எதிர்ப்பும்:

பல ஆண்டுகளாக நாட்டின் ஒட்டுமொத்த எண்ணெய் வளமும் வெனிசுவெல்லாவை ஆண்டுவந்த ஆளும்வர்க்கத்தின்

தனிச்சொத்தாகவே இருந்துவந்தது. உலகிலேயே மிக அதிகமான எண்ணெய் இருப்புக்கொண்ட வெனிசுவெல்லாவில் 80 சதவீதத்திற்கும் மேலான மக்கள் வறுமைக் கோட்டிற்கு கீழ்தான் வாழ்ந்துவந்தார்கள். அதனால், பிப்ரவரி 2002 இல் வெனிசுவெல்லாவில் இருக்கும் எண்ணெய் நிறுவனங்கள் அனைத்தையும் நாட்டுடைமையாக்கியது சாவேஸ் அரசு. அதில் வரும் இலாபம் அனைத்தையும் வறுமைக்கோட்டுக்குக் கீழிருக்கும் 80 % மக்களின் வாழ்க்கையை உயர்த்தப் பயன்படுத்தப்படும் என்றும் பல்லாயிரக்கணக்கான மக்களின் கரகோஷங்களுக்கிடையே அறிவிக்கிறார்.

எண்ணெய் நிறுவனங்களை நாட்டுடைமாக்கிய செய்தி, எண்ணெய் நிறுவனங்கள் மூலமாக பெரும் இலாபம் அடைந்துவந்த இருவரை மிகவும் அதிர்ச்சிக்குள்ளாக்கியது. ஒருவர் வெனிசுவெல்லாவின் பெருமுதலாளிகள் சங்கத்தலைவர் 'பெட்ரோ கார்மோனா'. மற்றொருவர், பழைய அரசியலமைப்பினை ஆதரித்த தொழிற்சங்கத்தலைவர் "கார்லோஸ் ஓர்தேகா". அமெரிக்க புஷ் அரசின் அமைச்சர்கள், உயர் அதிகாரிகள் மற்றும் சி.ஐ.ஏ. அதிகாரிகள் ஆகியோரை சந்திக்க இருவரும் உடனடியாக அமெரிக்கா விரைந்தனர். அக்கூட்டம் இரண்டு நாட்கள் தொடர்ந்து நடந்தது.

ஏற்கனவே நேரம் பார்த்து காத்துக்கொண்டிருந்த வெனிசுவெல்லாவின் உள்ளூர் தனியார் தொலைக்காட்சிகள் இதனை முக்கியப் பிரச்சனையாகக் கையில் எடுத்தன.

தனியார் தொலைக்காட்சி செய்தி : "அமெரிக்க புஷ் அரசாங்கம் நம் நாட்டு நிலை குறித்து மிகுந்த கவலை தெரிவித்திருக்கிறது. சி.ஐ.ஏ.வின் இயக்குனர்கூட நமது நிலைகண்டு மிகுந்த வருத்தமடைந்திருக்கிறார்."

இதனைத்தொடர்ந்து அமெரிக்க சி.ஐ.ஏ., வெனிசுவெல்லாவின் இராணுவ உயரதிகாரிகளில் சிலரைத் தொடர்புகொள்ளத்துவங்கியது. சி.ஐ.ஏ.வின் கருத்திற்கு வலுசேர்த்த ஒரு இராணுவ அதிகாரி தனியார் தொலைக்காட்சியில் சாவேஸ் அரசுக்கு எதிராகக் கருத்து தெரிவிக்கிறார். சாவேஸ் அரசு பதவி விலக வேண்டுமென்றும் இல்லையென்றால் வேறு யாராவது பதவி விலக வைப்பார்களென்றும் எச்சரிக்கிறார். வெறும் வாயினை மென்றுகொண்டிருந்தவர்களுக்கு அவலும் அச்சுவெல்லமும் கிடைத்தாற்ப்போல், தொடர்ந்து 24 மணிநேரமும் இதனையே ஒளிபரப்பத்துவங்கினர் தனியார் தொலைக்காட்சியினர்.

சி.ஐ.ஏ. + பெருமுதலாளிகள் + தனியார் ஊடகங்கள் = மக்கள் விரோதக் கூட்டணி:

எண்ணெய்வளம் தேசியமயமாக்கப்படுவதை எதிர்க்க, அன்று மாலையே முதலாளிகள் சங்கத்தலைவரான 'கார்லோஸ் ஓர்தேகா' எதிர்க்கட்சியினர் அனைவரையும் எண்ணெய் நிறுவன முற்றுகைக்கு வருமாறு அழைப்புவிடுக்கிறார். அடுத்தநாள் காலையில் எதிர்க்கட்சியினர் ஊர்வலமாகத் திரண்டு வருகின்றனர். அதே நேரத்தில், சாவேஸ் அரசின் சாதனைகளை விளக்கியும் அரசுக்கான தங்களின் ஆதரவைத் தெரிவித்தும் அதிபர் மாளிகைக்கு முன்பாக பாட்டுப்பாடி நடனமாடி மக்கள் கொண்டாடிக் கொண்டிருக்கின்றனர்.

"கார்லோஸ் ஓர்தேகா"வின் திட்டப்படி, எதிர்க்கட்சியினரின் பேரணியை எண்ணெய் நிறுவனத்திலிருந்து சட்டவிரோதமாக அதிபர் மாளிகைக்கு திசை திருப்பிவிடுகின்றனர். இதனை சற்றும் எதிர்பாராத அதிபர் மாளிகை காவலர்களும் அரசு அதிகாரிகளும் என்ன செய்வதென்றே தெரியாமல் திணறுகிறார்கள். வழிநெடுக கடைகளையும் பொதுச்சொத்துகளையும் சூரையாடிக்கொண்டே, எதிர்க்கட்சியினர் அதிபர் மாளிகையை முற்றுகையிட்டனர். மிகச்சிறிய எண்ணிக்கையிலான காவல்துறையினரால் இச்சூழலை சமாளிக்கமுடியாமல் போகிறது. திடீரென கூட்டத்தினர் மீது துப்பாக்கி குண்டுகள் வந்து தாக்குகின்றன. அருகில் இருக்கும் கட்டிடத்திலிருந்து வருகிறதா, அல்லது கூட்டத்திலிருந்தே வருகிறதா என்று ஒன்றும் புரியாமல் காவல்துறையினரும் இங்கும் அங்கும் ஓடுகின்றனர்.

தனியார் தொலைக்காட்சியொன்று அதிபர் மாளிகைக்கு எதிரில் இருக்கும் கட்டிடத்தில் முன்பே திட்டமிட்டு காமெராக்களை வைத்துவிட்டது. சில நூறு சாவேஸ் ஆதரவாளர்களையும் காவல்துறையினரையும் நோக்கி, ஆயுதமேந்திய ஆயிரக்கணக்கான எதிர்க்கட்சியினர் சுட்ட காட்சியினை அக்கேமராக்கள் வேண்டுமென்றே படம்பிடிக்கவில்லை. கூடியிருந்த சில அரசின் ஆதரவாளர்கள் தற்காப்புக்காக திருப்பித் தாக்கியதைப் படமாக்கி, அதனைத் தங்கள் தொலைக்காட்சியில் தொடர்ந்து ஒளிபரப்பிக்கொண்டே இருந்தனர்.

> 'எந்த ஆயுதமுமில்லாமல் அமைதியான முறையில் போராட்டம் நடத்துகிறவர்களை சாவேஸ் ஆதரவாளர்கள் எப்படித் தாக்குகிறார்கள் பாருங்கள்'

என்று தனியார் தொலைக்காட்சிகளிகள் திரும்பத் திரும்பச் சொல்லிக்கொண்டே இருந்தனர்.

(தனியார் தொலைக்காட்சியொன்றின் தலைமைச் செய்தி தயாரிப்பாளராக இருந்த ஆண்ட்ரஸ் இஸாரா சொன்னவை இவை. அதற்கான வீடியோ ஆதாரமும் காண்பிக்கப்படுகிறது இத்திரைப்படத்தில்)

எல்லாமே திட்டமிட்டபடி நடந்தமையால், இதற்காகவே காத்துக்கொண்டிருந்த முதலாளிகள் சங்கத்தலைவர் "கார்லோஸ் ஓர்தேகா", சாவேஸ் பதவி விலகவேண்டுமென்று தனியார் தொலைக்காட்சியில் பேசத்துவங்கிவிட்டார். தொடர் தொலைக்காட்சி செய்திகள், பேட்டிகள் இவையெல்லாம் சேர்ந்து மக்களிடையே ஒரு பொதுக்கருத்தை எட்ட வைக்க முயற்சி செய்துகொண்டிருந்தன. இதற்கிடையே கப்பற்படைத் தலைவரும் சாவேஸ் அரசிற்கு தனது ஆதரவை விலக்கிக்கொள்வதாக ஒரு தனியார் தொலைக்காட்சியில் அறிவிக்கிறார்.

அதிபர் மாளிகைக்காவலாளிகளுக்கு என்ன நடக்கிறதென்றே புரியவில்லை. அதிபர் மாளிகைக்குள்ளே அமைச்சர்களுடன் நிலைமையினை ஆராய்ந்துகொண்டிருக்கிறார் சாவேஸ். அதற்குள் கலவரக்காரர்கள் அரசு தொலைக்காட்சியான 'சேனல் 8' ஐயும் ஆக்கிரமித்துவிட்டார்கள்.

அதிபர் மாளிகையை முழுவதுமாக முற்றுகையிட்டுவிட்டனர் கலவரக்காரர்கள். ஆக்கிரமிக்கப்பட்ட 'சேனல் 8' அரசு தொலைக்காட்சியிலும், சாவேசை பதவி விலகச்சொல்லி வலியுறுத்திக்கொண்டே இருக்கின்றனர் கலவரக்காரர்கள். இரவு பத்து மணியளவில் இராணுவ உயர் அதிகாரி அதிபர் மாளிகையில் சாவேசின் அறைக்குள் நுழைந்து சாவேசை பதவிவிலகச் சொல்கிறார். சாவேஸ் பதவி விலகவில்லையென்றால் அதிபர் மாளிகையையே குண்டு வீசி தகர்க்கப்போவதாகவும் தெரிவிக்கிறார்.

அடுத்து என்ன நிகழப்போகிறது என்று அதிபர் மாளிகைக்குள் இருந்த ஒவ்வொரு கண்களும் கலங்கிப்போயிருந்தன. அதிகாலை 3.30 மணிக்கு, சுற்றுச்சூழல் அமைச்சர் மூலமாக சாவேஸ் தன்னுடைய முடிவினை அறிவிக்கிறார்.

சுற்றுச்சூழல் அமைச்சர் : "இது ஒரு ஆட்சிக்கவிழ்ப்பு சதியென்பது நிரூபணமாகிவிட்டது. அதிபர் மாளிகையினைத் தகர்க்காமல் தடுக்க, சாவேஸ் ஒரு முடிவினை எடுத்திருக்கிறார். சாவேஸ் பதவி விலக மறுத்துவிட்டார். வேண்டுமென்றால் தன்னைக் கைது செய்துகொள்ளுமாறு கூறியிருக்கிறார். இது உலகத்துக்குத் தெரியட்டும். இது ஒரு சதி... சாவேசை விரும்பிய மக்களுக்கு எதிரான ஒரு மாபெரும் சதி என்பது உலகத்துக்குத் தெரியட்டும்."

என்று அவர் அறிவித்து முடிக்கையில், அங்கிருந்தவர்கள் அனைவரும் கண்ணீர்மல்க 'ஹூகோ...ஹூகோ' என்று முழங்கிக்கொண்டே கைத்தட்டினர்.

அதிபர் மாளிகையினைத் தகர்க்க இராணுவ உயரதிகாரிகள் கொடுத்த கெடு முடிவதற்கு ஐந்து நிமிடம் முன்னதாக சாவேசை கைது செய்ய வருகிறார்கள்.

> 'நான் எங்கேயும் போகல... நம்பிக்கை இழந்துவிடாதீர்கள்.. நான் நிச்சயம் திரும்ப வருவேன்'

என்று சொல்லிக்கொண்டே இருக்கையில், சாவேஸ் அழைத்துச்செல்லப்படுகிறார்.

> 'மக்கள் நம்முடன்தான் இருக்கிறார்கள். நீங்கள் பார்த்துக்கொண்டே இருங்கள்.. மக்கள் நிச்சயம் சாவேசை மீட்பார்கள்..'

என்கிற அழுகுரல் கூட்டத்திலிருந்து கேட்கிறது.

சாவேசை இராணுவக் கட்டுப்பாட்டில் வைக்கப்போவதாகவும், அந்த நிமிடத்திலிருந்து மாற்று அரசு அமைகிறதென்றும், வெனிசுவெல்லாவின் புதிய அதிபர் தான் தானென்றும் முதலாளிகள் சங்கத்தலைவர் 'கார்லோஸ் ஓர்தேகா' தனியார் தொலைக்காட்சியில் அறிவிக்கிறார்.

அன்றைய காலை விடிந்ததும், தனியார் தொலைக்காட்சிகள் ஒன்றுக்கொன்று நன்றி சொல்லிக்கொள்கின்றன. ஆட்சி மாற்றத்தை நிகழ்த்திக்காட்டியிருக்கிறோம் என்று பெருமிதம் கொண்டன. ஒட்டுமொத்த சதியும் எவ்வாறு, யாரால் எங்கிருந்து தீட்டப்பட்டது என்று விளக்கி நிகழ்ச்சிகள் நடத்தினர், தனியார் தொலைக்காட்சியினர்.

அன்று (12 ஏப்ரல், 2002) மாலையே 'கார்லோஸ் ஓர்தேகா' புதிய அதிபராக முறைப்படி பதவியேற்கிறார். மக்களால் தேர்ந்தெடுக்கப்பட்ட மக்களவை, தேசிய வங்கி, தேசிய தேர்தல் ஆணையம் மற்றும் உச்சநீதிமன்றம் ஆகியவையும் கலைக்கப்படுகின்றன.

வென்றது எது? மக்களின் அன்பா! பொய்யும் புரட்டும் கலந்த சதியா!

சாவேசுக்கு ஆதரவாக யாரும் பேசக்கூடாது, எந்த ஊடகமும் சாவேசின் ஆதரவாளர்களைக் காண்பிக்கக்கூடாது என்று அதிகாரப்பூர்வமாக அறிவிக்கப்படுகிறது. சாவேஸ் ஆதரவாளர்கள் மீது இராணுவமும் முடுக்கிவிடப்படுகிறது.

இதற்கிடையே சாவேஸ் ஆதரவாளர்கள், 'சாவேஸ் பதவி விலகவில்லை. கலவரக்காரர்கள்தான் அவரைக் கைது செய்து வைத்திருக்கின்றனர்' என்ற உண்மையினை வெனிசுவெல்லாவுக்கு வெளியே இருக்கும் உலகத் தொலைக்காட்சி சேனல்களுக்கு தெரிவித்துவிட்டனர். அத்துடன் இவ்வுண்மையினை வெனிசுவெல்லா மக்களுக்கும் கொண்டு சேர்த்தனர்.

மறுநாள் மக்கள் தெருவினில் இறங்கி சாவேசை விடுதலை செய்யவேண்டுமென்று முழங்கினர்...

'சாவேஸ்! மக்கள் நாங்கள் உங்களோடுதான் இருக்கிறோம்'

'மக்கள் நாங்கள் நினைத்தால்மட்டும்தான் உங்களை பதவி விலக வைக்கமுடியும்... நீங்கள்தான் எங்கள் அதிபர்...'

'எங்களுக்கு சாவேஸ் வேண்டும். மீண்டுமொரு சர்வாதிகார ஆட்சி வேண்டாம்'

முழக்கங்கள் எழுப்பிக்கொண்டே அதிபர் மாளிகையினை நோக்கி மக்கள் ஊர்வலமாகச் சென்றனர். மதியம் ஒரு மணியளவில், அதிபர் மாளிகை முன்னர் இலட்சக்கணக்கான மக்கள் கூடி சாவேசை விடுவிக்கக்கோரி முழக்கங்கள் எழுப்பினர். அதிபர் மாளிகைக் காவலர்களும் கூடியிருந்த மக்களுக்கு தங்களது ஆதரவைத் தெரிவித்தனர். காவலர்கள் அனைவரும் திட்டமிட்டு முனைப்புடன் செயல்பட்டு, 'கார்லோஸ் ஓர்தேகா' மற்றும் அவரது புதிய அமைச்சர்களையும் அதிபர் மாளிகைக்குள்ளேயே சிறைவைத்தனர். மாளிகையின் உச்சியில் நின்று, மக்களின் வெற்றியினை விளக்க தங்கள் நாட்டுக்கொடியினை உயர்த்திக்காண்பித்தனர். அதிபர் மாளிகைக்கு சாவேஸ் அரசில் அங்கம் வகித்த அமைச்சர்கள் அனைவரும் மக்களோடு வந்தனர்.

இலட்சக்கணக்கான மக்களின் முயற்சியில் அதிபர் மாளிகை மீட்டெடுக்கப்பட்ட செய்தி எந்தத் தனியார் தொலைக்காட்சி சேனல்களிலும் காட்டப்படவே இல்லை. தொழில்நுட்ப கோளாறு காரணமாக அரசு தொலைக்காட்சியும் உபயோகத்தில் இல்லை. கடும் முயற்சிக்குப் பிறகு, அரசு தொலைக்காட்சி அன்றிரவு வேலை செய்யத்துவங்கியது. மக்களுக்கு நம்பிக்கை வரும்விதமாக துணை அதிபர், அமைச்சர்கள் மற்றும் சில இராணுவ ஜெனரல்கள் அரசு தொலைக்காட்சியில் தோன்றி

'சாவேஸ்தான் நமது அதிபர்' என்று அறிவிக்கிறார்கள்.

சாவேசை எப்படியாவது மீட்டுவரவேண்டும் என்பதுதான் அப்போதைய கவலையாக இருந்தது அனைவருக்கும். சாவேசை ஒரு

தீவினில் வைத்திருப்பதாகத் தகவல் வருகிறது. அமெரிக்காவின் விமானம் ஒன்று வெனிசுவெல்லாவிற்குள் நுழைகிறது. அவ்விமானம் மூலமாக சாவேசை அமெரிக்க அரசிடம் ஒப்படைக்கவிருப்பதாகவும் செய்திகள் கிடைக்கின்றன.

இராணுவ உயரதிகாரிகளுக்கு உத்தரவிட அதிபர் வேண்டுமென்பதால், அரசியலமைப்புச்சட்டத்தின்படி துணை அதிபரையே தற்காலிக அதிபராக முடிவெடுக்கிறார்கள் சாவேஸ் அமைச்சர்கள். அவர் தற்காலிக அதிபராகப் பதிவியேற்றதும், உயரதிகாரிகளுடனான முக்கிய கூட்டத்திற்கு அழைப்பு விடுக்கிறார். கூட்டத்தில், சாவேசை எங்கிருந்தாலும் கொண்டுவருமாறு முப்படைத்தளபதிகளுக்கு ஆணை பிறப்பிக்கிறார்.

தற்காலிக அதிபரின் ஆணைக்கும் அரசியலமைப்புச் சட்டத்திற்கும் பணிந்து, சாவேசை விடுதலை செய்ய இராணுவ உயரதிகாரி ஒப்புக்கொண்டு அரசு தொலைக்காட்சியிலேயே அதனை அறிவிக்கிறார். இரவு 2.30 மணிக்கு பல இலட்சக்கணக்கான மக்களுக்கு நடுவே, ஹெலிகாப்டரில் அதே சிரித்த முகத்துடன் வந்து இறங்குகிறார் சாவேஸ்.

அரசின் அரசியல் ஆலோசகர் சாவேசைக் கட்டித்தழுவி,

"நீ வரலாறு படைத்திருக்கிறாய்! நம் மக்கள் வரலாறு படைத்திருக்கிறார்கள்!" என்கிறார்.

அமெரிக்க சி.ஐ.ஏ., பெருமுதலாளிகள், தனியார் தொலைக்காட்சி நிறுவனங்கள் ஆகியவற்றின் பெரும் கூட்டுச் சதியினை மக்களின் அன்பு ஒன்றே வீழ்த்தியது. மீண்டு வந்த சாவேஸ், மக்களின் முன்பு பேசியபோது,

சாவேஸ் : "எல்லோரும் உங்களுடைய வீட்டிற்குச் சென்று ஓய்வெடுங்கள். நமக்கு இப்போதைய தேவை அமைதியும் ஓய்வும்தான். என்னை எதிர்க்கிறவர்களிடம் சொல்லிக்கொள்வதெல்லாம், என்னை எதிர்த்துக்குரல் கொடுங்கள்... பரவாயில்லை... என்னால் உங்களுடைய மனதை மாற்றமுடியும் என்கிற நம்பிக்கை இருக்கிறது. அதேவேளையில் உங்களின் மனதில் நஞ்சேற்றத்துடிக்கிறது ஒரு கூட்டம். அவர்களின் பொய்களில் நீங்கள் நஞ் சாகிவிடாதீர்கள்..."

இயற்கை வளங்கள் மக்களுக்கானது என்று வெனிசுவெல்லாவில் துவங்கியது. இன்று பொலிவியா மற்றும் அர்ஜெண்டினா வரை எண்ணெய் வளங்களை நாட்டுடைமையாக்குவது தொடர்கிறது...

■

10

அர்ஜெண்டினா: தொழிலாளிகள் முதலாளிகளான கதை

(The Take - 2004)

மன்னராட்சி, நிலப்பிரபுத்துவ ஆட்சி, காலனியாட்சி, இராணுவ ஆட்சி, முதலாளித்துவ ஆட்சி என காலம் காலமாக தங்களின் மீதான அடக்குமுறைகளை எதிர்த்து உழைக்கும் மக்கள் போராடிக்கொண்டேதான் இருக்கிறார்கள். மக்கள் விரோத அரசுகளையும் ஆட்சியாளர்களையும், அவர்கள் விதித்திருக்கிற கேடுகெட்ட சட்டதிட்டங்களுக்கு உட்பட்டு போராடுவதைவிட, அவற்றையெல்லாம் தவிடுபொடியாக்கித் தூக்கியெறிந்துவிட்டு மாற்று வழியினை முன்னெடுப்பதில்தான் உண்மையான வெற்றியே அடங்கியிருக்கிறது.

மக்களின் வரிப்பணத்தை அரசிடமிருந்து தொழிற்சாலை கட்டுவதற்கு இலவசமாக இடமாகவும் இன்னபிற சலுகைகளாகவும் பெற்றுக்கொண்டு, ஊழியர்களை சக்கையாகப் பிழிந்து உழைப்புக்கேற்ற ஊதியத்தையும் தராமல், அளவற்ற இலாபம் பார்க்கிறார்கள் முதலாளிகள். உழைப்பிற்கேற்ற நியாயமான கூலி உட்பட அடிப்படை உரிமைகளுக்காகப் போராடுகிற அதே வேளையில், தொழிலாளர்களை ஒரு உயிரற்ற மூலப்பொருளாக மட்டுமே பார்க்கிற முதலாளித்துவக் கட்டமைப் பையும் சேர்த்தே எதிர்க்கவேண்டும். சுரண்டலையும் அடிமைத்தனத்தையும் எதிர்க்கிறபோது, அதனை அனுமதிக்கிற அமைப்பையும் சேர்த்தே எதிர்த்தால்தானே அதனை முற்றிலுமாக ஒழிக்கமுடியும்.

முதலாளித்துவ அமைப்பினால் வீழ்ச்சியடைந்து திவாலாகிய நாடொன்றினில், மாற்றுத்

திட்டத்தினை அந்நாட்டு மக்களே முன்மொழிந்ததோடு மட்டுமல்லாமல் அதனை வெற்றிகரமாக செயல்படுத்தியும் காட்டினார்கள். அந்நாட்டின் பெயர்தான் அர்ஜெண்டினா.

திரைக்கதை :

அர்ஜெண்டினா ஒரு ஏழை நாடல்ல... ஏழை நாடாக்கப்பட்ட பணக்காரநாடு. 90களில் இந்தியாவைப் போன்றே, அர்ஜெண்டினாவிலும் புதிய தாராளமயக் கொள்கைகளை அந்நாட்டின் அதிபராக இருந்த 'கார்லோஸ் மேனம்' அறிமுகப்படுத்தினார். ஐ.எம்.எப். மற்றும் உலக வங்கிகளின் ஆணைப்படி, அர்ஜெண்டினாவின் கொள்கைகள் மாற்றியமைக்கப்பட்டன. பெருமுதலாளிகளுக்கு ஏற்றவாறு திட்டங்கள் தீட்டப்பட்டன. கண்ணிமைக்கும் நேரத்தில், அர்ஜெண்டினாவின் பொருளாதாரக் கொள்கைகளே முற்றிலுமாக கார்லோசின் ஆட்சிக் காலத்தில் மாறின. அரசு நிறுவனங்கள் அனைத்தும் தனியாரிடம் ஒப்படைப்பு, இலாப வெறிகொண்ட முதலாளிகளினால் செய்யப்பட்ட பெருமளவிலான ஆட்குறைப்பு என ஐ.எம்.எப்.இன் ஆணைப்படி எல்லாம் அரங்கேறின அர்ஜெண்டினாவில்.

ஆனால் மிகச்சில ஆண்டுகளிலேயே உண்மையில் நடந்தது என்ன?

- அர்ஜெண்டினா மக்களிடையே பரவிக்கிடந்த செல்வமெல்லாம் சில பன்னாட்டு முதலாளிகளின் கைகளுக்குச் சென்றடைந்தது.
- வேலையில்லாத்திண்டாட்டம் மிகப்பெரிய அளவில் தலைதூக்க ஆரம்பித்தது.
- மக்களின் வாங்கும் சக்தி குறையத்துவங்கியது.
- அர்ஜெண்டினா நாணயத்தின் மதிப்பு பன்மடங்கு வீழ்ச்சியடைந்தது.
- எந்தப் பன்னாட்டு நிறுவனங்களையும், பன்னாட்டு வங்கிகளையும் தாராளமாக உள்ளே வரவைத்து தடையற்ற சுதந்திரத்தினை ஐ.எம்.எப்.இன் உதவியுடன் கார்லோஸ் மேனமின் அரசு வழங்கியதோ, அதே பன்னாட்டு வங்கிகளும் நிறுவனங்களும் ஒரேநாள் இரவில் இரண்டு லட்சம் கோடி ரூபாய் அளவிற்கான பணத்தினை சுருட்டிக்கொண்டு நாட்டைவிட்டே ஓடிவிட்டன.
- அவர்களைத் தடுக்க எவ்வித சட்டங்களும் ஒழுங்குமுறைகளும் இல்லை.

மக்களின் பணத்தை சுருட்டிக்கொண்டு சென்ற பன்னாட்டு நிறுவனங்களின் போக்கைத் தடுக்கமுடியாமல், கார்லோஸ் மேனமின்

அரசு தன்னுடைய நாட்டு மக்களின் அனைத்து வங்கிக் கணக்குகளையும் முடக்கியது. இதுநாள் வரை தங்களது உழைப்பால் சிறுகச்சிறுக சேமித்துவைத்திருந்த வங்கிப்பணம் சொத்து முதற்கொண்டு அனைத்தையும் அரசே எடுத்துக்கொண்டமையால், இனி இழப்பதற்கு ஒன்றுமில்லாத ஏழை மக்களாக வீதிகளுக்கு வந்து போராடத்துவங்கினர். ஒருபுறம் மக்களின் போராட்டத்தையும், மறுபுறம் ஐ.எம்.எப். மற்றும் உலக வங்கிகளிடம் வாங்கிய கடனையும் சமாளிக்கமுடியாமல் அர்ஜெண்டினாவில் மூன்றே வாரத்தில் ஐந்து அதிபர்கள் மாறிவிட்டனர். தென்னமெரிக்கா முழுவதிலும் பெருமளவிற்கு வர்த்தகத்தை மேற்கொண்டிருந்த 'என்ரான்' நிறுவனமும் அதே வாரத்தில் திவாலாகிவிட்டதாக அறிவித்தது.

நிலைமையினை சமாளிக்கமுடியாமல், உலகவரலாற்றிலேயே முதன்முறையாக அர்ஜெண்டினா என்கிற ஒரு நாடே திவாலாகிவிட்டதாக அறிவிக்கப்பட்டது. முதலாளித்துவம் தன்னுடைய இயக்கமுறையின் காரணமாக தானே வீழ்ச்சியடையும் என்கிற மார்க்சின் கூற்றுப்படி அர்ஜெண்டினா வீழ்ச்சியடைந்தது.

மக்கள் தெருவீதிகளில் குவிந்து, 'வெளியேறு வெளியேறு... எங்கள் நாட்டைவிட்டே வெளியேறு...' என்று முழக்கங்கள் எழுப்பிக்கொண்டே இருந்தனர். இருப்பினும் சரியான அரசியல் பார்வையோ அல்லது அடுத்தது என்ன செய்யலாம் என்று முன்மொழிவதற்கான தொலைநோக்குத்திட்டமோ அவர்களிடம் இல்லை. (இந்நிலையினை, இன்றைய 'வால் ஸ்ட்ரீட்டை ஆக்கிரமிக்கும் போராட்டத்துடன்' ஒப்பிடலாம்.)

மனித இனத்திற்கும் மனிதநேயத்திற்கும் எதிரான முதலாளித்துவம் தனக்குத்தானே சுயஅழிவைத் தேடிக்கொண்டாலும், மாற்றமொன்றினை முன்வைத்துப் போராடாதவரை, முதலாளித்துவம் பலவழிகளைக் கண்டறிந்து மீண்டும் மீண்டும் எழவே முயற்சிக்கும்.

புதிய தாராளமயப் பொருளாதாரக் கொள்கைகளினால் பாதிக்கப்பட்டு திவாலாகி நின்ற அர்ஜெண்டினா நாட்டின் உழைக்கும் மக்கள், ஒரு மாற்று வழியினைக் கண்டறிந்தார்கள்.

ஆக்கிரமிப்போம்... பாதுகாப்போம்... உற்பத்திசெய்வோம்...

ஆண்டாண்டு காலமாகத் தங்களது உழைப்பைச் சுரண்டி கோடிகோடியாக இலாபம் பார்த்த பன்னாட்டு முதலாளிகள், ஒரே நாளிரவில் எவ்வித முன்னறிவிப்புமின்றி நிறுவனங்களின் சொத்துக்களை சுருட்டிக்கொண்டு ஓடியதுகண்டு தொழிலாளர்கள்

கொந்தளித்தனர். தங்களின் உழைப்பில் பெரிதாக வளர்ச்சியடைந்த தொழிற்சாலைகளில் தங்களுக்கும் பங்குண்டு என்று உணர்ந்துகொண்ட அர்ஜெண்டினா தொழிலாள மக்கள்,

"ஆக்கிரமிப்போம்... பாதுகாப்போம்... உற்பத்திசெய்வோம்" என்கிற புதிய முழக்கங்களோடு சில தொழிற்சாலைகளின் பூட்டிய வாயிற்கதவுகளை உடைத்துக்கொண்டும், சில தொழிற்சாலைகளில் நீதிமன்றங்களின் அனுமதியோடும் உள்ளே நுழைகின்றனர். அர்ஜெண்டினா முழுவதும் இச்செய்தி பரவி, தொழிலாளர்கள் புதிய உத்வேகத்துடன் தங்களது உரிமைகளைப் பாதுகாக்கப் புறப்பட்டனர்.

'செனான் செராமிக்ஸ்'

"செனான் செராமிக்ஸ்" என்கிற டைல்ஸ் தயாரிக்கும் தொழிற்சாலையினை இலாபகரமாக இயக்கமுடியாது என்று முதலாளிகள் இழுத்துமூடிவிட்டனர். கார்லோஸ் மேனமின் அரசு, இத்தொழிற்சாலையின் முதலாளிகளுக்கு கோடிக்கணக்கான பணத்திற்கு சலுகைகள் வழங்கியும், அவற்றையெல்லாம் நேரம் பார்த்து சுருட்டிக்கொண்டி ஓடிவிட்டனர் அதன் முதலாளிகள்.

முதலாளிகள் விட்டுச்சென்ற "செனான் செராமிக்ஸ்" தொழிற்சாலையினை, தொழிலாளர்கள் கைப்பற்றினார்கள். தொழிலாளர்கள் அனைவரும் ஒன்றுசேர்ந்து இந்நிறுவனத்தை நடத்துவதென்று முடிவெடுக்கிறார்கள்.

- இனி இத்தொழிற்சாலைக்கு முதலாளி என்று யாரும் இல்லை. தொழிலாளர்களே முதலாளிகள்

- வேலைபார்க்கும் 300 தொழிலாளர்களுக்கும் ஒரே மாதிரியான ஊதியம் வழங்கப்படும்.
- எல்லாமுடிவுகளும் ஜனநாயக முறைப்படி ஓட்டுப்போட்டே எடுக்கிறார்கள். பாகுபாடின்றி முடிவுகளை எடுக்க, அனைத்துத் தொழிலாளர்களுக்கும் சமமாக ஒரு ஓட்டு.
- உயர்ந்தவர், தாழ்ந்தவர், சுரண்டல் என்று எதுவுமே இல்லாமல், எல்லோரும் சமம்.

தொழிலாளர்களின் கடும் உழைப்பில், அடுத்த ஆறு மாதங்களுக்குள்ளாகவே தொழிற்சாலை இலாபத்தினை ஈட்டக்கூடிய ஒன்றாக மாறுகிறது. இலாபத்தில் ஒரு பகுதியாக, அருகிலிருக்கும் அரசு மருத்துவமனைகள் மற்றும் பள்ளிகளுக்கு இலவசமாக டைல்ஸ் வழங்குகிறார்கள்.

இதற்கிடையில், தொழிற்சாலை வெற்றிகரமாக நடத்தப்படுவதை அறிந்த செனான் தொழிற்சாலை முதலாளி 'லூயிஸ் செனான்' மீண்டும் ஊடகத்தின் முன் வந்து,

'இத்தொழிற்சாலை என்னுடையது. அரசாங்கம் எனக்கு அதனை திரும்பப்பெற்றுத்தந்துவிடும்.' என்று அறிவிக்கிறார்.

இச்செய்தி தொழிலாளர்களிடையே கலக்கத்தை உருவாக்குகிறது. தொழிலாளர்கள் அனைவரும் சுழற்சி முறையில் 24 மணிநேரமும் தொழிற்சாலைக்கு காவல் நிற்கிறார்கள். 'பெர்சூட்' என்கிற அர்ஜெண்டினாவின் மிகப்பிரபலமான இசைக்குழு, 'செனான் செராமிக்ஸ்' தொழிற்சாலைக்குள்வந்து தொழிலாளர்களுக்கு ஆதரவாக மிகப்பெரிய இசைநிகழ்ச்சி நடத்துகின்றனர்.

'இந்நிகழ்ச்சி செனான் தொழிலாளர்களுக்கு சமர்ப்பணம்' என்று பகிரங்கமாக அறிவித்தே நிகழ்ச்சியினைத் துவக்குகிறார்கள்.

தொழிலாளர்களின் போராட்டத்திற்கு மிகப்பெரிய பலமாக இருப்பது பொதுமக்களின் ஆதரவுதான். அது நாளுக்கு நாள் அதிகரிக்கவும் செய்கிறது.

பொதுமக்கள் : 'முதலாளிகளின் தலைமையில் இருந்ததைவிட, இப்போதுதான் நிறுவனம் சிறப்பாக செயல்படுகிறது. டைல்ஸ் விலையும் குறைந்திருக்கிறது. நிறுவனத்தின் எதிர்காலம் பிரகாசமாக இருப்பதாகவே நினைக்கிறேன். முன்னாள் முதலாளிகள் அரசிடமிருந்து மானியங்களை வாங்கி, அதனைத் தங்களுடைய வங்கிக்கணக்கிற்கே திருப்பிவிட்டிருந்தார்கள்.'

பொதுமக்கள் : "பொதுமக்களாகிய எங்களுடைய ஆதரவு தொழிலாளர்களுக்கு 100 சதவீதம் உண்டு. ஏனெனில் அவர்கள் திருடவில்லை, யாரையும் கொலை செய்யவுமில்லை. தங்களுடைய குடும்பத்திற்கு உணவளிப்பதற்காகவே உழைக்கிறார்கள்."

பொதுமக்கள் : "இன்னும் பல நிறுவனங்கள் தொழிலாளர்களிடம் போய்ச்சேர வேண்டும். அரசியல் ரீதியாக இது சற்றே கடினமானதுதான்."

"செனான் செராமிக்ஸ் மக்களுடையது" என்கிற பிரச்சாரம் நாடுமுழுக்கப் பேசப்படுகிறது.

காவல்துறையினர் தொழிற்சாலையை முற்றுகையிட நினைக்கிறபோதெல்லாம், தொழிலாளர்களுடன் இணைந்து பொதுமக்களும் தொழிற்சாலையினைப் பாதுகாக்கிறார்கள். ஆயிரக்கணக்கானோர் தொழிற்சாலையினை சுற்றிவளைத்துக்கொண்டு தங்களது ஆதரவைத் தெரிவிக்கிறார்கள். இரவு நேரங்களில் தொழிற்சாலையினை பாதுகாப்பதற்கு, இசைநிகழ்ச்சிகள், ஆட்டம், பாட்டம், கொண்டாட்டமென ஒரு மக்கள் இயக்கமாகவே மாறியது இப்போராட்டம். இதன்மூலம் செனான் செராமிக்ஸ் உண்மையிலேயே மக்களுடையதாக மாறிக்கொண்டிருக்கிறது.

ஒருபுறம் போராட்டத்தினைப் பெரியளவில் நடத்திவந்தாலும், மறுபுறம் டைல்ஸ் உற்பத்தியிலும் அதிக கவனம் செலுத்திவந்தார்கள் தொழிலாளர்கள். தொழிலாளர்களின் கட்டுப்பாட்டில் வந்தபிறகு ஆறு மிகப்பெரிய ஒப்பந்தங்கள் கையெழுத்தாகின்றன. அதனால் நிறுவனத்திற்கு நட்டம் என்கிற பேச்சிற்கே இடமில்லாமற்போகிறது.

"செனான் செராமிக்ஸ் தொழிலாளர்களுக்குச் சொந்தமானது" என்கிற வாசகத்துடன் இன்று காட்சியளிக்கும் தொழிற்சாலை அர்ஜெண்டினாவில் ஒரு மாற்று இயக்கத்திற்கு அடிக்கல் நாட்டியது.

'போர்ஜா சான் மார்டின்'

அர்ஜெண்டினா பொருளாதார வீழ்ச்சியில் அறிவிப்பின்றி மூடப்பட்ட தொழிற்சாலைகளில் "போர்ஜா சான் மார்டின்" என்கிற வாகன உதிரிபாகங்கள் தயாரிக்கும் தொழிற்சாலையும் ஒன்று. அத்தொழிற்சாலையில் 15 ஆண்டுகளாக வேலை பார்த்துவந்த பிரெட்டி மற்றும் தொழிலாளர்கள் ஒன்று சேர்ந்து கூட்டுறவுச் சங்கமொன்றை அமைத்து, தங்களது தொழிற்சாலையினை அதன் உரிமையாளர்கள் சட்டத்திற்கு புறம்பாக விற்கமுயற்சிக்கிறார்கள் என்றும் அதனால் தொழிலாளிகள் அனைவரும் தொழிற்சாலையினைப்

பார்வையிடவேண்டுமென்றும் நீதிமன்றத்திற்குச் சென்று கோரிக்கைவைக்கிறார்கள். அதற்கு நீதிமன்றமும் அனுமதி வழங்குகிறது.

'நாங்களும் எங்கள் குடும்பமும் பட்டினி கிடக்க, எங்களின் உழைப்பில் உருவான இவ்வளவு பெரிய தொழிற்சாலை மூடிக்கிடப்பது சரியா?' என்கிறார் பிரெட்டி.

தொழிற்சாலையினுள்ளே நுழைந்த தொழிலாளிகளுக்கு அதிர்ச்சிதான் காத்துக்கிடந்தது. மூடிக்கிடந்ததாக நினைத்திருந்த தொழிற்சாலைக்குள்ளிருந்த மூலப்பொருட்கள், சில இயந்திரங்கள், கேபிள்கள் என பலவற்றைக் காணவில்லை. அவற்றையெல்லாம் முதலாளிகள் ஒவ்வொன்றாகத் திரைமறைவில் விற்றுக்கொண்டே இருந்திருக்கிறார்கள்.

தொழிலாளிகள் எல்லோரும் கூட்டுறவுச் சங்கமாக இணைந்து அத்தொழிற்சாலையினை நடத்துவதென முடிவெடுக்கிறார்கள்.

பிரெட்டி : "இதில் யாருமே முதலாளி கிடையாது. எல்லாத்தொழிலாளிகளும் நிர்வாகிகள்தான். நான் என்ன செய்கிறேன் என்று அவன் பார்த்துக்கொள்வான். அவன் என்ன செய்கிறான் என்று நான் பார்த்துக்கொள்வேன். இது எங்கள் சொத்து என்கிற எண்ணம் வருமென்பதால், தேவையில்லாமல் ஒரு விளக்கு எரிந்துகொண்டிருந்தால் கூட, நிச்சயமாக அணைத்துவிடுவோம். எல்லோருக்கும் ஒரே மாதிரியான ஊதியமும்கூட."

முதலாளிகளுக்கு எதிராக தொழிற்சாலையில் சேகரித்த ஆதாரங்களோடு நீதிமன்றத்தில் வழக்குத் தொடுக்கிறார்கள்.

'போர்ஜா சான் மார்டின் ஆக்கிரமிக்கப்பட்ட தொழிற்சாலை' என்று வாயிற்கதவில் எழுதிவைத்துவிட்டு நீதிமன்றத்தில் நியாயம் கிடைக்கும்வரை உள்ளிருப்புப் போராட்டம் நடத்தத்துவங்குகிறார்கள்.

தொழிலாளிகளால் நடத்தப்படுகிற மற்ற நிறுவனங்களில் உள்ள முக்கியமான நபர்களை அழைத்து ஒரு ஆலோசனைக்கூட்டம் நடத்துகிறார்கள் "போர்ஜா சான் மார்டின்" தொழிற்சாலை ஊழியர்கள். அதன்மூலம் அடுத்தகட்டமாக என்ன செய்வது என்பது தொடர்பாக நிறைய ஆலோசனைகள் கிடைக்கிறது அவர்களுக்கு.

தொழிலாளிகளால் நடத்தப்படுகிற நிறுவனங்களுக்குள் மூலப்பொருள் வழங்கவும், உற்பத்தி செய்வதற்கான உதவிகளைச் செய்யவும் ஒருவருக்கொருவர் தொழிற்சாலைகளைத் தொடர்ந்து நடத்த ஒப்புக்கொள்கிறார்கள்.

நீதிமன்றத்தால் நியமிக்கப்பட்ட பொறுப்பாளர் ஒருவர், 'போர்ஜா சான் மார்டின்' தொழிற்சாலைக்கு வந்து நிலைமையினை ஆய்வு செய்கிறார். நடுநிலையாளராக இருக்கவேண்டியவர், முதலாளிகளுக்கு ஆதரவாகவே அறிக்கை எழுதுகிறார். அதுமட்டுமில்லாது, அவரது உதவியுடன்தான் தொழிற்சாலையில் இருந்த மூலப்பொருட்களை எல்லாம் எடுத்து வெளியே விற்றுவிட்டனர் முதலாளிகள்.

நீதிமன்றப் பொறுப்பாளர் முதலாளிகளுக்கு ஆதரவாக சமர்ப்பித்த அறிக்கையை முன்வைத்து, நீதிமன்றத்தில் வழக்கு விசாரணைக்கு வருகிறது. தொழிலாளிகள் தரப்பிலிருந்து ஜனநாயக முறையில் தேர்ந்தெடுக்கப்பட்ட இருவர் கலந்துகொள்கிறார்கள்.

நீதிபதி : 'ஒரு தொழிற்சாலையை நடத்துவதற்கு தேவையான அனைத்தையும் தொழிலாளர்களே செய்வதென்பது நடைமுறையில் சாத்தியமே இல்லை. ஆக்கிரமிக்கப்பட்ட ஒரு தொழிற்சாலையுடன் யாரும் வியாபாரம் செய்வார்களா? நீங்க என்ன சொல்ல விரும்புறீங்க?"

தொழிலாளர் *பிரதிநிதி (பிரெட்டி) :* 'தொழிலாளிகள் அனைவரும் ஒன்றுகூடி, மூடப்பட்டிருக்கிற தொழிற்சாலையினை காப்பதற்கு அதனை நாங்களே ஏற்று நடத்த முடிவெடுத்திருக்கிறோம். எங்களால் முடியும் என்கிற நம்பிக்கையும் இருக்கிறது."

நீதிபதி : 'தொழிற்சாலை நிரந்தரமாக மூடப்படவில்லை. தொழிற்சாலையிலிருந்து ஏதேனும் பொருட்கள் முதலாளிகளால் எடுக்கப்பட்டு விற்கப்பட்டிருந்தால், நீங்கள் அப்படிச் சொல்லலாம்"

தொழிலாளர் பிரதிநிதி (பிரெட்டி) : "ஆமாம். தொழிற்சாலையிலிருந்து ஏராளமான பொருட்களை முதலாளிகள் எடுத்திருக்கிறார்கள்" நீதிமன்றம் நியமித்த பொறுப்பாளரிடம் இதுகுறித்து நீதிபதி கேட்கிறார்.

பொறுப்பாளர் : "அப்படியெல்லாம் எதுவும் காணாமற்போகவில்லை. முதலாளிகள் எதையும் எடுக்கவில்லை. எந்தப்பொருளும் காணாமற்போனதாக இதுவரை தொழிலாளிகளும் எனக்கு எந்தவிதப் புகாரும் அளிக்கவில்லை" என்று முதலாளிகளுக்கு ஆதரவாகப் பொய்யான தகவல்களை நீதிமன்றத்தில் கொடுக்கிறார்.

நீதிபதி : 'தொழிலாளர்களே! நான் உங்களுக்கு மீண்டும் உங்களது வேலையினை வாங்கித்தரலாம் என்றுதான் முயற்சிக்கிறேன். ஆனால் நீங்களோ தொழிற்சாலையினை ஆக்கிரமிக்க முயல்கிறீர்கள். உங்கள்மீது எனக்கு நம்பிக்கை வரவில்லை. உடனடியாகத் தொழிற்சாலையிலிருந்து வெளியேறுங்கள்"

நீதிமன்றமும் கைவிரித்துவிட்ட சூழலில், தொழிலாளர்களுக்கு அடுத்து என்ன செய்வதென்றே தெரியவில்லை. பாராளுமன்றம்

நினைத்தால்தான் அவர்களுக்கு தொழிற்சாலையினை மீட்டுத்தரமுடியும் என்கிற நிலை உருவாயிற்று. தொழிற்சாலையினை மீட்கவேண்டி, பாராளுமன்றத்தில் ஓட்டுப்போடும் தகுதியுடையோரை சந்தித்து, ஆதரவு திரட்டினர். அச்சட்ட முன்வரைவு பாராளுமன்றத்தில் வந்தபோது, சற்றும் எதிர்பாராமல் ஒருமனதாக நிறைவேற்றப்பட்டு தொழிலாளர்களே 'போர்ஜா' தொழிற்சாலையினை கூட்டுறவு முறையில் நடத்த அனுமதி வழங்கப்பட்டுவிட்டது. தொழிலாளர்கள் கண்ணீரால் தங்களது வெற்றியினைக் கொண்டாடினார்கள்.

ப்ருக்மேன் சூட் தொழிற்சாலை:

வளர்ந்து வரும் நாடுகளில் இருக்கும் ஆடை தயாரிப்புத் தொழிற்சாலைகளில் பொதுவாகவே மோசமான பணிச்சூழல் இருக்கும். அதனை மாற்றவேண்டி தொழிலாளர்கள் குரல் கொடுத்தால், அக்கோரிக்கைகள் முற்றிலுமாக நிராகரிக்கப்பட்டுவிடும். அதற்கு அர்ஜெண்டினாவில் இருக்கும் ப்ருக்மன் சூட் தொழிற்சாலையும் விதிவிலக்கல்ல. அர்ஜெண்டினா திவாலான நேரத்தில், முதலில் தொழிலாளர்களின் ஊதியத்தைக் குறித்த ப்ருக்மேன் தொழிற்சாலை முதலாளிகள், திடீரென முன்னறிவிப்பின்றி தொழிற்சாலையினை மூடிவிட்டு ஓடிவிட்டனர். முழுக்கப் பெண்களே வேலைசெய்துவந்த ப்ருக்மேன் தொழிற்சாலையினை முற்றுகையிட்டு, மீட்டு தொழிலாளர்களே நடத்தத்துவங்கினர். எல்லோருக்கும் ஒரே மாதிரியான ஊதியம், முதலாளிகள் என்று தனியாக யாருமில்லாமல் தொழிலாளர்களே முதலாளிகள் என்கிற மாற்றத்தினை ஏற்படுத்தினர். அர்ஜெண்டினாவிற்கே முன்னுதாரணமாகத் திகழ்ந்தது இச்செயல். மூடிய நிறுவனங்களை மீட்டு தொடர்ச்சியாக தொழிலாளர்களே நடத்தமுடியுமென்பதை நிகழ்த்திக்காட்டினர்.

நன்றாக நடந்துகொண்டிருந்த ப்ருக்மேன் தொழிற்சாலையினை, தொழிலாளர்கள் யாரும் நுழையமுடியாதபடி, முதலாளிகளின் வேண்டுகோளின்படி வேலிபோட்டு அடைத்துவிட்டனர் இராணுவத்தினர். இரும்புக்கதவுகளும் வெல்டிங் செய்யப்பட்டுவிட்டன. தொழிற்சாலையைச் சுற்றி பாதுகாப்பிற்கு இராணுவத்தினர் குவிக்கப்பட்டிருந்தனர்.

அதிர்ச்சியடைந்த ப்ருக்மேன் தொழிலாளர்கள் இராணுவ வளையத்தினருகே நின்றுகொண்டு முதலாளிகளுக்கு எதிராக முழக்கங்களை எழுப்பி தங்களது எதிர்ப்பினைப் பதிவு செய்தனர். ஒன்றிரண்டு நாட்களில், இச்செய்தி நாடு முழுவதும் பரவி, ப்ருக்மேன் தொழிலாளர்களுக்கு மக்களிடையே ஆதரவு பெருகியது. மூன்று

நாட்களில், தொழிலாளர்களும் பல்லாயிரக்கணக்கான பொதுமக்களும் சமூக ஆர்வலர்களும் தொழிற்சாலை முன்பு திரண்டிருந்தனர். கொஞ்சம் கொஞ்சமாக முன்னேறி, துப்பாக்கி குண்டுகளையும் தாண்டி இராணுவ வளையத்தினை உடைத்தனர். பலர் சுட்டுக்கொல்லப்பட்டபோதும், மீட்புப் போராட்டம் தொடர்ந்து நடந்தது. இராணுவத்தின் துப்பாக்கிகளுக்கும் குண்டுகளுக்கும் எதிராக, தொழிலாளர்களிடம் இருந்தது கொள்கையும் நம்பிக்கையும்தான். ஆனால் இறுதியில் மக்கள் போராட்டம் வெற்றிபெற்றது. பூட்டப்பட்ட கதவுகள் உடைக்கப்பட்டன. தொழிற்சாலை மீண்டும் தொழிலாளர்களுக்குச் சொந்தமானது.

தொழிற்சாலையினை மீட்கும் போராட்டத்தை முன்னின்று நடத்திய ஒரு தொழிலாளருக்கு புற்று நோய் வந்தபோது, அவருக்கான மருத்துவ செலவினை தொழிற்சாலையே ஏற்றுக்கொண்டது. முதலாளிகளின் கீழ் அந்நிறுவனம் இருந்திருந்தால், இதுபோன்ற மனிதநேய நடவடிக்கை என்பது அணுவளவும் சாத்தியப்பட்டிருக்காது.

மீண்டும் அதிபர் தேர்தல்; மீண்டும் முதலாளிகள்...

நிறுவனங்களை மீட்கிற இவ்வியக்கமானது மிகவும் தீவிரமாகி, 200க்கும் மேற்பட்ட நிறுவனங்கள் அவ்வழியில் பயணிக்கத்துவங்கிவிட்டன. அழகான அனுபவங்களைக்கொண்ட ஒரு பெருமைமிக்க போராட்டத்தில், பெரிய தடைக்கல்லொன்று அவர்கள் முன்னே வந்துநின்றது. அவர்களது வேலையையும், நிகழ்காலத்தையும், எதிர்காலத்தையும் பறித்துக்கொண்டு எங்கோ ஓடிப்போன முதலாளிகள், மீண்டும் வந்து எல்லாவற்றையும் பறிக்க முயற்சிசெய்தார்கள். இது மிகப்பெரிய அச்சுறுத்தலாக இருந்தது அவர்களுக்கு.

இதோடுமட்டுமின்றி, நாட்டையே பன்னாட்டு முதலாளிகளிடம் அடகுவைத்துவிட்டு ஓடியொளிந்துகொண்ட முன்னாள் அதிபர் "கார்லோஸ் மேனம்", மீண்டும் மக்கள்முன்பு வந்து நிற்கிறார். தன்னுடைய தவறுகளையெல்லாம் உணர்ந்து திருந்திவிட்டதாகவும், இனி மக்களுக்காக உழைக்கத் தயாராக இருப்பதாகவும் ஊடகங்கள் வழியாக உற்சாகமாகப் பேட்டியளிக்கிறார்.

மேனம் வெற்றிபெற்று மீண்டும் அதிபராகிவிட்டால், தொழிலாளிகளிடமிருந்து தொழிற்சாலைகள் அனைத்தும் மீண்டும் பறிக்கப்பட்டு முதலாளிகளிடமே ஒப்படைக்கப்பட்டுவிடும். ஏனெனில் முதலாளிகள்தான் மேனம், மேனம்தான் முதலாளிகள் என்பது நாடறிந்த உண்மை.

முதலாளிகள் எல்லோரும் மேனமை சந்தித்து தங்களது முழு ஆதரவைத்தெரிவித்தும், தொழிற்சாலைகளை மீட்டுத்தருமாறு கோரிக்கையும் விடுத்தனர்.

"எங்கள் கனவுகள் உங்களது ஓட்டுப் பெட்டிகளுக்குள் அடங்காது."

என்கிற வாசகங்களுடன் தொழிலாளர்கள் தேர்தலைப் புறக்கணித்தும் மேனமை எதிர்த்தும் சுவர்களில் எழுதிப் பிரச்சாரம் செய்தனர்.

அமெரிக்க அதிபர் தேர்தலைப்போன்றே, மேனம் உள்பட அதிபர் தேர்தலில் போட்டியிடும் அனைத்து வேட்பாளர்களும், நிறைய இடைத்தரகர்கள் மூலம் ஏராளமான வேலையில்லாத இளைஞர்களை பணிக்கமர்த்தி, பணத்தை தண்ணியாகப் செலவு செய்து பிரச்சாரம் மேற்கொண்டனர். நடைபெறப்போகிற தேர்தல் தங்களது வாழ்க்கையினை ஒரேநாளில் மாற்றிவிடாதா என்றும், புதிதாக வரப்போகிற அரசாங்கம் எதையாவது செய்து நம்மைக் காப்பாற்றிவிடாதா என்றும் ஒருவித ஏக்கம், அர்ஜெண்டினா மக்களிடம் காணப்பட்டது. அதுவே மேனமிற்கான ஆதரவாக மக்களிடையே மாறியது.

மேனமிற்கு ஆதரவு பெருகுவது கண்டு, அதனை மேற்குலக கொள்ளையர்களுக்கு சாதகமாகப் பயன்படுத்திக்கொள்ள, ஐ.எம்.எப். இயக்குனர் அனூப் சிங் (மன்மோகன்சிங் நிதியமைச்சராக இருந்தபோது, அவருக்கு சிறப்பு ஆலோசகராக இருந்தவர்) அர்ஜெண்டினா தலைநகருக்கு வந்துசேர்ந்தார். அர்ஜெண்டினா நாட்டின் கடனிற்கான வட்டியினை திருப்பிச் செலுத்துவதற்காக மேலும் ஒரு கடனை தரத்தயாராக இருப்பதாகவும் அறிவிக்கிறார். அதற்கு ஐ.எம்.எப். விதிக்கிற விலை மிக அதிகமாக இருந்தது. 'அரசுடைமையாக இருக்கிற துறைகளை எல்லாம் தனியார்மயமாக்க வேண்டும்', 'தண்ணீர், மின்சாரம் போன்றவற்றின் விலையினை மிக அதிகமாக உயர்த்திக்கொள்ள தனியார் நிறுவனங்களுக்கு அனுமதி அளிக்க வேண்டும்' போன்றவற்றைக் கட்டளையாக முன்வைத்தது ஐ.எம்.எப். அதிபர் தேர்தலில் போட்டியிட்ட ஒவ்வொரு வேட்பாளரையும் தனித்தனியே சந்தித்து, இக்கோரிக்கைகளை வைத்தது அனூப் சிங் தலைமையிலான ஐ.எம்.எப். குழு.

(இதேபோன்ற கட்டளைகளை ஐ.எம்.எப். மற்றும் அதன் கூட்டாளிகள் எல்லோரும் சேர்ந்து, தற்போது திவாலாகிக்கொண்டிருக்கிற அயர்லாந்து, கிரீஸ், ஸ்பெயின் போன்ற நாடுகளில் விதிப்பதை நாம் பார்க்கமுடிகிறது. ஒவ்வொரு நாட்டிற்குள்ளும் நுழைந்து அந்நாட்டின் அரசியல் மற்றும்

பொருளாதாரத்தை சீர்குலைத்து, இயன்ற அளவிற்கு சுரண்டிக்கொண்டு போவதும், சில காலம் கழித்து மீண்டும் அதே நாட்டிற்கு 'கடன்' என்கிற பெயரில் உள்ளே நுழைந்து, சுரண்டலைத் தொடர்வதும் தொடர்கதையாகவே இருக்கிறது.)

அதிபர் தேர்தலின் முதல் சுற்றிலிருந்து இரண்டாவது சுற்றுக்கு இரண்டு வேட்பாளர்கள் தேர்ந்தெடுக்கப்படுகிறார்கள். அவர்களில் ஒருவர் கார்லோஸ் மேனம், மற்றொருவர் நெஸ்டர் கிர்ஸ்னர். இரண்டாவது சுற்று தேர்தல் நெருங்கும் நேரத்தில், நாட்டு மக்களிடையே மேனமிற்கு கடும் எதிர்ப்புகள் வரத்துவங்கின. தேர்தலுக்கு முந்தைய கருத்துக்கணிப்புகள் அனைத்தும் மேனம் தோற்றுவிடுவார் என்று கணித்தன. நாடெங்கிலும் மேனம் என்கிற பெயரையே மக்கள் வெறுத்தனர். தனது வாழ்நாளில் எந்தத்தேர்தலிலும் தோற்றிருக்காத மேனம், இத்தேர்தலில் தோற்றுவிடுவோமே என்ற பயம் காரணமாக தேர்தலிலிருந்து விலகிக்கொள்வதாக அறிவித்தார். மக்கள் விரோத மேனம், தேர்தலுக்கு முன்பாகவே தோற்கடிக்கப்பட்டுவிட்டார். இதன்மூலம், நெஸ்டர் கிர்ஸ்னர் அர்ஜெண்டினாவின் புதிய அதிபராகத் தேர்ந்தெடுக்கப்பட்டுவிட்டதாக அறிவிக்கப்பட்டார்.

மீட்கப்பட்ட தொழிற்சாலைகள் இன்றைய நிலை:

அர்ஜெண்டினாவில் தொழிலாளிகளால் மீட்கப்பட்ட தொழிற்சாலைகளின் எண்ணிக்கை 300யும் தாண்டிவிட்டது. 20 ஆயிரத்திற்கும் அதிகமான தொழிலாளர்கள் அத்தொழிற்சாலைகளில் முதலாளிகளாக இருக்கிறார்கள். ஒவ்வொரு தொழிற்சாலையாக சட்டப்பூர்வமாக தொழிலாளர்களுக்கு சொந்தமாகிக் கொண்டிருக்கிறது. அர்ஜெண்டினாவின் தற்போதைய அதிபர் கிறிஸ்டினா கிர்ஸ்னர் புதியதாக "ஆலை மூடல்" சட்டமொன்றை நிறைவேற்றினார். 'அர்ஜெண்டினாவில் ஒரு தொழிற்சாலையினை அதன் முதலாளியினால் நடத்தமுடியாமற்போனால், அத்தொழிற்சாலையின் தொழிலாளர்களே ஏற்று நடத்தலாம்' என்பதுதான் அச்சட்டத்தின் முக்கிய அம்சம். இதன்மூலம் ஏற்கனவே தொழிலாளர்களால் மீட்கப்பட்டு நடத்தப்பட்டு வரும் தொழிற்சாலைகள் அனைத்தும் சட்டப்படி தொழிலாளர்களின் சொத்தாக மாறிவிடும்.

தொழிலாளர்களால் ஆக்கிரமிக்கப்பட்டு நடத்தப்படுகிற நிறுவனங்களின் எண்ணிக்கை ஒவ்வொரு ஆண்டும் இரண்டு மடங்காக உயர்கிறது. தனியார் முதலாளிகளிடமிருந்து பறிக்கப்பட்டு தொழிலாளர்களின்வசம் நிறுவனங்கள் கைமாறுவது புதிதல்ல

என்றாலும், ஒரு சோசலிச அரசு அதனைச்செய்வதற்கு பதிலாக முதன்முறையாகக் கீழிருந்து மேலாக உருவாகிய மாற்றமிது. ஒவ்வொரு கடைகளிலும், நிறுவனங்களிலும், தொழிற்சாலைகளிலும் உள்ள தொழிலாளர்களே முன்னின்று ஏற்படுத்திய மாற்றம்.

இன்று பொருளாதார நெருக்கடியைச் சந்தித்துக்கொண்டிருக்கிற அயர்லாந்து, ஸ்பெயின், கிரீஸ் மற்றும் இன்ன பிற நாடுகளிலெல்லாம் ஒருபுறம் மக்கள் தெருவுக்கு வந்து போராடிக்கொண்டிருக்கின்றனர். மறுபுறம், ஐ.எம்.எப்., யூரோப்பியன் யூனியன் மற்றும் அதன் சகாக்கள் மேலும் கடன் வழங்குவது குறித்தும், அந்நாடுகளில் தீவிர 'சிக்கன நடவடிக்கைகள்' எடுப்பது குறித்தும் பேசிக்கொண்டிருக்கின்றன. அந்நாடுகளில் **மக்கள் அனைவரும் பெரிய கார்ப்பரேட் நிறுவனங்களின் முன்பும் வங்கிகளின் முன்பும் நின்றுகொண்டு போராடுவதைவிடுத்து, அக்கட்டிடங்களுக்குள்ளே சென்று அனைத்தையும் ஆக்கிரமித்து மீட்டெடுத்து மக்களுக்கானதாக மாற்றிப் போராடவேண்டும்... நெருக்கடியில்லாத பொருளாதாரத்தை வளர்த்தெடுப்பது எப்படி என்பதனை ஐ.எம்.எப். மற்றும் அதன் கூட்டாளிகளுக்கு பாடம் கற்பிக்கவேண்டும்...**

■

11

பூகென்வில்:
தேங்காயின் உதவியுடன் ஒரு மக்கள் புரட்சி

(The Coconut Revolution - 2000)

'வீட்டுக்கொரு மரம் வளர்ப்போம்!'
'மரம் வளர்ப்போம்! மழை பெறுவோம்!'

போன்ற வாசகங்களை விளம்பரப்பலகைகளிலும், அரசு அலுவலகச் சுவர்களிலும் பார்க்கமுடிகிறது. இதுபோன்ற பிரச்சாரங்கள் உலகளவில் பெரும்பாலான நாடுகளின் அரசுகளால் அந்தந்த நாட்டுமக்களிடம் செய்யப்பட்டுவருகிறது.

இயற்கையினை பாதுகாப்பது குறித்து குடிமக்களுக்கு அறிவுறுத்துகிற அரசுகளும், அவர்களின் உதவியோடு வாழ்கிற பெரு நிறுவனங்களும் இணைந்துதான் இவ்வுலகின் இயற்கையையும், காடுகளையும், நிலங்களையும், ஆயிரமாயிரம் ஆண்டுகளாக அந்நிலங்களில் வாழும் பூர்வகுடி மக்களையும் அழித்து ஒழித்து தங்களது இலாப வெறியினைத் தீர்த்துக்கொள்கிறார்கள் என்பது மிகப்பெரிய முரண். பூமியில் தோண்டப்பட்டிருக்கும் சுரங்கங்களில் பெரும்பாலானவை, அந்நிலத்தில் வாழ்ந்த மனிதர்களைக் கொன்றோ, அடித்துவிரட்டியோதான் தோண்டப்பட்டிருக்கின்றன.

உலகின் மிக ஏழ்மையான நாடுகளில் ஒன்றான சோமாலியாவின் கடற்கரைகளில்தான் மேற்குலக நாடுகளின் அணுக்கழிவுகளும் இன்னபிற ரசாயனக்கழிவுகளும் கொட்டப்படுகின்றன. தங்கம், காப்பர், அலுமினியம், பாக்சைட், செல்போன்கள் தயாரிக்கப்பயன்படும் கனிமங்கள் போன்றவற்றை எடுப்பதற்காக, பல ஆப்பிரிக்க நாடுகளின் நிலங்களுக்கும் அங்குள்ள மக்களுக்கும் மீளமுடியாத சேதங்களை ஏற்படுத்தி வருகின்றன.

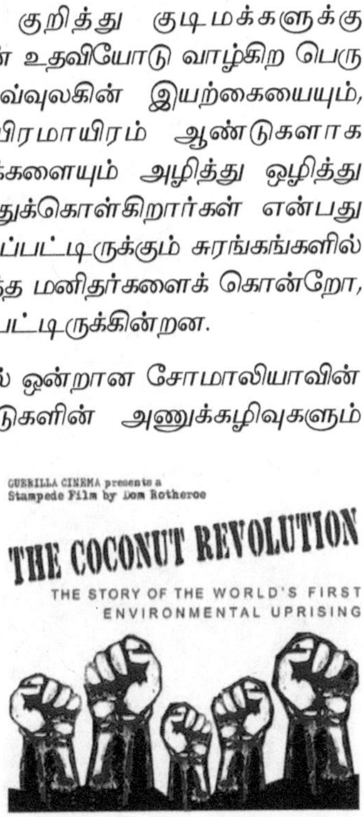

30,000 ஆண்டுகளுக்கும் மேலாக மக்கள் வாழ்ந்து வருகிற மிகச்சிறிய தீவொன்றினில் தோண்டப்பட்ட உலகிலேயே மிகப்பெரிய சுரங்கமொன்றினால் மனிதர்கள் உட்பட அத்தீவின் அனைத்து உயிரினங்களும் அழியத்துவங்கின. அவர்களுக்கு எவ்வித மாற்று ஏற்பாடோ மாற்றுத்திட்டமோகூட முன்வைக்காத அரசுகளையும், இலாபமடைந்துவந்த சுரங்க நிறுவனத்தையும் எதிர்த்து அம்மக்கள் அனைவரும் ஒன்றிணைந்து போராடினார்கள்.

பூகென்வீல் என்பதுதான் அத்தீவின் பெயர். அம்மக்களுடைய போராட்டம் வென்றதா இல்லையா என்பது குறித்து, "The Coconut Revolution" என்கிற திரைப்படத்தை உருவாக்கியிருக்கிறார் 'டோம் ரோதேரோ' என்கிற இயக்குனர்.

பூகென்வீல் தீவு ஒரு வரலாற்றுப்பார்வை:

ஒன்றரை லட்சம் மனிதர்கள் வாழ்கிற பூகென்வீல் என்கிற தீவு ஆஸ்திரேலியாவிற்கு வடகிழக்கில் சில நூறுகிலோமீட்டர்கள் தொலைவில் அமைந்திருக்கிறது. 30ஆயிரம் ஆண்டுகளுக்கும் மேலாக பூகென்வீல் மக்கள் அத்தீவினில் வாழ்ந்துவருவதாக வரலாற்று ஆய்வாளர்கள் தெரிவிக்கிறார்கள். 1768 ஆம் ஆண்டில், இத்தீவினைக் கண்டுபிடித்துவிட்டதாக 'லூயி பூகென்வீல்' என்கிற பிரெஞ்சு மாலுமி அறிவித்ததோடு தன்னுடைய பெயரையும் தீவிற்கு வைத்துவிட்டார். அதன்பிறகு, ஜெர்மனி, ஜப்பான், இங்கிலாந்து, அமெரிக்கா, ஆஸ்திரேலியா போன்ற நாடுகளால் சில நூற்றாண்டுகளாக காலனித்தீவாக இருந்துவந்தது. பூகென்வீலிற்கு சற்று மேலே இருக்கும் 'பப்புவா நியூ கெனி' நாட்டினை எந்தெந்த நாடுகள் காலனியாக வைத்திருந்தனவோ, அவையெல்லாம் பூகென்வீலையும் இலவச இணைப்புக் காலனித்தீவாக வைத்திருந்தன.

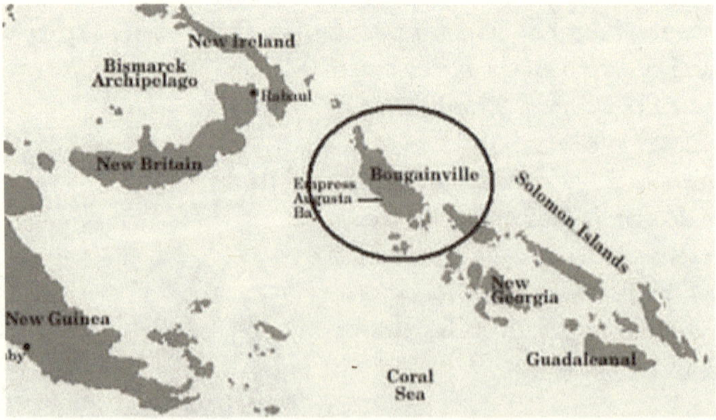

இதனால் தெற்கே இருக்கும் தன்னுடைய கலாச்சாரத்தை ஒட்டிய மக்கள் வாழ்கிற சாலமன் தீவுகளுடன் இணைய முடியாத நிலைதான் வரலாறெங்கிலும் தொடர்கிறது.

பங்குனா சுரங்கமும் சுரண்டலும்:

தங்கம், செம்பு, வெள்ளி போன்ற இயற்கைவளங்கள் பூகென்வீலில் ஏராளமாக இருப்பதனையறிந்துகொண்ட கார்ப்பரேட் நிறுவனங்கள், அதனைச்சுரண்டியெடுக்க சரியான நேரம் பார்த்துக்கொண்டிருந்தன. 1960 இல் ஆஸ்திரேலிய நாட்டின்கீழ் இருந்தபோது, பூகென்வீல் தீவின் நடுவினில் பங்குனா என்கிற இடத்தில் மிகப்பெரிய சுரங்கமொன்று தோண்ட முடிவெடுத்தது ஆஸ்திரேலிய அரசு. இம்முடிவினை எதிர்த்து, பெண் வழிச்சமூகமாக வாழ்ந்து வந்த பூகென்வீல் தீவு மக்கள், பெண்களின் பின்னே திரண்டு வீரமிகு எதிர்ப்புப்போராட்டங்களை நடத்தினர். பூகென்வீல் பெண்களின் தலைமையில் ஏராளமான மக்கள், புல்டேசர்களுக்கும் பீரங்கிகளுக்கும் அஞ்சாமல் ஒரு வீரம் செறிந்த எதிர்ப்புப்போராட்டத்தினை நடத்தினர். இருப்பினும் ஆஸ்திரேலிய வல்லரசின் எரிவாயு குண்டுகளுக்கு முன்னே, பூகென்வீல் மக்களின் ஆயுதங்களால் வெற்றிகொள்ளமுடியவில்லை. இதனைத்தொடர்ந்து 1966 இல், பி.சி.எல். என்கிற பன்னாட்டு நிறுவனம், பங்குனாவில் சுரங்கப்பணியினைத் துவங்கியது. இங்கிலாந்து நாட்டின் ரியோ டின்டோ (Rio Tinto), ஆஸ்திரேலியாவின் சி.ஆர்.ஏ. போன்ற

நிறுவனங்கள் இணைந்து உருவாக்கிய நிறுவனம்தான் பி.சி.எல். நூற்றுக்கணக்கான தொழிலாளர்களை வேறுசில நாடுகளிலிருந்து அழைத்துவந்து, சுரங்கத்தில் பணிக்கமர்த்தியது பி.சி.எல். நிறுவனம். உள்ளூர் மக்களையோ வெறும் கொத்தடிமைகளைப்போல, மிகக்குறைந்த சம்பளத்துடன் வேலைக்கு வைத்துக்கொண்டது.

1975 இல் ஆஸ்திரேலியாவிடமிருந்து விடுதலைபெற்ற 'பப்புவா நியூ கெனி' என்கிற நாடு, பூகென்வீல் தீவையும் தனக்கென எடுத்துக்கொண்டது. தனிநாடாக உரிமை கோரி, பூகென்வீல் மக்கள் அன்றிலிருந்து பல ஆண்டுகளாகப் போராட்டங்கள் நடத்தி வருகின்றனர். குறிப்பாக 1975இலும் 1990இலும் பெரிய போராட்டங்களும் தொடர்ந்து தனிநாடாகத் தங்களை அறிவித்துக்கொண்டதும் நடந்தேறியது. ஆனால் அதனை உலகின் எந்த நாடுகளும் கண்டுகொண்டதாகத் தெரியவில்லை.

1966 ஆம் ஆண்டு முதல் 22 ஆண்டுகளாக தொடர்ந்து இயங்கிய சுரங்கம், அரை கிலோமீட்டர் ஆழமும் ஏழு கிலோமீட்டர் அகலமும் கொண்ட உலகிலேயே மிகப்பெரிய சுரங்கமாக மாறியது. கோடி கோடியாக இலாபத்தினை அள்ளிக்கொடுத்த அச்சுரங்கத்தினால், உள்ளூர் பூகென்வீல் மக்களுக்கு எவ்வித இலாபமும் கிடைக்கவில்லை. சீரழிக்கப்பட்ட சுற்றுச்சூழல், விவசாயம்கூட செய்யமுடியாமல் நஞ்சாகிக்கிடக்கிற நிலம், ரசாயன அமிலமாக மாறிக்கொண்டிருக்கிற ஆறுகள் போன்றவையே சுரங்கத்தினால் அம்மக்களுக்கு கிடைத்தன. சுரங்கக்கழிவுகளின் காரணமாக, பூகென்வீல் தீவின் 500 ஏக்கர்களுக்கும் மேற்பட்ட அளவிலான இடங்கள் முற்றிலுமாக நஞ்சாக்கப்பட்டது. நஞ் சாக்கப்பட்ட அந்நிலங்களில் விவசாயம் பொய்த்து, மீன்பிடித்தொழில் மறைந்து, குடிப்பதற்குக்கூட நீர் எடுக்க முடியாத நிலையாகிவிட்டது. சுரங்கக் கழிவுகள் எல்லாம் 100 மீட்டர் அளவு உயரத்திற்கு குப்பைக் குவியலாகக் காட்சியளித்தன. சுரங்கத்தை சுற்றியுள்ள ஆறுகள் எல்லாம் மாசுபட்டுவிட்டன. பூகென்வீல் மக்கள் பலரும் தொடர் நோய்களுக்கு நீண்டகாலம் ஆட்பட்டுவிட்டனர்.

இனியும் பொறுப்பதற்கில்லை – வெகுண்டெழுந்த மக்கள்:

பூகென்வீல் மக்களின் சார்பாக பிரான்சிஸ் ஓனா என்பவரின் தலைமையில் பி.சி.எல். நிறுவன உயரதிகாரிகளுடன் பலமுறை பேச்சுவார்த்தை நடத்தப்பட்டது. ஆனால், நிறுவனமோ மக்களின் கோரிக்கைகளைக் கண்டு எள்ளி நகையாடின. சிறிய தீவின் மக்களின் பெரிய கோரிக்கைகளாக அவற்றை நிராகரித்தனர். ஊதிய உயர்வு, மாசுக்கட்டுப்பாட்டுக் கோரிக்கை, மக்களின் வாழ்வாதார உத்தரவாதக்

கோரிக்கை போன்ற அனைத்தையும் ஒருசேர மறுத்தது கோடிக்கணக்கில் இலாபமீட்டும் நிர்வாகம்.

இனியும் பொறுப்பதற்கில்லை என்று முடிவெடுத்த பூகென்வீல் மக்கள், பிரான்சிஸ் ஓனா தலைமையில் சுரங்கத்தின் மின்விநியோகத்தை துண்டித்தனர்; சுரங்கத்திலிருந்தே வெடிபொருட்களை எடுத்து சுரங்கத்தை செயல்படமுடியாதபடி வெடிக்கவும் செய்தனர். 'பப்புவா நியூ கெனி' நாட்டின் பாதியளவிற்கான ஏற்றுமதி பூகென்வீல் தீவின் சுரங்கத்தை நம்பியே இருந்தமையால், போராடிய பூகென்வீல் மக்களைக் கண்டதும் சுட்டுத்தள்ள ஆயிரம் பேர்கொண்ட இராணுவக்குழுவினை 'பப்புவா நியூ கெனி' அரசாங்கம் அனுப்பிவைத்தது. அதுவே பூகென்வீல் மக்களை ஒன்றுசேர்த்தது. பிரான்சிஸ் ஓனாவின் தலைமையில், "பூகென்வீல் புரட்சிகர இராணுவம்" உருவாக்கினார்கள். முழுக்க முழுக்க, தீவிற்குள் இருக்கும் மரக்கட்டைகளைக்கொண்டே துப்பாக்கிகள் தயாரித்தனர். ஆஸ்திரேலியாவின் உதவியுடன் தொடர்ந்து சில ஆண்டுகளாக போர் தொடர்ந்து நடைபெற்றது. ஆயுதமில்லா அப்பாவி மக்களின் மீது ஹெலிகாப்டர்கள் மூலமாக குண்டுகள் வீசப்பட்டன. போரினால் பதினைந்தாயிரம் பூகென்வீல் மக்கள் (ஒட்டுமொத்த மக்கள் தொகையில் 10%) கொல்லப்பட்டார்கள். ஆனாலும் அவர்களின் ஒன்றுபட்ட எதிர்ப்பினால், ஓரளவிற்கு வெற்றியும் பெற்றார்கள். தாங்களாகவே பூகென்வீல் தீவினை சுதந்திர நாடாக அறிவித்துக்கொண்டு, பிரான்சிஸ் தலைமையில் "பூகென்வீல் இடைக்கால அரசையும்" அமைத்தார்கள். ஆனால் உலகின் வேறெந்த நாடும் பூகென்வீலைத் தனிநாடாக ஏற்றுக்கொள்ளவில்லை.

போராட்டத்தினை தலைமையேற்று நடத்தியவர்கள் இதுகுறித்துப் பேசுகையில்,

ஜோசப் கபூன் (துணை அதிபர்) : "எங்களுடைய காடுகள், பள்ளத்தாக்குகள், ஆறுகள், நதிகள் அனைத்தும் மிகவும் அழகானவை. அவற்றை அழித்து மாசுபடுத்திவிட்டுச் செல்வோரைக் கண்டு நாங்கள் அமைதியாக இருக்கமாட்டோம்."

பிரான்சிஸ் ஓனா : "மனிதனுக்காகவும் அவனுடைய கலாச்சாரத்திற்காகவும், நிலத்திற்காகவும் சுற்றுச்சூழலுக்காகவும், சுதந்திரத்திற்காகவுமே பூகென்வீல் போராட்டத்தினை நடத்தினோம். 1960 களில் துவங்கியது பங்குனா சுரங்கம். எங்களுடைய மக்களுக்கு, எதிர்காலம் குறித்த போதுமான அறிவு அப்போது இல்லை. பூகென்வீல் மக்களாகிய நாங்கள் எங்களுடைய நிலத்தினை நம்பிமட்டுமே வாழ்க்கையை நடத்திவருபவர்கள். நிலம்தான் எங்களது வாழ்க்கை; நிலம்தான் எங்களது அன்னை; நிலம்தான் எங்களுக்குப்

பாதுகாப்பு; பங்குனா சுரங்கம் அமைக்கப்பட்ட இடம் மிகப்பெரிய காடாக இருந்தது. அதனைச்சுற்றி வாழ்ந்த மக்களுக்கு வேட்டையாடவும் உணவுதேடவுமான இடமாக அது இருந்துவந்தது. பெரிய பெரிய மரங்கள் எல்லாம் இருந்தன அங்கே. ஒரு மிகப்பெரிய மலையும் இருந்தது. பூகென்வீலில் தற்போது இருக்கிற மலைகள் அளவிற்கு பெரிய மலையாக இருந்தது. ஆனால் அம்மலையையே தகர்த்தெறிந்துவிட்டனர். அனைத்தையும் இழந்துவிட்ட ஒரு தரிசு நிலமாகக்கிடக்கிறது. இந்நிலத்தை மீண்டும் எப்படிப் பயன்படுத்தப்போகிறோம் என்றே தெரியவில்லை. எங்களுடைய நிலங்களை எடுத்துக்கொண்டு அதிலிருந்து கிடைத்த வருவாயின்மூலம் அவர்கள் பெரும்பயன் அடைந்தாலும், எங்களுக்கு எதையுமே திருப்பித்தரவில்லை. சுரங்கத்திற்கு மிக அருகிலிருக்கும் பள்ளியைக்கூட நாங்களே முன்முயற்சி எடுத்து எங்களது சொந்த உழைப்பினில் உருவாக்கினோம். பல இலட்சம் கோடி ரூபாய் இலாபமீட்டும் சுரங்கத்தை உரிமைகொண்டாடிய கார்ப்பரேட் பி.சி.எல். நிறுவனமோ அரசாங்கமோ எவ்வித உதவியும் செய்யவில்லை. இங்கிருந்து கண்ணுக்கெட்டிய தூரம் வரையிலான ஆறுகளையும் நதிகளையும் சுரங்கக்கழிவுகளால் மாசுபடுத்திவிட்டனர். இங்கிருக்கும் தண்ணீரைக் குடிக்கமுடியாது. மீன்கள் வாழவும் தகுதியற்றதாக மாறிவிட்டது. குறைந்தபட்சம் அடுத்த 200 ஆண்டுகளுக்கு இவற்றின் மாசினை சரிசெய்ய இயலாத நிலை."

தேங்காயின் உதவியுடன் தொடர்ந்தது புரட்சி...

இயற்கை வளமிக்க தங்களது தீவினை அழித்துக்கொண்டிருந்த சுரங்கத்தை மூடியாகிவிட்டது; அதற்குக் காரணமானவர்களை தீவினை விட்டே அடித்தும் விரட்டியாகிவிட்டது. ஆனால் 'பப்புவா நியூ கெனி' அரசும் ஆஸ்திரேலிய அரசும் இணைந்து பூகென்வீல் தீவிற்கு மிகப்பெரிய பொருளாதாரத் தடை விதித்துவிட்டன. அத்தீவினை சுற்றி வளைத்துக்கொண்டு தீவிற்குள்ளேயிருந்தும் வெளியேயிருந்தும் எவ்விதப் போக்குவரத்தும் நடைபெறாதவண்ணம் தடைபோட்டிருந்தனர். அடுத்தது என்ன என்கிற கேள்வி ஒட்டுமொத்த பூகென்வீல் மக்களிடமும் உலவிக்கொண்டிருந்தது.

பிரான்சிஸ் ஓனா : "பப்புவா நியூ கெனி' அரசு விதித்திருக்கிற தடையினைத் தாண்டி எங்களது வாழ்க்கையினை சுமுகமாகத் தொடரவேண்டுமென்றால், இங்கிருக்கிற ஒவ்வொரு குடும்பமும் உணவிற்கு தன்னிறைவு பெற்றதாக மாறவேண்டும் என்று தீர்மானித்தோம். எல்லாக் குடும்பங்களும் தோட்டங்கள் வைக்கத்துவங்கினோம். பொதுவான இடங்களில் இத்தீவினில் விளையத்தகுதியான உணவிற்குத் தேவையான அனைத்துவகை காய்கறி,பழங்களையும் எல்லோரும் இணைந்து விளைவிக்கத்துவங்கினோம். தக்காளி, வெங்காயம், உருளைக்கிழங்கு, சர்க்கரைவள்ளிக்கிழங்கு,

மரவள்ளிக்கிழங்கு, வேர்க்கடலை, சோளம், வாழைப்பழம் போன்றவை நன்கு விளைந்தன. எங்கும் பச்சைப் பசேலெனக் காட்சியளித்தன. சிறந்த மண்வளத்தின் காரணமாக, பூகென்வீல் மக்களுக்கு உணவிற்கு பஞ்சமே இல்லை என்கிற நிலை உருவாகிற்று."

அளவில்லாமல் இருக்கிற இயற்கை வளங்களை வைத்துக்கொண்டு எவரிடமும் எதற்காகவும் கையேந்தி நிற்கவேண்டிய நிலையில்லை என்பதனை உணர்ந்துகொண்டனர். மூன்று வேளை உணவிற்கு பஞ்சம்வைக்காத இயற்கை வளமிக்க தீவுதான் பூகென்வீல். ஆனால் மின்சாரம், எரிபொருள் போன்றவற்றிற்கு என்ன செய்வது என்கிற வினாவிற்குத்தான் விடைதேடவேண்டியிருந்தது. அளவில்லாமல் காய்த்துத் தொங்குகிற தேங்காய்கள்தான் அவர்களுக்கு நல்லதொரு வழிகாட்டின.

- தேங்காய்ப் பாலில் ஏராளமாக இரும்புச்சத்து இருப்பதினால், காடுகளில் நடப்பதற்கு உடலுக்கு பலம்சேர்க்கிறது. எனவே தண்ணீருக்குப் பதிலாக, பெரும்பாலும் தேங்காய்ப்பாலையே அருந்தினர்.
- தேங்காய் மட்டைகளைப் பிழிந்து, அதிலிருந்து வரும் சாறினை எடுத்து உடம்பில் இருக்கும் காயங்களுக்கு மருந்தாகப் பயன்படுத்தினர்.
- அதன் பின்னரான தேங்காய் மட்டைகளை, அடுப்பு விறகாகப் பயன்படுத்தினர்.

- தேங்காய் மட்டைகளைக் கொளுத்திவைத்து, அதிலே சிறிதளவு தேங்காய்களைத் தூவி கொசுத்தொல்லைகளிலிருந்து விடுதலை பெற்றனர்.
- தேங்காய்ப் பாலினை சமையலுக்கு பயன்படுத்தினர்.
- தேங்காய் எண்ணெயை விளக்குகளில் பயன்படுத்தினர்
- தென்னை இலைகளை எடுத்து கூடைகள், பைகள் செய்தனர்
- தேங்காய் எண்ணெய்களைக்கொண்டு குளிக்கப் பயன்படுகிற சோப்பும் தயாரித்தனர்
- மூன்று தரத்திலான தேங்காய் எண்ணெய்களைத் தயாரித்தனர். 'ஏ' தரத்திலான எண்ணெயினை துப்பாக்கி துடைக்கவும், 'பி' மற்றும் 'சி' தரத்திலான எண்ணெய்களை சமைக்கவும் பயன்படுத்தினர்
- தேங்காயிலிருந்து எண்ணெய் எடுத்து, அதனையே கார் உட்பட அனைத்து மோட்டார் வாகனங்களுக்கும் எரிபொருளாக பயன்படுத்துகின்றனர். தேங்காய் எண்ணெய் தயாரிக்கும் ஒட்டுமொத்த தொழிற்நுட்பத்தினையும் பூகென்வீல் மக்களே உருவாக்கி செயல்படுத்துகின்றனர்
- சுரங்கத்தில் எடுத்த சிறுசிறு பொருட்களைக்கொண்டு தயாரித்த உபகரணங்களினால், ஆங்காங்கே பாயும் நீர்வீழ்ச்சிகளிலிருந்து மின்சாரத்தை தயாரித்தனர். அம்மின்சாரமே பூகென்வீல் தீவு முழுக்க உள்ள மக்களுக்கு வழங்கப்பட்டது. இம்முறையில் பயன்படுத்தப்பட்ட ஜெனரேட்டர் உட்பட அனைத்து உபகரணங்களுக்கும் தேங்காயிலிருந்து எடுக்கப்பட்ட எண்ணெயையே எரிபொருளாகப் பயன்படுத்தினர். பூகென்வீல் முழுவதும் 60 இடங்களில் இதுபோன்று மின்சாரம் தயாரிக்கிறார்கள்.

இன்றைய நிலை....

தன்னிறைவுபெற்ற தீவாக அவர்கள் மாறியிருப்பதாகச் சொன்னாலும், உலகின் மற்ற பகுதிகளில் இருக்கும் வளர்ச்சியும் புதிய தொழில்நுட்பங்களும் பூகென்வீல் மக்களுக்கு கிடைக்காமல் செய்கின்றன அதனை ஆதிக்கம் செலுத்தும் நாடுகள். அதிலும் குறிப்பாக, மருத்துவக் கண்டுபிடிப்புகளும் அதுசார்ந்த உதவிகளும் அம்மக்களுக்கு கிடைக்காமலே போகிறது. தேங்காய்ப்புரட்சியினை முன்னின்று நடத்திய பிரான்சிஸ் ஓனா மலேரியாவிலும்,

அவருக்குப்பின் அதிபராகப் பொறுப்பேற்றுக்கொண்ட ஜோசப் இதய நோயாலும் இறந்துபோயினர். எவ்வித மருத்துவ உதவியும் பூகென்வீல் தீவினுள்ளே நுழையவிடாமல் ஆஸ்திரேலிய அரசும் 'பப்புவா நியூ கெனி' அரசும் இன்றளவும் தடுத்துவைத்திருக்கின்றன.

'உனது இதயமான நிலத்தினையும் இயற்கையையும் அழித்து காசாக்க அனுமதி கொடுத்தால், நான் உனது உயிரைக்காப்பேன்... இல்லையென்றால் நீ செத்துமடிந்தாலும் கவலையில்லை' என்பதுதான் ஆதிக்க நாடுகளின் குரலாக இருக்கிறது.

அடுத்த தலைமுறை மக்களுக்கு, மாசுபட்ட, எதற்கும் உபயோகப்படாத உலகைத்தான் பரிசளிக்கப்போகிறோமா?

வெறும் காசுக்காகவும், மிகச்சிலரின் மிகப்பெரிய இலாபத்திற்காகவும் மட்டுமே இயற்கையின் எதிர்காலத்தையே அழித்துக் கொண்டிருப்போரை சும்மாதான் விடப்போகிறோமா?

காலம் காலமாக இயற்கைக்காடுகளிலும், பூர்வீக கிராமங்களிலும் வாழ்ந்துவருகிற பூர்வகுடி மக்கள், அவர்களின் விருப்பமின்றி அடித்துத்துரத்தப்படுவதை பார்த்துக்கொண்டிருக்கப்போகிறோமா?

இது ஏதோ ஆஸ்திரேலியாவிற்கு அருகிலிருக்கும் மிகச்சிறிய தீவின் வரலாறுதானே என்று ஒதுக்கித்தள்ளமுடியாது. தங்களது நிலத்தினை இழந்து அவர்கள் அனுபவித்த துயரத்தின் வெளிப்பாடுதான், அவர்களின் இம்மாபெரும் போராட்டம். எதிர்கால சந்ததியினரின் வாழ்க்கையினை கேள்விக்குள்ளாக்கும்விதத்தில் உலகில் எங்கெங்கெல்லாம் இயற்கையினை அழித்து சுரங்கம் தோண்டப்பட்டுள்ளதோ, அந்நிலங்களின் துயரமும் இதுதான். இந்தியாவின் மத்திய மற்றும் கிழக்குப் பகுதிகளில் புதைந்துகிடக்கும் பாக்சைட், அலுமினியம் போன்ற கனிமவளங்களை சுரண்டித்திருடிக்கொண்டு போவதற்கு வேதாந்தா மற்றும் இன்னபிற கார்ப்பரேட் நிறுவனங்கள் துடித்துக்கொண்டிருக்கின்றன. இயற்கையினை அழித்து, இனிவரும் சந்ததியினருக்கு இல்லாமல் செய்கிற மனிதவிரோத, இயற்கைவிரோதச் செயலை முன்னெப்போதையும்விட நாம் அனைவரும் வலிமையாக ஒன்றிணைந்து, பூகென்வீல் மக்களைப்போன்று எதிர்க்க வேண்டியிருக்கிறது.

■

12

புர்கினா பாசோ :
ஆப்பிரிக்காவின் 'சே' தாமஸ் சங்கரா
(The Upright Man)

மனித இனம் இன்று பல இனங்களாகவும், நாடுகளாகவும் மற்றும் இன்னபிற குழுக்களாகவும் பிரிந்து கிடக்கிறது... இப்படி பல தேசங்களை உருவாக்கி எல்லைக் கோடுகளுக்குள் புகுந்துகொண்டிருக்கும் மனித இனம், முதன்முதலில் தோன்றி வளர்ந்த பூர்வீக பூமியாக இன்றளவும் கருதப்படுவது ஆப்பிரிக்க மண்ணைத்தான்...

அந்த ஆப்பிரிக்க மண்ணின் தேசங்கள், பல நூற்றாண்டுகளாக காலனிய நாடுகளாக அடிமைப்படுத்தப்பட்டே வந்திருக்கின்றன... பிரெஞ்சு, பெல்ஜியம், இத்தாலி, ஸ்பெயின், பிரிட்டன், போர்ச்சுகல், ஜெர்மனி என ஆப்பிரிக்காவை ஆண்டு அடிமைப்படுத்தி சுரண்டிக்கொழுத்த மேற்குலக நாடுகளின் எண்ணிக்கை அதிகம்... இரண்டாம் உலகப்போருக்குப் பின்னான காலகட்டத்தில், ஒவ்வொரு ஆப்பிரிக்க நாடாக விடுதலை பெற்றுவந்தன. ஆனால் அவையெல்லாம் உண்மையான விடுதலையல்ல. ஆப்பிரிக்க நாடுகளுக்கு விடுதலை கொடுத்துவிட்டோம் என்று உலகிற்கு அறிவித்துவிட்டு, அங்கே போலியாக ஒரு பொம்மை ஆட்சியை/ஆட்சியாளர்களை அமர்த்தி, தன்னுடைய காலனிய ஆட்சியினைத் தொடர்ந்து வெற்றிகரமாக நடத்திவந்தன ஆதிக்க நாடுகள்... தப்பித்தவறி தங்களின் கட்டளைகளை ஏதேனும் ஒரு ஆப்பிரிக்க பொம்மை ஆட்சியாளர் மீறினால், அங்கே உடனடியாக ஆட்சிக்கவிழ்ப்பு நடைபெறும்... இப்படித்தான் கடந்த 50க்கும் மேற்பட்ட ஆண்டுகளாக பெரும்பாலான ஆப்பிரிக்க கண்டத்தினை தொடர்ந்து மறைமுகமாக ஆட்சி நடத்திவருகின்றன ஆதிக்க நாடுகள்...

இதனை எதிர்த்து ஓரிருவர் ஆங்காங்கே குரல் கொடுத்திருக்கிறார்கள்.. அவர்களில் மிக முக்கியமான ஒருவர், மேற்குலக ஆதிக்க நாட்டினைத் தூக்கி எறிந்ததோடு மட்டுமல்லாமல், மக்களுக்கான ஒரு மாற்று

அரசையும் அமைத்தார்... உலகின் ஏழ்மையான நாடாக சோற்றுக்கே வழியின்றி இருந்த அவரது நாட்டினை, மிகச்சிறிய காலத்தில் உணவு உற்பத்தியில் தன்னிறைவு பெற்ற நாடாக மாற்றி, உலகையே திரும்பிப்பார்க்க வைத்தார். அவரது பெயர் தாமஸ் சங்கரா. அந்நாட்டின் பெயர் புர்கினா பாசோ. தாமஸ் சங்கராவின் வாழ்க்கையினை 'The Upright Man' என்கிற பெயரில் ஆவணப்படுத்தியிருக்கிறார் இயக்குனர் 'Robin Shuffield'.

புர்கினா பாசோ - ஒரு வரலாற்றுப் பார்வை

"அப்பர் வோல்டா" என்கிற நாடு மேற்கு ஆப்பிரிக்காவிலிருக்கும் ஒரு சிறிய நாடு. அந்நாட்டின் மேற்கே மாலியும் தெற்கே ஐவரி கோஸ்டும் சூழ்ந்திருக்கிற, கடலில்லா நாடுதான் "அப்பர் வோல்டா". 1896 இல் அப்பர் வோல்டாவினை ஆக்கிரமித்து, காலனிய நாடாக அடிமைப்படுத்தியது பிரெஞ்சு அரசு. அன்றிலிருந்து 50 ஆண்டுகளுக்கும் மேலாக அப்பர் வோல்டாவினைத் தொடர்ந்து ஆண்டுவந்தது. இரண்டாம் உலகப்போருக்குப் பின்னான அழுத்தத்தில், மற்ற ஆப்பிரிக்க நாடுகளைப் போலவே 1960 இல் பிரெஞ்சு அரசிடமிருந்து அப்பர் வோல்டா நாடும் விடுதலை பெற்றது. ஆனாலும் பிரெஞ்சு அரசிற்கு தலையசைக்கும் பொம்மை இராணுவ ஆட்சிகள்தான் மாறிமாறி அப்பர் வோல்டாவினை ஆண்டுவந்தன. நேரடியாகவும் மறைமுகமாகவும் பிரெஞ்சு காலனியாக இருந்துவந்த அப்பர் வோல்டாவில் சொல்லிக்கொள்ளும்படி கனிமவளங்களோ கடலோ இல்லாமையால், அப்பர் வோல்டா மக்களை அண்டைய நாடுகளில் கூலி வேலை பார்ப்பதற்கு பயன்படுத்திவந்தன பிரெஞ்சு அரசும், பொம்மை இராணுவ அரசுகளும்.

அவ்வப்போது ஆட்சிக்கவிழ்ப்புகளும், சதிப்புரட்சிகளும் நடந்துகொண்டே இருந்தன. 1983ஆம் ஆண்டு இராணுவ ஆட்சியினைக் கவிழ்த்து, மக்கள் புரட்சியின் மூலம் ஆப்பிரிக்க கண்டத்தின் இளம் அதிபராக ஆட்சிக்கு வருகிறார் தாமஸ் சங்கரா. பிரெஞ்சு காலனிய நாடாக இருந்தபோது வைக்கப்பட்ட 'அப்பர் வோல்டா' என்கிற பெயரினை 'புர்கினா பாசோ' என்று பெயர்மாற்றம் செய்கிறார். தன்னுடைய சுய இலாபத்திற்காகவும் மேற்குலக நாடுகளின் வார்த்தைகளுக்குக் கட்டுப்பட்டும் தன்னுடைய சொந்த நாட்டுமக்களையே சுரண்டும் ஆப்பிரிக்காவின் மற்ற பெரும்பான்மையான ஆட்சியாளர்களைப்போல அல்லாமல், நாட்டின் வளர்ச்சிக்காக பல்வேறு திட்டங்களைத் தீட்டி செயல்படுத்தினார் தாமஸ் சங்கரா.

புரட்சியின் பாதையில் மக்கள் நலத் திட்டங்கள்...:

புரட்சிக்கு முந்தைய காலகட்டத்தில், ஒரு இராணுவ வீரனாக இருந்தபோது, மார்க்ஸ் மற்றும் லெனின் ஆகியோரின் தத்துவங்களால் ஈர்க்கப்பட்டார் தாமஸ் சங்கரா. ஆப்பிரிக்க நாடுகளுக்கிடையே நடக்கும் போர்களினால் மக்களுக்கு எவ்விதப் பயனுமில்லை என்பதையும் மக்கள் நலத்திட்டங்களை செயல்படுத்தும் ஒரு புரட்சிகர அரசுதான் எல்லாவற்றையும் புரட்டிப்போடமுடியும் என்றும் புரிந்துகொண்டார்.

அப்பாடங்களை அதிபரானபோது, ஒவ்வொன்றாக செயல்படுத்தினார் தாமஸ் சங்கரா. நாட்டின் அமைச்சர்கள், உயர் அதிகாரிகளின் மிக அதிகமான ஊதியத்தினை குறைத்ததுடன் தன்னுடைய ஊதியத்தையும் குறைத்து சட்டமியற்றினார் சங்கரா. அமைச்சர்களும், உயரதிகாரிகளும் வலம் வந்துகொண்டிருந்த அரசுக்கு சொந்தமான மெர்சிடிஸ் கார்களை விற்றுவிட்டு, புர்கினா பாசோவின் மிக மலிவான கார்களையே பயன்படுத்த வேண்டுமெனவும் உத்தரவிட்டார். அதனைத் தன்னிலிருந்தே துவங்கினார்.

தாமஸ் சங்கரா: 'அரசு அலுவல் காரணமாக விமானத்தில் பயணிக்கும் அதிகாரிகளும் அமைச்சர்களும்

முதல்வகுப்பில் செல்லாமல் சாதாரண வகுப்பில்தான் பயணிக்க வேண்டும். நீங்கள் முதல் வகுப்பில் சென்றாலும், சாதாரண வகுப்பில் சென்றாலும் விமானம் தரையிறங்குகிறபோது ஒன்றாகத்தானே இறங்கப்போகிறீர்கள்? விமானம் கிளம்பும்போதும் ஒன்றாகத்தானே பயணிக்கப் போகிறீர்கள்? பிறகு எதற்கு முதல் வகுப்பு? அதனால் சொகுசாகப் பயணம் செய்வதற்காக, மக்களின் வரிப்பணத்தை இனி விரயம் செய்யக்கூடாது."

விவசாயிகளுக்கு சுமையாக காலனியாட்சிக்காலத்திலிருந்து வசூலிக்கப்பட்டுவந்த விவசாய வரி இரத்து செய்யப்பட்டது. விவசாயத்தினை உற்சாகமாகத் தொடர்ந்து நடத்த, இச்சட்டம் ஊக்கமாக அமைந்தது.

பன்னிரண்டு வயதுக்கு கீழுள்ள சிறுவர்களுக்கு மக்களுக்கான அரசியலைக் கற்றுக்கொடுக்கிற திட்டமும் உருவாக்கப்பட்டது. எதிர்காலத்தில் புர்கினா பாசோ நாட்டினை ஆளப்போவதே அவர்கள்தான். எனவே அவர்களுக்கு நாட்டின்மீதும், மக்களின்மீதும் பற்றினை உருவாக்குவதும், தன்னலமற்ற குடிமக்களாக வளர்க்கவேண்டியதும் ஒரு அரசின் கடமையென தாமஸ் சங்கரா நினைத்தார்.

தாமஸ் சங்கரா: "தேசியக்கொடியின் கீழ்நின்றுகொண்டு, மனிதவுயிர்களைக் கொல்லும் ஆயுதங்களைக் கையில் ஏந்திக்கொண்டு, தமக்குப் பிறப்பிக்கப்படுகிற உத்தரவுகளை அப்படியே பின்பற்றி அவ்வாயுதங்களைப் பயன்படுத்துவதால் யார் பயனடைவார்கள் என்றுகூட அறியாத நிலையில் இருக்கிற இராணுவ வீரனும் தீவிரவாதிதான்."

பெண்ணுரிமைக்காக...

ஆட்சியின் முதலாண்டில் பல்வேறு பொருளாதார மாற்றங்களைக்கொண்டு வந்த தாமஸ் சங்கரா, மக்களிடையே மாற்றுக் கலாச்சாரத்தையும் முன்னெடுத்துச் செல்லவேண்டுமென எண்ணினார். ஆப்பிரிக்க சமூகத்தில் பெண்களை எப்போதும் ஆண்களே மேலாதிக்கம் செலுத்திவந்தனர். இதனை மாற்றவேண்டுமென்று மக்களிடையே வலியுறுத்தினார்.

தாமஸ் சங்கரா: "நம் நாட்டிலிருக்கும் ஒவ்வொரு பெண்ணிற்கும் வேலை கிடைக்க நாம் உதவவேண்டும். சுயமாக சம்பாதித்து நல்லதொரு வாழ்க்கையினை அமைத்துக்கொள்வதற்கான வழிவகைகளை நம்நாட்டுப் பெண்களுக்கு நாம் அமைத்துத்தரவேண்டும்."

அன்றைய காலகட்டத்தில் பெண்களுக்கு சமவுரிமை வழங்கப்படவேண்டுமென்று பேசி ஆப்பிரிக்க கண்டத்தில் அதிர்வலைகளை உண்டாக்கினார்.

பள்ளிகளில் பெண்களுக்கான சமவுரிமையும் சுதந்திரமும் எந்த அளவில் சாத்தியமென்று நினைக்கிறீர்கள்? என்கிற கேள்விக்கு பதிலளிக்கையில்,

"'பெண்கள் எப்போதும் ஆண்களுக்குக் கீழ்தான்' என்று காலம் காலமாக நமக்கு சொல்லித்தரப்பட்டு வருகிறது. அந்த எண்ணத்திலிருந்து நாம் வெளியே வரவேண்டும். குறிப்பாக, பள்ளிகளில் ஒரு பெண் கருவுற்றுவிட்டால், உடனே அப்பெண்ணை பள்ளியிலிருந்து நீக்கிவிடுகிற பழக்கமிருக்கிறது. ஆனால் அதற்கு காரணமான ஆண் அதே பள்ளியில் அதே வகுப்பில் இருந்தாலும், அவனுடைய படிப்பு பாதிக்காமல் பார்த்துக்கொள்கிறோம். ஆக, எத்தனை பெண்கள் கருவுறக் காரணமாக ஒரு ஆண் இருந்தாலும், அவனுக்கு எவ்வித இழப்புமில்லை. ஆனால், பெண்ணோ கல்வியை இழந்து, சமூகத்திலிருந்து விடுபட்டு, வாழ்க்கையைத் தொலைக்கிற நிலைதான் தொடர்கிறது. இந்நிலையினை மாற்ற வேண்டும்."

புரட்சிக்குப் பின்னான காலகட்டத்தில், நாட்டின் அரசியல் நடவடிக்கைகளில் பெண்களும் பங்கேற்க அனுமதிக்கப்பட்டனர். ஆண்களுக்கு நிகராக, பெண்களும் தேச வளர்ச்சிக்கு உதவ வருவதைக் காணமுடிந்தது. பல பெண்கள் தேசிய இராணுவத்தில் சேர்ந்தனர். ஆயுதங்களைக் கையாள்வது, இராணுவ சீருடை அணிவது, அணிவகுப்பு நடத்துவது போன்ற ஆண்கள் செய்கிற இராணுவ வேலைகள் அனைத்தையும் பெண்களும் செய்ய அனுமதிக்கப்பட்டனர். பெண்களை அமைச்சர் பதவிக்கு நியமித்த முதல் ஆப்பிரிக்க அதிபர் தாமஸ் சங்கராவாகத்தான் இருக்கமுடியும்.

லிடியா டிரவோரே (பள்ளி ஆசிரியை): 'உலகப் பெண்கள் தினமான மார்ச் 8 இல், பெண்கள் அனைவரும் வீட்டில் இருக்கவேண்டுமென்றும், ஆண்கள்தான் அன்றைய தினம் வீட்டு வேலைகளையும் வெளியே சென்று காய்கறிகள் வாங்குவதையும் செய்யவேண்டுமென்றும் வேண்டுகோள்விடுத்தார். அன்றைய தினம், ஆண்களே கடைக்குச் சென்று தக்காளி வாங்குவதும், வீட்டிற்குவந்து சமைப்பதையும் பார்க்க அழகாகவும் மகிழ்ச்சியாகவும் இருந்தது.'

பொருளாதார மாற்றங்கள்...

புர்கினா பாசோ மக்களனைவருக்கும் உணவு, வீடு, மருத்துவ வசதி ஆகியவை கிடைக்கச் செய்யவேண்டுமென்பதே தாமஸ் சங்கரா அரசின் தலையாயக் கடமையாக இருந்தது.

பல்வேறுவிதமான நோய்கள் ஆப்பிரிக்க கண்டம் முழுக்கப் பரவிக்கொண்டிருந்த சமயத்தில், புர்கினா பாசோவில் ஒரே வாரத்தில்

25 இலட்சம் மக்களுக்கு போலியோ உட்பட பல நோய்களுக்கான தடுப்புமருந்து கொடுக்கப்பட்டது. இந்நடவடிக்கை, உலக சுகாதார அமைப்பின் பாராட்டுதலையும் பெற்றது.

விளையாட்டுத் துறையிலும் நாட்டினை முன்னேற்ற வேண்டுமென்று முன்னுதாரண நடவடிக்கையாக, சங்கராவும் அவரது அமைச்சர்களுமே நேரம் கிடைக்கிறபோதெல்லாம் கிராம மக்களோடு இணைந்து விளையாடி வந்தனர்.

ஆப்பிரிக்க நிலங்கள் பாலைவனமாக மாறுவதைத் தடுக்க, நாடுமுழுக்க விரவிக்கிடந்த தரிசு நிலங்களில் மரக்கன்றுகளை நடும் திட்டத்தினையும் துவங்கிவைத்தது சங்கராவின் அரசு. கிராமத்து இளைஞர்களை வைத்து, ஆங்காங்கே தோப்புகளை உருவாக்கினர்.

நகரங்களில் வீடில்லாமல் வாழ்ந்த மக்களுக்கு, அரசு செலவிலேயே ஆங்காங்கே வீடுகளமைத்துக் கொடுக்கப்பட்டன. நகரங்களோடு கிராமங்களை இணைக்கப் பெரும்பாலும் சாலைகளே இல்லாத காரணத்தால், அதே திட்டத்தினை கிராமங்களுக்கும் கொண்டுசெல்ல முடியாமற்போயிற்று. கிராமங்களுக்கு வீடுகளைக் கட்டிக்கொடுப்பதற்கு முன், சாலைகளையும் இரயில் தண்டவாளங்களையுமே முதலில் அமைக்கவேண்டுமென்று முடிவெடுக்கிறது சங்கராவின் அரசு. ஆதாயமின்றி உதவ உலகவங்கியோ மேற்குலக நாடுகளோ முன்வராது என்பதனை நன்குணர்ந்த சங்கரா, நாட்டு மக்களையே உதவிக்கு அழைக்கிறார். அதன்படி, புர்கினா பாசோவின் தென்கோடியையும் வடகோடியையும் இணைக்கும் இரயில் பாதையினை எந்தவொரு நாட்டின் உதவியுமின்றி சொந்தமண்ணின் மக்களுடைய உழைப்பிலேயே சாத்தியமாக்கிக் காட்டினர்.

வேளாண்துறையில் தன்னிறைவு பெற்ற நாடாக...

புர்கினா பாசோவினைத் தன்னிறைவு பெற்ற நாடாக மாற்றவேண்டுமென்பதே அடுத்த குறிக்கோளாக இருந்தது புரட்சி அரசிற்கு. தங்களுடைய நாட்டில் தயாரித்த பொருட்களையே வாங்கிப் பயன்படுத்துமாறு, நாட்டுமக்களுக்கு அறிவுறுத்தினார் சங்கரா.

தாமஸ் சங்கரா: "தற்போது நம்மால் நமக்குத் தேவையான அளவிற்கு உணவு உற்பத்தி செய்யமுடிகிறது. நம்முடைய தேவைக்கு அதிகமாகவும், நம்மால் உற்பத்தி செய்ய முடியும். முறையான ஒருங்கிணைப்பு இல்லாமையால், இன்றும் நாம் அயல்நாடுகளிடம் கையேந்த வேண்டியிருக்கிறது. ஆனால் அவ்வுதவிகள் யாவும், எதிர்மறையான விளைவுகளை ஏற்படுத்தி,

உதவிக்காகப் பிச்சையெடுக்கிற நிலையில்தான் இருக்கிறோம் என்கிற எண்ணத்தினை நம்முடைய மனதில் ஆழமாகப் பதியவும் வைத்துவிட்டன. ஏகாதிபத்தியம் எங்கிருக்கிறது என்று என்னிடத்தில் சிலர் கேட்கிறார்கள். நீங்கள் சாப்பிடுகிற தட்டினைப் பார்த்தாலே அதற்கான பதில் கிடைக்கும். நாம் சாப்பிடுகிற அரிசி, சோளம், தினை என அனைத்துமே இறக்குமதி செய்யப்பட்ட பொருட்கள்தான். அக்கேள்விக்கான பதிலினை இதற்கு மேலும் வேறெங்கும் தேடவேண்டிய அவசியமில்லை"

இதனை மனதில் வைத்துக்கொண்டு காலம்காலமாக நிலத்தின்மீது ஒட்டுமொத்தமாக உரிமைகொண்டாடிவந்த நிலக்கிழார்களிடமிருந்து விவசாய நிலங்கள் பறிக்கப்பட்டு உழுபவர்களிடமே ஒப்படைக்கப்பட்டது. நிலச்சீர்திருத்தம், விவசாயவரி நீக்கம் உட்பட ஏராளமான திட்டங்கள் நிறைவேற்றப்பட்டமையால், இரண்டு ஆண்டிற்குள் வேளாண் உற்பத்தியில் தன்னிறைவு பெற்ற நாடாக புர்கினா பாசோ மாறியது. சராசரியாக ஒரு ஹெக்டேருக்கு 1700 கிலோ கோதுமை பயிர்செய்யும் மற்ற ஆப்பிரிக்க நாடுகளை ஒப்பிடுகையில், ஒரு ஹெக்டேருக்கு 3800 கிலோ கோதுமையினை உற்பத்தி செய்யும் திறன்வாய்ந்த நாடாக உருவெடுத்தது புர்கினா பாசோ. பசி, பஞ்சம் போன்ற வார்த்தைகளை நாட்டைவிட்டே விரட்டிவிட்டனர்.

உள்நாட்டு நெசவுத்தொழில் நசிந்துகிடக்கிற நிலையினை மாற்ற, மிகப்பெரிய சமூக இயக்கம் துவங்கப்பட்டது. அரசு ஊழியர்கள் அனைவரும், சொந்த நாட்டில் தயாரிக்கப்பட்ட ஆடைகளையே அணியவேண்டுமென்று உத்தரவு போடப்பட்டது. உள்ளூர் தொழிலாளர்கள் தயாரித்த ஆடைகளையே அணியுமாறு நாட்டு மக்களிடையே கோரிக்கை வைக்கப்பட்டது. தாமஸ் சங்கராவும் உள்ளூர் நெசவாளர்கள் தயாரித்த ஆடையினையே எப்போதும் அணிந்தார்.

தாமஸ் சங்கராவின் திட்டங்கள் அனைத்தும், கானா போன்ற அண்டைய ஆப்பிரிக்க நாடுகளையும் ஈர்த்தன. இதனைக் கண்டு அஞ்சிய பிரெஞ்சு அரசு, தன்னுடைய முன்னாள் காலனிய நாடுகளனைத்தையும் அழைத்து மாநாடொன்று நடத்தியது. ஆப்பிரிக்க நாடுகளனைத்தும் மேற்குலகிற்கு அடிபணிந்துதான் நடக்கவேண்டுமென்று அம்மாநாட்டில் கலந்துகொண்ட பிரெஞ்சு அதிபர் மறைமுகமாக எச்சரிக்கையும் விடுக்கிறார். தாமஸ் சங்கரா அதனை நேரடியாகவே மறுக்கிறார்.

ஆப்பிரிக்க நாடுகளின் கடனை ரத்து செய்யும் கோரிக்கை...

ஆப்பிரிக்க நாடுகளின் ஒருங்கிணைப்பு மாநாட்டில் தாமஸ் சங்கரா, "இன்றைக்கு நமக்கு யாரெல்லாம் கடன் கொடுக்கிறார்களோ, அவர்கள்தான் நம்முடைய நாடுகளை முன்பு அடிமைப்படுத்தி ஆண்டுவந்தார்கள். கடன்பெற்று வாழ்கிற நிலைமைக்கு நம்முடைய நாடுகள் சென்றதற்கு, அவர்களின் சுரண்டலே காரணம். இங்கிருந்து எல்லாவற்றையும் எடுத்துக்கொண்டே இருந்தார்கள், ஆனால் எதையும் செய்யவில்லை நமக்கு. நம்மை ஆண்டுவந்த அவர்கள்தான் கடன்வாங்குவதைத் துவக்கியும் வைத்தார்கள். நமக்கும் இந்தக் கடனுக்கும் எவ்விதத் தொடர்புமில்லை. அதனால் நம்மால் இந்தக்கடன்களையெல்லாம் திருப்பிச்செலுத்தமுடியாது. கடன் என்பதே மறு காலனியாதிக்கத்தின் ஒரு பகுதிதான். நம்மை அவர்களது காலனிகளாகவே தொடர்ந்து வைத்திருப்பதே கடனின் நோக்கம். கடனை வாங்கிவிட்டு, அடுத்த 50, 60 ஆண்டுகள் அவர்களது பேச்சினைக் கேட்டுக்கொண்டே, நம்முடைய மக்களின் தேவைகளைப் புறக்கணிக்க வேண்டுமென்பதே அவர்களின் நோக்கமாக இருக்கிறது. கடனின் தற்போதைய வடிவமானது, ஆப்பிரிக்க கண்டத்தினை திட்டமிட்டுக் கைப்பற்றுவதற்குத்தான் வழிவகுக்கும். அதன்மூலம் நாம் அவர்களுடைய பொருளாதார அடிமைகளாக மாறிவிடுவோம்.

கடனை நம்மிடமிருந்து வசூலிக்கமுடியாமற்போனால், நம்மை ஆண்ட ஐரோப்பிய நாடுகள் உயிரிழந்துவிடமாட்டார்கள். ஆனால், நம்மீது சுமத்தப்பட்டிருக்கிற அளவுக்கதிகமான கடனை திருப்பிக்கொடுக்க நாம் முற்பட்டால், நம்முடைய மக்கள் உயிர்வாழ்வதே கடினமான ஒன்றாகிவிடும். நம்மைவைத்து பொருளாதார சூதாட்டம் விளையாடுவதையே வாடிக்கையாக வைத்திருக்கிறார்கள். இந்தக்கடனுக்கு நாம் பொறுப்பல்ல என்பதோடு மட்டுமல்லாமல், திருப்பிச் செலுத்தும் நிலையிலும் நாம் இல்லை. நம்முடைய நிலத்தையும் மக்களையும் இத்தனை ஆண்டுகளாகச் சுரண்டியதற்கான கடனை அவர்கள்தானே திருப்பிச் செலுத்த வேண்டும்?

இம்மாநாட்டின் மிகமுக்கியமான தீர்மானமாக இது இருக்க வேண்டும். எங்களது நாடான புர்கினா பாசோ மட்டுமே இக்கோரிக்கையினை வைக்கிறதென்றால், அடுத்த மாநாட்டில் நாங்கள் கலந்துகொள்ளமாட்டோம். ஆனால் இதுவே எல்லோருடைய கோரிக்கையாக மாறினால், நாம் ஒன்றுகூடிப் போராடி வெல்லலாம்."

வீழ்ச்சியை நோக்கி...

புர்கினா பாசோ வளர்ச்சிப் பாதையினை நோக்கி சென்றுகொண்டிருந்தாலும், ஏற்கனவே இருக்கிற அரசு நிர்வாகமானது ஊழல் மலிந்த ஒன்றாகத்தான் இருந்தது. காலம் காலமாகத் தன்னால் இயன்றவரை மக்களைச் சுரண்டியே கொழுத்து வாழ்ந்து கொண்டிருந்த உயர் அரசு நிர்வாகம், திடீரென தாமஸ் சங்கராவின் மக்கள்சார்ந்த திட்டங்களால் எரிச்சலடையத்தான் செய்தன. இதனால், ஆங்காங்கே அவர்கள் கிளர்ச்சிகள் செய்யத்துவங்கினர். ஒரு கட்டத்தில், அவர்கள் அனைவரும் ஒன்றிணைந்து அரசிற்கு எதிராகக் குரல் கொடுக்கத்துவங்கினர். அவர்களையெல்லாம் பணியினைவிட்டு வெளியேற்றுவதைவிட வேறுவழியில்லாமல் போயிற்று தாமஸ் சங்கராவிற்கு.

இதனையே ஒரு காரணமாகக்காட்டி, புரட்சிக்கு எதிரானவர்கள் அனைவரும் ஒன்றிணைந்து அரசு ஊழியர்களிடம் சங்கராவிற்கு எதிராகப் பிரச்சாரம் செய்யத்துவங்கினர். ஒரு கட்டத்தில் ஆசிரியர்களின் போராட்டத்தினைப் பேசித்தீர்க்கமுடியாமல், போராடிய ஆசிரியர்கள் அனைவரும் வேலையைவிட்டு அனுப்பப்பட்டனர். அவர்களுக்குப் பதிலாக வேறுவழியின்றி அதிக அனுபவமில்லாத ஆசிரியர்கள் நியமிக்கப்பட்டனர்.

இது ஒருபுறமிருக்க, புர்கினா பாசோ மக்களுக்குச் சிறந்த வாழ்க்கையினை அமைத்துக் கொடுக்கவேண்டுமென்கிற தாமஸ் சங்கராவின் கனவினை அவருடன் இருந்த பலராலும் சரியாக புரிந்துகொள்ளமுடியவில்லை. புதிதாக இராணுவத்தில் சேர்ந்த இளைஞர்களும், புரட்சி அரசினைக் கவிழ்க்க நடக்கிற சதிகளை முறியடிக்க அமைக்கப்பட்ட புரட்சிக்குழுக்களின் உறுப்பினர்கள் சிலரும், தாமஸ் சங்கராவையும் மக்கள் நலன் சார்ந்த அரசியலையும் விளங்கிக்கொள்ளவில்லை. அவர்களால் இங்கொன்றும் அங்கொன்றுமாக மக்களுக்கு பிரச்சனைகள் வரத்துவங்கின. இதனை தாமஸ் சங்கராவும் அறிந்து வைத்திருந்தார். தன்னால் இயன்றவரை எல்லோரிடமும் இதுகுறித்து பேசியும் வந்தார்.

1986இல் பிரான்சில் நடந்த தேர்தலில், தீவிர வலதுசாரிக்கொள்கையுடைய கட்சியான 'ரேலி பார் தி ரீபப்ளிக்' நிறைய இடங்களில் வெற்றிபெற்றுக் கூட்டணியாட்சி அமைத்தது. அக்கட்சியைச் சேர்ந்த ஜேக் சிராக் பிரெஞ்சு பிரதமராகப் பொறுப்பேற்றார். தீவிர வலதுசாரி ஆட்சியமைந்ததும், பிரெஞ்சு அரசு ஆப்பிரிக்காவில் தனக்கான ஆதரவு நாடுகளைவைத்து எதிர்ப்பு நாடுகளையும் முன்னெப்போதையும்விட துரிதமாக செயல்பட்டுத்

தன்வலையில் விழவைக்க முயற்சியெடுத்தது. பிரெஞ்சு அரசிற்கு மிகவும் விசுவாசமாக இருந்துவந்த ஐவரி கோஸ்டின் அதிபர் பெளிலிசின் உதவியுடன், புர்கினா பாசோவிலிருக்கும் தாமஸ் சங்கராவின் ஆட்சியினை கவிழ்க்கத் திட்டம் தீட்டப்பட்டன. தாமஸ் சங்கராவின் மிக நெருங்கிய நண்பரும் புர்கினா பாசோ அரசில் அதிபருக்கு அடுத்தபடியான பொறுப்பிலிருந்தவருமான ப்ளேயிஸ் கம்பேரோவைத் தங்களது சதித்திட்டத்தில் விழவைத்தனர்.

தாமஸ் சங்கராவின் கட்டளைக்கிணங்க எளிமையான வாழ்க்கைக்குத் திரும்பிய அமைச்சர்கள் சிலர், மீண்டும் பழைய வசதியான வாழ்க்கை கிடைக்கவேண்டுமென்பதற்காக ப்ளேயிஸ் கம்பேரோவிற்கு உதவிசெய்ய முன்வந்தனர்.

என்ன நடக்குமோ! ஏது நடக்குமோ! என்று நாட்டில் குழப்பமான சூழல் உருவாகியது. சே குவேராவின் இருபதாவது ஆண்டு நினைவுநாள் விழாவில் கலந்துகொண்ட பிறகு, "சே குவேரா 39 வயதில் உயிரிழந்தார். நான் அந்த வயது வரைகூட இருப்பேனா எனத்தெரியவில்லை" என்றும் 'புரட்சியாளர்களைப் படுகொலை செய்தாலும், அவர்களது இலட்சியங்களை அழிக்கமுடியாது" என்றும் சுவிட்சர்லாந்து சோசலிஸ்டான ஜீன் சீக்லரிடம் சொல்லியிருக்கிறார்.

1987 அக்டோபர் 17 இல், அமெரிக்கா மற்றும் பிரெஞ்சு அரசின் ஆதரவுடன் ப்ளேயிஸ் கம்பேரோ தன்னுடைய குழுவினருடன், தாமஸ் சங்கரா மற்றும் 12 உயரதிகாரிகள் படுகொலை செய்யப்பட்டனர். தாமஸ் சங்கராவின் உடலைப் பல துண்டுகளாக வெட்டி யாருக்கும் தெரியாமல் புதைத்துவிட்டனர். சங்கராவின் மரணச் செய்தி நாடு முழுக்கப் பரவியது. புர்கினா பாசோவின் மக்கள் தெருவெங்கும் நின்றுகொண்டு அழுதனர். அவர் இறந்தபோது, அவரது வீட்டினில் ஒரு கிதாரும், மோட்டார் சைக்கிளும் தான் அவரது சொத்துக்களாக இருந்தன.

புர்கினா பாசோ இன்றைய நிலை...

தாமஸ் சங்கராவைக் கொன்றுவிட்டு, மறுநாளே அதிபராக பதவியேற்றுக்கொண்டார் ப்ளேயிஸ் கம்பேரோ. தாமஸ் சங்கராவின் ஆட்சியில் தேசியமயமாக்கப்பட்ட அனைத்தும் அரசிடமிருந்து விடுவிக்கப்பட்டன. ஐ.எம்.எப். உடனும் உலக வங்கியுடனும் மீண்டும் நட்புறவைப் புதுப்பித்துக்கொண்டது ப்ளேயிஸ் கம்பேரோவின் அரசு. மிகச்சிறந்த அதிபராகத் திகழ்கிறார் என்று பிரெஞ்சு அரசாங்கத்தின் பாராட்டையும் பெற்றுவிட்டார் ப்ளேயிஸ்

கம்பேரோ. அதற்குப் பின்னால் நடைபெற்ற தேர்தலை, புர்கினா பாசோவின் 75% மக்கள் ஓட்டுப்போடாமல் புறக்கணித்தும், தன்னையே அதிபராக அறிவித்துக்கொண்டு ஆட்சியினைத் தொடர்ந்தார் ப்ளேயிஸ் கம்பேரோ. இன்றுவரை அவரே புர்கினா பாசோவின் அதிபராக இருக்கிறார்.

தாமஸ் சங்கராவின் ஆட்சியில், இரண்டே ஆண்டுகளில் உணவு உற்பத்தியில் தன்னிறைவு பெற்றநாடாக மாறியிருந்த புர்கினா பாசோ, கடந்த 25 ஆண்டுகளில் உலகின் மிகப்பெரிய கடனாளி நாடுகளின் பட்டியலிலும், மிக மோசமான வறுமையிலிருக்கும் நாடுகளின் பட்டியலிலும் இடம்பிடித்திருக்கிறது. ஆப்பிரிக்க கண்டத்தின் வளங்களையும், மனித உழைப்பினையும் சுரண்டுவதற்கு ஏதுவாக, இப்படியொரு பொம்மை ஆட்சியும் ஊழல் மிகுந்த ஆட்சியாளர்களும் ஆப்பிரிக்காவினை ஆளவேண்டுமென்பதுதான் ஆதிக்க நாடுகளின் விருப்பம்.

ஏகாதிபத்தியத்திற்கு எதிரான குரல், உலகளவில் உரக்க ஒலிக்கவேண்டியதன் அவசியத்தை புர்கினா பாசோ போன்ற நாடுகளின் வரலாறு நமக்கு உணர்த்திக்கொண்டே இருக்கின்றன...

■

13

ஈரான்: அடங்க மறுத்தவரின் விஸ்வரூப கதை

(This is Not a Film - 2011)

விஸ்வரூபம் திரைப்படம் தொடர்பான போராட்டங்களும், எதிர்ப்புகளும், தடைகளும் கருத்துச் சுதந்திரம் குறித்த விவாதங்களைத் துவக்கியிருக்கின்றன.

தான் வாழ்கிற சமூகத்தில் நடத்தப்படுகிற சுரண்டல்களையும் அடக்குமுறைகளையும் பதிவு செய்ய தனக்குத்தெரிந்த திரைக்கலையினைப் பயன்படுத்திவந்த கலைஞர் ஒருவர் இன்றைக்கு சிறைக்கம்பிகளுக்குப் பின்னால் இருக்கிறார். சமரசங்கள் செய்துகொள்ள வாய்ப்பிருந்தும், அதனைவிட சிறைச்சாலையே சாலச்சிறந்தது என்று உலகிற்கு உரக்கச்சொன்ன அந்த திரைஇயக்குனரின் பெயர் 'ஜாபர் பனாகி'. அவருடைய திரைவரலாற்றையும், கருத்துச் சுதந்திரத்திற்கான அவரது போராட்டத்தையும், அவருக்கு வழங்கப்பட்டிருக்கிற 6 ஆண்டு சிறைத் தண்டனையையும், விதிக்கப்பட்டிருக்கிற 20 ஆண்டுகால திரைப்படமியக்குவதற்கான தடையையும் குறித்த கட்டுரை இது.

'தி வொயிட் பலூன்' என்கிற திரைப்படத்தை 1996 இல் இயக்கினார். புத்தாண்டு பிறக்கப்போகிற நாளில், தொட்டியில் வளர்ப்பதற்காக அழகான மீனொன்றினை வாங்க ஆசைப்பட்டு தனது அம்மாவிடமிருந்து பெற்ற 500 ஈரான் டொமான் பணத்தை எடுத்துக்கொண்டு கிளம்புகிற குழந்தையின் வாயிலாக, அவள் சந்திக்கிற பிரச்சனைகளையும் அதற்குக் கிடைக்கிற தீர்வினையும் மிக அழகாக சொல்லியிருப்பார். குழந்தைகள் என்றாலே, கொஞ்சம் ஓவர் ஆக்டிங் செய்தால்தான் நன்றாக இருக்கும் என்று காலம் காலமாக இருந்து வருகிற திரைமுறையினை

உடைத்தெறிந்தது இத்திரைப்படத்தில் நடித்த குழந்தையின் மிக இயல்பான நடிப்பு. பல நாடுகளில் ஏராளமான திரைப்படவிழாக்களில் விருதுகளை வாங்கிக்குவித்தது இத்திரைப்படம். கேன்ஸ் திரைப்பட விழாவில் சிறந்த திரைப்படத்திற்கான விருதினையும் பெற்றது. இத்திரைப்படம் ஆஸ்கர் விருதிற்காக ஈரான் அரசால் அனுப்பிவைக்கப்பட்டது. உலகளாவிய சினிமாக்களில், குழந்தைகளுக்கான திரைப்படப் பட்டியலில் முதல் பத்து இடங்களில் ஒன்றைப் பிடிக்கிற தகுதியுடைய திரைப்படமாக கொண்டாடப்படுகிறது. திரைமொழி குறித்த ஆய்வினை மேற்கொள்கிறவர்கள் தவறவிடமுடியாத திரைப்படமாகவும் இருக்கிறது.

'தி மிரர்' என்கிற அவரது அடுத்த படத்தை 1997இல் இயக்கி வெளியிட்டார். பள்ளி முடிந்து வீட்டிற்கு அழைத்துப்போக வரும் அம்மாவை எதிர்பார்த்து ஒரு சிறுமி காத்திருக்கிறாள். ஆனால் வெகுநேரமாகியும் அவளது அம்மா வராத காரணத்தால், தனியாகவே வீட்டிற்குப் போக முடிவெடுக்கிறாள். வழியில் அவள் பயணிக்கிற வாகனங்களும், சந்திக்கிற மனிதர்களும், அவர்களுடனான விவாதங்களுமாக கதை நகர்கிறது. பேருந்தில் பயணித்துக் கொண்டிருக்கையில், வெறுப்படைந்த நிலையில் திடீரென அச்சிறுமி 'இதற்கு மேல் என்னால் இத்திரைப்படத்தில் நடிக்கமுடியாது' என்று சொல்லி மேக்கப்பை கலைத்துவிட்டு தன்னுடைய வீடு நோக்கி செல்லத் துவங்குகிறாள். தன்னுடைய

வீட்டைத்தேடி பயணிப்பது போன்ற திரைப்படத்தில் முதல் பாதியில் நடிப்பாகவும், திரைப்படத்தில் நடிக்கப் பிடிக்காமல் தன்னுடைய வீடுதேடிப் பயணிக்கிற இரண்டாவது பாதியில் நிஜவாழ்க்கையாகவும் திரைக்கதையாக்கியிருப்பார் ஜாபர் பனாகி. இத்திரைப்படமும் ஏராளமான சர்வதேச விருதுகளை அள்ளிக்குவித்தது.

'தி சர்கிள்' என்கிற திரைப்படத்தை 2000 இல் இயக்கினார் பனாகி. சிறு குழந்தைகளை, குறிப்பாகப் பெண்குழந்தைகளை வைத்து திரைப்படமெடுத்துக்கொண்டிருந்தவர், அப்பெண்கள் எல்லாம் வளர்ந்தால் அவர்களுடைய வாழ்க்கை நிலை எப்படி இருக்குமென்று ஒருநாள் யோசித்துப் பார்த்தார். அதுவே அவரது அடுத்த படத்திற்கான கதைக்கருவாக மாறியது.

மருத்துவமனையொன்றில் சொல்மாஸ் என்கிற பெண்ணுக்கு பெண் குழந்தை பிறக்கிறது. பெண்ணாகப் பிறந்ததால் அவளுடைய கணவன் வீட்டார் அவளை விவாகரத்து செய்துவிடுவார்களே என்று வருத்தப்பட்டுக்கொண்டே மருத்துவமனையிலிருந்து வெளியே வருகிறார் சொல்மாசின் தாய். அப்போது சிறையிலிருந்து விடுதலையாகி சமூகமும் குடும்பமும் ஏற்றுக்கொள்ளாதே என்கிற வருத்தத்துடன் சாலையில் 3 பெண்கள் சென்றுகொண்டிருக்கின்றனர். அதிலே ஒரு பெண்ணை செயின் திருட முற்பட்டாள் எனச்சொல்லி மீண்டும் கைது செய்கிறது காவல்துறை. மற்ற இரண்டு பெண்களும் தனித்தனியே பயணிக்கின்றனர். அதில் ஒரு பெண்ணான நர்கெஸ், பேருந்தில் பயணித்து தன்னுடைய சொந்த ஊருக்குச் செல்ல நினைக்கிறாள். ஆனால் ஆண் துணையில்லாமல் பேருந்தில் பயணிக்க அனுமதியில்லாமலும், பேருந்தில் நடக்கிற சோதனையினால் மீண்டும் கைதாகிவிடுவோமோ என்கிற அச்சத்தாலும், அவளால் பயணிக்க முடியாமல் போகிறது. சிறையிலிருந்து வெளியேறிய தன்னுடைய மற்றொரு தோழியான பாரியை சந்திக்கச் செல்கிறாள் நர்கெஸ்.

சிறையிலிருந்து நேராகத் தன்னுடைய வீட்டிற்குச் சென்ற பாரியை, வீட்டினுள்ளேயே அனுமதிக்காமல் வெளியேற்றுகிறார் அவளது தந்தை. தன்னுடன் சிறையில் இருந்த மற்றொரு தோழி வேலை

பார்க்கிற மருத்துவமனைக்குச் செல்கிறாள் பாரி. கர்ப்பிணியாக இருக்கிற பாரி, கருக்கலைப்பு செய்ய நினைக்கிறாள். ஆனால், அவளது கணவன் இறந்துவிட்டமையால், சட்டப்படி எந்த மருத்துவமனையும் அவளுக்குக் கருக்கலைப்பு செய்யாது. யாருக்கும் தெரியாமல், தனக்குக் கருக்கலைப்பு செய்ய உதவிபுரியுமாறு அத்தோழியிடம் கேட்கிறாள் பாரி. அத்தோழியோ, தன்னுடைய கடந்தகாலத்தை மறைத்துதான் இப்புதிய வாழ்க்கையினைப் பெற்றிருப்பதாகச் சொல்லி, பாரிக்கு உதவிசெய்யமுடியாத நிலையிலிருப்பதை விளக்குகிறாள். வலியோடும் வேதனையோடும் மீண்டும் தெருவில் நடமாடுகிறாள் பாரி. இரவு நேரமாகிவிட்டதால், ஹோட்டலில் அறை எடுத்து தங்கமுயற்சிக்கிறாள். ஆனால் ஆண்துணையில்லாமல் தனியாக அவளால் ஹோட்டல் அறை கூட எடுக்கமுடியாத சூழ்நிலை உருவாகிறது. அந்த ஹோட்டல் வாசலில் வறுமையின் காரணமாக வளர்க்கமுடியாமல் தன்னுடைய சிறு குழந்தையினை விட்டுவிட்டு, ஓடி ஒளிகிற தாயைப் பார்க்கிறாள் பாரி. யாரேனும் ஒரு பணக்காரக் குடும்பம் தன்னுடைய குழந்தையினை எடுத்து வளர்க்கும் என்ற நம்பிக்கையில் அங்கிருந்து நகர்கிறாள். அந்தத் தாய் வழியில் அவளருகில் ஒரு கார் நின்று, அதிலிருப்பவர் அத்தாயை காரில் ஏறச்சொல்கிறார். அவளும் காரில் ஏறிப் பயணிக்கிறாள். சிறிது தூரம் சென்றபின்னர்தான், அக்காரை ஓட்டுபவன் ஒரு காவல்துறை அதிகாரி என்பது அவளுக்குப் புரிகிறது. தனியாக நிற்கிற பெண்களைப் பாலியல் தொழில் செய்ததாக வழக்கு பதிவு செய்து சிறைக்கனுப்பும் வேலையைச் செய்கிறான் என்பதை சற்றுத் தாமதமாகவே புரிந்துகொள்கிறாள். காட்சி சிறைச்சாலைக்கு மாறுகிறது. இதுவரை கதையில் பார்த்த அனைத்துப் பெண்களும் சிறைக்குள் இருக்கிறார்கள். திரைப்படத்தின் துவக்கத்தில் பெண் குழந்தையைப் பெற்றெடுத்த சொல்மாசும் சிறைக்கு வந்திருக்கிறாள் என்ற செய்தியினை சிறையதிகாரி தொலைபேசியில் சொல்வதன்மூலம் நமக்குத்தெரிகிறது. திரைப்படம் துவங்கிய கதாபாத்திரத்திலிருந்தே முடிவுபெறுகிறது.

இக்கதையில் சொல்லப்படும் பெண்களின் கடந்தகால வாழ்க்கையோ அல்லது அவர்களது உறவினர்கள் மற்றும் குடும்பத்தினர் குறித்த தகவல்களோ எங்கேயும் சொல்லப்பட்டிருக்காது. ஆனால், வெவ்வேறுவிதமான பெண்கள் அன்றாடம் அனுபவிக்கும் பிரச்சனைகளை அவர்களின் நிகழ்கால வாழ்க்கையினூடாக நமக்கு விளங்கச்சொல்லியிருப்பார் பனாகி. ஈரானில் இத்திரைப்படம் தடைசெய்யப்பட்டு, எந்தத் திரையரங்கிலும் வெளியிடவிடாமல் தடுத்துவிட்டது அரசு. ஈரானில் தடையிருந்தும், பத்திற்கும் மேற்பட்ட சர்வதேச விருதுகளை அள்ளியது இத்திரைப்படம்.

'ஆப்சைட்' என்கிற திரைப்படத்தை 2006இல் இயக்கி வெளியிட்டார் பனாகி. ஈரானில் மிகப்பிரபலமான கால்பந்தாட்டப் போட்டிகளை நேரில் காண பெண்களுக்கு அனுமதியில்லை. உலகக் கோப்பை கால்பந்துக்கான தகுதிச்சுற்று போட்டி ஈரானில் நடக்கிறது. அதனை எப்படியாவது நேரில் பார்த்துவிடவேண்டுமென்று நினைக்கிறாள் ஒரு இளம்பெண். அதனால் ஆண்போல, வேடமணிந்து போட்டி நடக்கிற கால்பந்து மைதானத்திற்குச் செல்கிறாள். கடினமுயற்சிக்குப்பின்னர் போட்டிக்கான நுழைவுச்சீட்டையும் வாங்கிவிடுகிறாள். ஆனால் மைதானத்திற்குள்ளே நுழைகிற வேளையில் காவல்துறையினரால் கண்டுபிடிக்கப்படுகிறாள். அவளை மைதான கட்டிடத்திலேயே சங்கிலி போட்டு சிறைவைக்கிறது காவல்துறை. அவளைப்போன்றே மேலும் சில பெண்களும் பிடிபட்டு அங்கே வைக்கப்படுகிறார்கள். அப்பெண்களுக்கும் அவர்களை காவல்காக்கும் காவல்துறையினருக்கும் இடையே நடக்கிற விவாதங்களையே திரைக்கதையாக்கியிருப்பார் பனாகி. இத்திரைப்படத்திற்கு அரசின் அனுமதி நிச்சயமாக கிடைக்காது என்று தெரிந்துவைத்திருந்ததால், அரசிடம் அனுமதி பெறுவதற்காக போலியான ஒரு திரைக்கதையினை எழுதி சமர்ப்பித்திருந்தார். அதோடு அரசின் கவனத்தை ஈர்க்காமல் தவிர்க்க திரைப்படத்தின் டைட்டில் கார்டில், அவரது உதவியாளர் ஒருவரின் பெயரையே இயக்குனராகப் போட்டு வெளியிட்டார். அதனால் அத்திரைப்படத்தை வெளியிடமுடிந்தது. இருப்பினும் படம் வெளியானவுடன் அரசு இப்படத்தையும் தடைசெய்து உத்தரவிட்டது. அதற்குள் ஏராளமான டி.வி.டி.க்கள் மக்களின் கைகளில் புழங்கத்துவங்கிவிட்டது. பனாகியின் படங்களிலேயே அதிகளவில் ஈரான் மக்கள் பார்த்த படமாகவும் மாறிவிட்டது 'ஆப்சைட்'

This is Not A Film:

ஈரான் அரசின் கடுமையான சட்டங்களாலும் சமூகத்தில் நிலவிக்கொண்டிருக்கும் பெண்ணடிமைத்தனத்தாலும் ஒடுக்கப்படுகிற பெண்களின் வாழ்க்கையினைத் திரைப்படங்களாக எடுத்துவந்த ஜாபர் பனாகிக்கு 6 ஆண்டுகள் சிறைத்தண்டனையும் 20 ஆண்டுகள் திரைப்படமெடுக்கிற உரிமையினை ரத்து செய்தும் உத்தரவிடப்பட்டது.

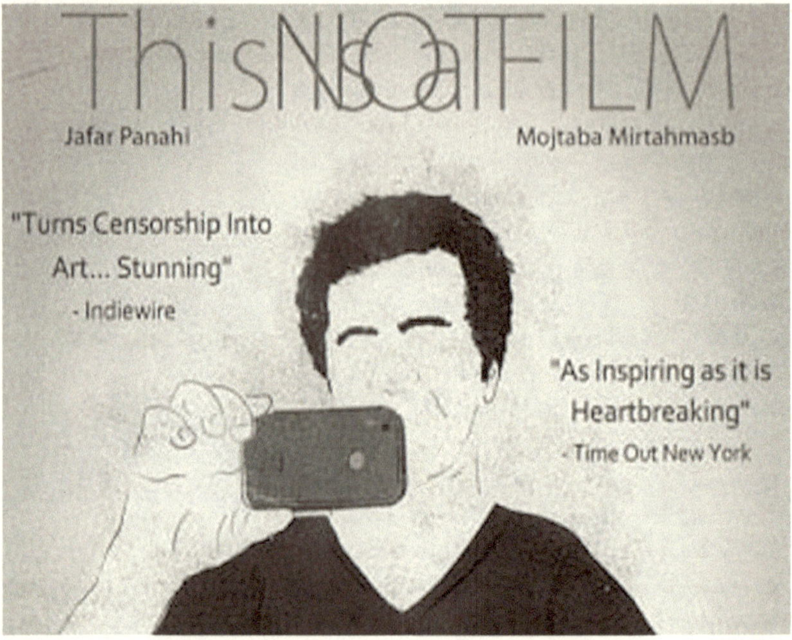

இதனை எதிர்த்து நீதிமன்றத்தினை அணுகினார் பனாகி. நீதிமன்றத்தில் வழக்கு நடைபெற்றுக்கொண்டிருக்கையில் அவரை வீட்டுச்சிறையினில் வைத்தது அரசு. அரசுடன் சமாதானமாகப் போக முடிவெடுத்திருந்தால், அவரால் தப்பித்திருக்க முடியும். ஆனால் அதனை அவர் விரும்பவில்லை. சமூகத்தின் மீது அக்கறை கொண்டு எடுக்கப்படுகிற கலைப்படைப்புகளுக்கு சமரசம் எதற்கு என்று வழக்கினை எதிர்கொண்டார் பனாகி.

விதிக்கப்பட்ட தடைக்கு முன்பே, தனது அடுத்த திரைப்படத்திற்கான திரைக்கதையினை எழுதித் தயாராக வைத்திருந்தார் பனாகி. ஆனால் அதனைப் படமாக எடுக்கும் முன்னரே, வீட்டுச்சிறையில் வைக்கப்பட்டார். தான் எழுதி வைத்த திரைக்கதையினை வாசித்துக்காட்டி, அதனை வீடியோவாகப் பதிவு செய்தால் என்ன? என்கிற எண்ணம் அவருக்குத்தோன்றியது. திரைப்படமாக இயக்குவதற்குத்தானே தனக்குத் தடையிருக்கிறது, திரைக்கதையினை வாசிக்க எவ்விதத்தடையுமே இல்லையே என்றெண்ணி தன்னுடைய நெருங்கிய நண்பரான மிர்தாமசப் என்பவரைக் கேமராவுடன் தன்னுடைய வீட்டிற்கு வருமாறு அழைக்கிறார். அன்றுதான் அவருடைய வழக்கிற்கான தீர்ப்பினை நீதிமன்றம் வழங்கவிருக்கிறது.

ஈரானில் எல்லோரும் புத்தாண்டை எதிர்நோக்கியிருக்கிற ஆண்டின் இறுதி நாள் அது. ஆனால் பனாகிக்கு மட்டும், சிறையில் இருக்கவேண்டிய நாட்கள் எத்தனை என்று சொல்லப்போகிற தீர்ப்பிற்காக காத்திருக்கிற நாள். திரைப்படங்கள் இயக்குவதையே இதுநாள் வரையில் செய்துவந்த பனாகிக்கு, இனி என்றென்றும் அதனை செய்யமுடியாமல் போகிற கட்டாயம் உருவாகிவிடுமோ என்ற அச்சத்திலிருக்கிற நாள்.

தன்னுடைய நண்பர் மிர்தாமசப் வருகிற வரை, வீட்டில் தனியாக இருந்த அவர் என்ன செய்வதென்றே தெரியாமல் வீட்டினுள்ளே இங்குமங்கும் அலைகிறார். செல்லப்பிராணிக்கு உணவளிப்பது, தன்னைத்தானே வீடியோ எடுப்பது என்று நேரத்தைக் கழிக்கிறார். தன்னுடைய வக்கீலைத் தொலைபேசியில் அழைத்து, வழக்கின் நிலையினைக் கேட்டறிகிறார். பனாகிக்கு ஆதரவான தீர்ப்பு வருவது கடினமான ஒன்றுதான் என்ற வக்கீலின் பதிலைக் கேட்டு சற்றே வாடிப்போகிறது அவரது முகம். ஈரானில் இருக்கிற மற்ற படைப்பாளிகள் பெரியளவில் ஆதரவு தெரிவித்து அரசுக்கு அழுத்தம் கொடுத்தால், பனாகியின் தண்டனை குறைய வாய்ப்பிருக்கிறது என்றாலும்கூட, பனாகிக்கு ஆதரவுக் கரம் நீட்டுவோர் மீதும் படமெடுக்கத்தடை வரும் என்கிற பயத்தின் காரணமாக பெரியளவில் யாரும் குரலுயர்த்தவில்லை.

மிர்தாமசப் வந்தவுடன், தான் திரைப்படமாக எடுக்க நினைத்த கதையினை விளக்குகிறார் பனாகி,

"மிகவும் பிற்போக்கான குடும்பத்திலிருந்து வந்த பெண்ணொருத்தி, பல்கலைக்கழகத்தில் கலையில் பட்டம் படிக்க ஆசைப்படுகிறாள். அதற்கான நுழைவுத்தேர்வையும் எழுதுகிறாள். நுழைவுத்தேர்வில் அவள் தேர்ச்சிபெற்ற விவரம் செய்தித்தாளில் வெளிவந்ததைப் பார்த்த அவளது பெற்றோர் கடுமையாக அவளை கண்டிக்கின்றனர். அவளுக்கு மொட்டை போட்டு, வீட்டிலேயே வைத்து பூட்டிவிட்டு எல்லோரும் வெளியே சென்றுவிடுகின்றனர். சரியான நேரத்தில் டெஹ்ரானிற்குச் சென்று பல்கலைக்கழகத்தில் பதிவு செய்யவில்லையென்றால் அவளால் படிக்கவே முடியாது என்கிற நிலை. எப்படியாவது தப்பிக்க வேண்டும் என்கிற நிலையில் இருக்கிற அவள் என்ன செய்தாள் என்பதுதான் மீதிக் கதை. பூட்டிய அறைக்குள்ளேயே ஒட்டுமொத்த திரைக்கதையும் நகரும்." என்றார் பனாகி.

இத்திரைப்படத்திற்கான திரைக்கதையினை ஏற்கனவே அரசின் அனுமதியினைப் பெறுவதற்காக அனுப்பிவைத்திருந்தார் பனாகி.

ஆனால் அதற்கு அனுமதி வழங்க மறுத்துவிட்டது அரசு. அதன்பிறகு அவருக்கு சிறைவாசமும் திரைப்பட இயக்கத்தடையும் வந்துசேர்ந்திருக்கிறது.

இதனைத் திரைப்படமாகத்தான் எடுக்கமுடியவில்லை, குறைந்தபட்சம் எழுதிவைத்த திரைக்கதையினை வாசித்தாவது காட்டிவிடலாம் என்று ஆசைப்பட்டார் பனாகி. அத்திரைப்படத்தில் வருகிற பெண்ணின் பூட்டிய அறையினைத் தன்னுடைய வீட்டின் ஒரு அறையில் செலோடேப் ஒட்டிக்காட்டினார். அவ்வறையில் அவள் என்னென்னவெல்லாம் செய்வாள்; எங்கே படுத்திருப்பாள்; எங்கே உட்கார்ந்திருப்பாள்; எங்கெல்லாம் உட்கார்ந்து என்னென்ன வசனங்கள் எல்லாம் பேசுவாள் என்பதனை அவரே தன்னுடைய திரைக்கதைப் புத்தகத்தைப் பார்த்து வாசித்துக்காட்டுகிறார். அவர் எடுக்க நினைத்த திரைப்படத்தில் நடிப்பதற்காக அவர் தேர்ந்தெடுத்து வைத்திருந்த பெண்ணின் புகைப்படத்தையும், எந்த வீட்டினில் இப்படத்தை எடுக்க நினைத்தார் என்பதையும் தன்னுடைய செல்போனில் இருந்து காட்டுகிறார்.

இவ்வாறு அவர் திட்டமிட்டுவைத்திருந்தவற்றை ஒவ்வொன்றாக சொல்லிக்கொண்டிருக்கையில், திடீரென மனம்நொந்து அனைத்தையும் நிறுத்திவிட்டு அவ்வறையிலிருந்து வேறு அறைக்குச் செல்கிறார் பனாகி.

'ஒரு திரைப்படத்தை வார்த்தைகளாலேயே சொல்லிவிடமுடியுமென்றால், திரைப்படமே எடுக்கவேண்டாமே... காட்சி ஊடகமான திரைப்படத்தில் ஒரே காட்சியில் எவ்வளவோ சொல்லிவிடமுடியும். அவையனைத்தையும் வெறும் வார்த்தைகளால் மட்டும் விளக்கிவிடமுடியாது.'

என்று சொல்லிவிட்டு திரைக்கதையினை விளக்குவதை நிறுத்திவிடுகிறார். காட்சிகளில் பயன்படுத்தப்படுகிற பொருட்கள், பின்னணி, இடம், நடிகர்கள், நடிப்பு என்று ஏராளமானவற்றை வைத்து ஒரு காட்சியின் முக்கியத்துவத்தை சொல்லமுடிவதை, தான் எடுத்த பழைய படங்களின் சில காட்சிகளை போட்டுக்காட்டி விளக்குகிறார்.

அதற்குமேல் தொடர விருப்பமில்லாமல், தன்னுடைய நண்பரையும் கிளம்பச்சொல்கிறார். நண்பரை வழியனுப்புகையில், குப்பை அள்ளும் இளைஞன் ஒருவனை சந்திக்கிறார் பனாகி. அவ்விளைஞனுடன் அவரும் லிப்டில் இறங்குகிறார். அவன் ஒவ்வொரு மாடியாக நின்று குப்பை சேகரிக்க, அவரோ அவனைப்பற்றியும் அவனது வாழ்க்கையையும் கேட்டு தன்னுடைய கேமராவில் படம்பிடித்துக்கொண்டு அவனுடனே செல்கிறார்.

ஒவ்வொரு படியாக இறங்கி, தரைத்தளத்திற்கு வந்துவிடுகிறார்கள் பனாகியும் இளைஞனும். நடந்துகொண்டே பேசிக்கொண்டிருக்கையில், திடீரென குடியிருப்பின் வாசல் வந்ததை உணர்ந்த இளைஞன் சொல்கிறான்,

'மதிப்பிற்குரிய பனாகி! தயவு செய்து வெளியே வராதீர்கள். அவர்கள் உங்களைக் கேமராவுடன் பார்த்துவிடுவார்கள்' வலிநிறைந்த இவ்வரிகளுடன் திரைப்படம் நிறைவடைகிறது.

பனாகிக்கு, அரசு விதித்த 6 ஆண்டுகால சிறைத்தண்டனையையும், 20 ஆண்டுகால திரைப்பட இயக்கத்தடையையும் உறுதிசெய்து தீர்ப்பு வழங்கியது நீதிமன்றம். அவர் கடைசியாக எடுத்த இவ்வாவணப்படம், ஒரு பிறந்தநாள் கேக்கினுள் மறைத்துவைக்கப்பட்ட பென் டிரைவ் மூலமாக 2011ஆம் ஆண்டு கேன்ஸ் திரைப்பட விழாவிற்கு கொண்டுசெல்லப்பட்டது. சிறந்த ஆவணப்படத்திற்கான ஆஸ்கார் விருதுப்பட்டியலில் கடைசி 15 படங்களில் ஒன்றாக இவ்வாவணப்படமும் இடம்பெற்றது.

2010 இல் கேன்ஸ் திரைப்பட விழாவின் நடுவர்களில் ஒருவராக அறிவிக்கப்பட்ட பனாகியால் கலந்துகொள்ளமுடியாவிட்டாலும், அவருக்குப்பதில் வேறு யாரையும் நியமிக்காமல் அவருடைய இருக்கையினைக் காலியாக வைத்து பனாகிக்கு மரியாதை செய்தது திரைப்பட விழாக்குழு.

சமூக அவலங்களைக் கண்டுகொள்ளாமல் அரசுடன் சமரசம் செய்துகொண்டு ஏதோ ஒரு மசாலா படத்தை எடுத்துக்கொண்டு காலம் தள்ளியிருக்க முடியும் பனாகியால். ஆனால் அவர் அதனை

விரும்பவில்லை. இன்றுவரை சிறையிலிருப்பது பனாகி மட்டுமல்ல, சமூக அக்கறை கொண்ட படைப்புகளை உருவாக்க முடியாமல் தவிக்கிற ஒவ்வொரு கலைஞனின் படைப்பாற்றலும்தான். உலகின் மிகச்சிறந்த இயக்குனர்களில் ஒருவராகக் கருதப்படும் ஜாபர் பனாகி, தான் கொண்ட கொள்கையினில் உறுதியாக நின்றார். கருத்து மற்றும் படைப்புச் சுதந்திரத்திற்காக, எவ்விதச் சமரசமும் செய்துகொள்ளாமல் சிறை சென்றிருக்கிறார். கருத்து சுதந்திரத்தை உயர்த்திப்பிடிப்பதற்கு உலகக் கலைஞர்களுக்கெல்லாம் ஜாபர் பனாகி ஒரு மிகச்சிறந்த முன்மாதிரியாகத் திகழ்கிறார்.

■

14

அமெரிக்கா: அமெரிக்காவின் 'அங்காடித் தெரு'

(Bread and Roses - 2000)

பிரட் அண்ட் ரோசஸ் திரைப்படத்தின் கதை, கிட்டத்தட்ட நம்மவூர் 'அங்காடித் தெரு' படம்போலத்தான். அங்காடித் தெருவில் வறுமையில் வாடும் தென்தமிழ்நாட்டு மக்கள் மிகக்குறைந்த கூலிக்கு சென்னை ரங்கநாதன் தெருவிலிருக்கும் கடைகளில் முறைசாரா வேலைகளுக்கு அமர்த்துப்பட்டு நவீன கொத்தடிமைகளாக்கப்படுவதைப் படமாக்கியிருப்பார்கள். அதேபோல வறுமையிலிருக்கும் தென்னமெரிக்க மக்களை சட்டவிரோதமான முறையில் உள்ளே வரச்செய்து (அல்லது கண்டுகொள்ளாமல் அனுமதித்து) அவர்களின் உழைப்பைச்சுரண்டுவதை கதைக்களமாகக்கொண்டதுதான் 'ப்ரெட் அண்ட் ரோசஸ்' திரைப்படம்.

திரைக்கதை:

மெக்சிகோவிலிருந்து அமெரிக்காவிற்கு வரும் மாயா, ஏற்கனவே அங்கிருக்கும் தன் அக்கா ரோசாவின் உதவியால் அவள் வேலைபார்க்கும் தனியார் ஒப்பந்தத் துப்புரவுப் பணியாளர் நிறுவனத்தில் வேலைக்குச் சேர்கிறாள். முதலிரண்டுமாத ஊதியத்தை தனக்குக்கொடுத்துவிட வேண்டுமென்ற ஒப்பந்ததாரரின் நிபந்தனைக்குட்பட்டே சேர்க்கப்படுகிறாள்.

ஒருநிமிடம் தாமதமாக வேலைக்கு வந்தாலும் கடும் தண்டனை, யாரும் யாரோடும் பேசக்கூடாது, மருத்துவக்காப்பீடு இல்லை, மிகமிகக் குறைந்த ஊதியம், சங்கம் அமைக்கும் உரிமையின்மை, எப்போது வேண்டுமானாலும் வேலை பறிபோகலாம் என்கிற நிலை ஆகியவற்றைக் கண்டு மாயா ஆடித்தான் போகிறாள். அங்கு வேலை செய்யும் எல்லாருக்கும்

கோபம் இருப்பினும், என்ன செய்வதென்று தெரியாமலே தொடர்கிறார்கள்.

அப்போதுதான் சாம் என்பவன் இரவு வேளைகளில் ரகசியமாக அந்நிறுவன ஊழியர்களைச் சந்தித்து சங்கம் அமைப்பதன் அவசியம் குறித்துப் பேசுகிறான். சங்கம் இருக்கிற நிறுவனங்களில் பணிபுரியும் ஊழியர்கள் சங்கமில்லாத நிறுவனங்களில் இருக்கும் ஊழியர்களைவிடவும் அதிகமாக ஊதியம் பெறுகிறார்கள் என்றும் பேசுகிறான். மாயா அவனது கருத்தின்பால் ஈர்க்கப்படுகிறாள். சாம் ஒரு ஆலோசனை சொல்கிறான். அந்நிறுவன உயரதிகாரிகளின் விருந்து நிகழ்ச்சியொன்றில் உள்ளே புகுந்து எல்லா ஊடகங்களும் குழுமியிருக்கும்போது அந்நிறுவனத்தின் வண்டவாளங்களைப் பேசினால், உண்மைநிலையினை உலகறியச்செய்யலாம் என்பதுதான் அத்திட்டம்.

பலரும் இப்போராட்டத்திற்கு உதவ முன்வரும்போது, மாயாவிற்கு நெருக்கமான ரூபன் என்பவன் இச்செயலுக்கு உதவமுடியாது என்று மறுத்துவிடுகிறான். அவனுக்கு அமெரிக்காவிலேயே கல்லூரியில் சேர்ந்து படிக்கும் எண்ணமிருப்பதாகவும் இப்போராட்டத்தால் அவனுக்கு கல்லூரியில் இடம் மறுக்கப்பட்டுவிடும் என்றும் சொல்லி அவன் விலகுகிறான். அதற்கு மாயா அவனிடம், "என்னோட அக்கா தினமும் 16 மணிநேரம் வேலை செய்யிறா. ஏன்னா அவளோட கணவருக்கு மருத்துவச் செலவு செய்யிறதுக்குத்தான். 4 கோடி மக்களுக்கும் மேல மருத்துவக்காப்பீடே இல்லாத, உலகத்தின் பணக்கார நாடான இந்த அமெரிக்காவுல அவருக்கும் இதே நிலைமைதான்.

இந்தப் போராட்டத்தில் நான் ஏன் கலந்து கொள்கிறேன்? ஒரு வேலைக்காக நம்மளோட 2 மாத ஊதியத்தை இவர்களுக்குத் தண்டம் அழ வேண்டியிருக்கிறது... நம்மளோட உழைப்பில் இவங்க உக்காந்து சாப்புடுறாங்க... இவங்களோட அசுத்தங்களை நாமதான் கழுவி சுத்தம் பண்றோம்.... இன்னும் இவங்களுக்காக எல்லாமும் செய்றோம்.... ஆனா நமக்கு என்ன கிடைத்தது? நானும் உன்னை மாதிரி ஒருநாள் படிக்கப்போவேன்... ஆனால் அதற்குமுன்னர் இதையெல்லாம் மாற்றாமல் நான் படிக்கப்போறதில் என்ன பயன் சொல்லு?" என்கிறாள் மாயா.

சாம் மற்றும் சில தோழர்கள் மாயா போன்ற தொழிலாளிகளின் உதவியோடு யாருக்கும் தெரியாமல் அவ்விருந்து நடைபெறும் இடத்திற்குள் நுழைந்து, திட்டப்படி தங்கள் கருத்தினை ஆணித்தரமாகப் பதிவு செய்துவிடுகிறார்கள். இச்செய்தி உடனே நாடெங்கும் பரவுகிறது.

மறுநாள் நிர்வாக அதிகாரி, கடும் வார்த்தைகளால் எல்லா ஊழியர்களையும் திட்டித்தீர்த்துவிட்டு பட்டியல் போட்டு பலரை வேலையை விட்டு அனுப்பிவிடுகிறான். அப்பட்டியலில் மாயாவின் பெயருக்குப் பதிலாக ரூபனின் பெயர் இருக்கிறது. மாயாவின் அக்கா ரோசாதான் எல்லோரையும் காட்டிக்கொடுத்திருக்கிறாள் என்று தெரியவர அவள் ரோசாவின் மீது கடும் கோபம் கொள்கிறாள்.

ரோசாவிடம் மாயா, 'இப்படி விலை போய்விட்டாயே' என்று கோபம் கொப்பளிக்கக் கத்துகிறாள். அதற்கு ரோசா, 'நம்ம அப்பா நம்மள விட்டுட்டு ஓடிப்போனதில் இருந்து, இத்தனை வருடங்களாக நான் எப்படி அமெரிக்காவில் இந்த 5 டாலர் ஊதியத்தை வைத்து மெக்சிகோவிலிருந்த உனக்கும், அம்மாவிற்கும் பணம் அனுப்பினேன் தெரியுமா? இந்தக் குறைந்த ஊதியத்தை வைத்து, நோய்வாய்ப்பட்ட கணவரை வெச்சிக்கிட்டு, குழந்தைகளையும் வெச்சிக்கிட்டு எப்படி காலம் தள்ளினேன் தெரியுமா? என்னைக்காவது கேட்டிருக்கிறாயா? எத்தனை காலத்துக்குத்தான் என்னுடைய உடலையே நான் விற்றுக்கொண்டிருப்பது?' என்ற ரோசாவின் அழுகுரலைக்கேட்டு மாயாவும் கண்ணீரோடு வெளியேறுகிறாள்.

சாமுடன் சேர்ந்து வெளியேற்றப்பட்ட ஊழியர்களையும் ஒன்றிணைத்துப் பெரும் போராட்டத்தை முன்னெடுத்துச்செல்கிறாள் மாயா. பெண்களே அப்போராட்டத்தில் பெரும்பங்கு வகிக்கிறார்கள்.

'வேலை பறிக்கப்பட்ட எல்லாருக்கும் மீண்டும் வேலை'
'நியாயமான ஊதியம்'
'உறுதியான மருத்துவக்காப்பீடு'
'வேலையில் மரியாதையாக நடத்தவேண்டும்'

போன்றவற்றை கோரிக்கைகளாக வைத்து ஒட்டுமொத்த ஊழியர்களும் நிறுவனத்தின் உள்ளே சென்று உள்ளிருப்பு போராட்டத்தினை துவங்குகிறார்கள் .ஊழியர்களின் ஒருங்கிணைந்த போராட்டத்தின் விளைவாக, இறுதியாக நிறுவனம் எல்லா கோரிக்கைகளையும் ஏற்றுக்கொள்கிறது.

மாயாவை மட்டும் காவல்துறையினர் பழைய வழக்கொன்றினை தூசித்தட்டியெடுத்து, இனி அமெரிக்கா பக்கமே வரக்கூடாதென்று எச்சரித்து அவளை நாட்டை விட்டே வெளியேற்றுகிறது. காவல்துறை வாகனம் மெல்ல நகர, வெளியே நின்றுகொண்டிருக்கும் சாம், தன் அக்கா ரோசா, சக ஊழியர்கள் எல்லோரையும் பார்த்து கையசைத்துக்கொண்டே செல்கிறாள்....

■

15

ஆப்கானிஸ்தான்:
மக்கள் போராளி 'மலாலாய் சோயா'

(Enemies of Happiness - 2006)

1978 இல் ஆப்கானிஸ்தானில் பரா என்கிற ஊரில் பிறந்தார் மலாலாய் சோயா. 4 வயதாக இருக்கும்போதே, போரில் தந்தையை இழந்தார். அதன்பின்னர், ஈரான் மற்றும் பாகிஸ்தானிற்குச் சென்று அகதி வாழ்க்கை வாழவேண்டிய நிலைக்குத் தள்ளப்பட்டது மலாலாய் சோயாவின் குடும்பம். போர் பரிசளித்த துயர்மிகுந்த அகதி வாழ்க்கை அவருக்கு நிறைய கற்றுக்கொடுத்தது. தன்னுடைய 8ஆம் வகுப்பு முதலே, காலையில் கல்வி பயின்றும் மாலையில் மறைமுகமாக ஏராளமான பெண்களுக்கு கல்வி பயிற்றுவித்தும்

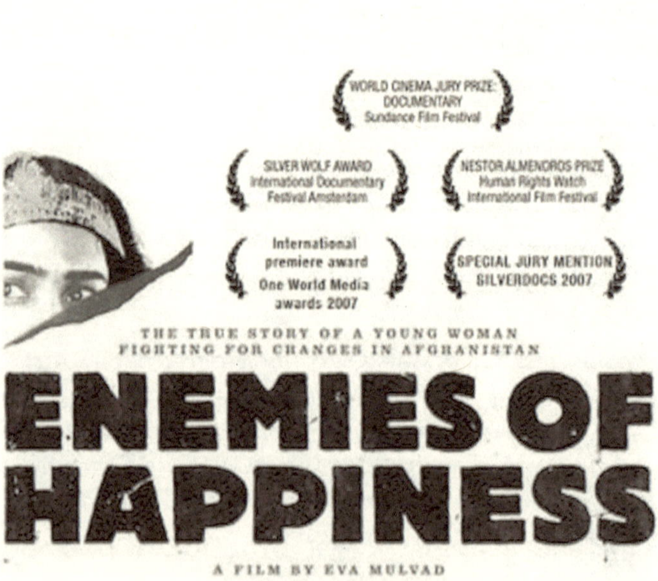

வந்தார் மலாலாய் சோயா. கல்வியறிவற்ற, அரசியலில் நேரடியாக ஈடுபட்டிருக்காத மக்களிடமிருந்தே, மக்களுக்கான அரசியலைக் கற்றுக்கொண்டார். அகதி முகாம்களில் வாழ்ந்த மக்களில், ஒவ்வொருவரிடமும் ஆப்கானிஸ்தானின், ஈரானின், ஈராக்கின், பாகிஸ்தானின் அரசியலை அறிந்துகொள்ளும் வாய்ப்பு அவருக்கு கிடைத்தது.

பல ஆண்டுகள் அகதி வாழ்க்கை வாழ்ந்தபின்னர், ஆப்கானிஸ்தானில் தன்னுடைய சொந்த ஊருக்கே திரும்பி வந்தார் மலாலாய் சோயா. 90களில் பெண்களை வீட்டை விட்டே வெளியே வரவிடாமல் தடுத்துவந்த தாலிபான்களின் ஆட்சிக்காலத்திலேயே தன்னுடைய சொந்த ஊரான பராவில் ஒரு ஆதரவற்றோர் இல்லமும், இலவச மருத்துவமனையும் உருவாக்கி நடத்தினார். பெண்கள் கல்வி கற்பது தடைசெய்யப்பட்டிருந்த போதும், பெண்களுக்கு கல்வி பயிற்றுவிப்பதற்கென மறைமுகமாக கல்விக்கூடங்களை நடத்தினார்.

மனித உரிமைப் பாதுகாப்பிற்கு போராடியதற்காக நூற்றுக்கும் மேற்பட்ட சர்வதேச விருதுகளைப் பெற்றிருக்கிற அவருடைய வாழ்க்கை வரலாற்றினை "A Woman among Warlords: The Extraordinary Story of an Afghan Who Dared to Raise Her Voice" என்கிற பெயரில் சுயசரிதைப் புத்தகமாக எழுதியிருக்கிறார். அவருடைய தேர்தல் கால நிகழ்வுகளை, "Enemies of Happiness" என்கிற ஆவணப்படம் மூலம் பதிவு செய்தார் இவா முல்வாத் என்கிற இயக்குனர்.

மலாலாய் சோயாவின் வரலாற்றுச் சிறப்புமிக்க உரை (2003):

தாலிபான்களிடமிருந்து ஆட்சியினைக் கைப்பற்றியபின்னர் அமெரிக்காவின் பொம்மை அதிபராக கர்சாயை தாங்களாகவே நியமித்துக்கொண்டனர். மத அடிப்படைவாதிகளான மேற்குக் கூட்டணியினரும், உள்ளூர் ஆயுதக்குழுக்களும், அமெரிக்க ஆதரவுக் குழுக்களும் இணைந்தவொரு அரசாக உருவெடுத்தது. அமெரிக்க வெள்ளை மாளிகையின் பூட்டிய அறைகளிலேயே ஆப்கானிஸ்தானின் தலையெழுத்து நிர்ணயிக்கப்பட்டது. ஆப்கானிஸ்தானின் புதிய அரசியலமைப்புச் சட்டத்தினை உருவாக்குகிற பொறுப்பு, 502 உறுப்பினர்கள் கொண்ட 'லோயா ஜிர்கா' என்கிற பெயரில் அமைக்கப்பட்ட குழுவிடம் ஒப்படைக்கப்பட்டது. ஆப்கான் மக்களை அந்தந்த ஊர்களில் அடிமைப்படுத்தி வைத்திருந்த 'சிறு சிறு ஆயுதக்குழுக்களின் தலைவர்கள்'தான் பெரும்பாலும் அக்குழுவில் இடம் பெற்றிருந்தனர். ஆப்கானிஸ்தானை யாரெல்லாம் போர்க்களமாக மாற்றினார்களோ, யாரெல்லாம் தாலிபான்களுடனோ

அல்லது அமெரிக்கப் படையினருடனோ இணைந்திருந்து அப்பாவி மக்களைக் கொன்றுகுவித்தார்களோ, அவர்களே அக்குழுவில் பெரும்பான்மையினராக இருந்தனர். குழுவின் தலைவரான செபகத்துல்லா மொஜெட்டிடியும் ஒரு முன்னாள் முஜாகிதீன் தான் என்பது குறிப்பிடத்தக்கது.

குழுவின் உறுப்பினர்கள் ஒன்றுகூடி விவாதித்த கூட்டத்தில், 25 வயதேயான மலாலாய் சோயாவும் இடம்பெற்றிருந்தார். மக்களால் தேர்ந்தெடுக்கப்பட்டு அக்குழுவில் இடம் பிடித்த மிகச்சிலரில் அவரும் ஒருவர். இளம் உறுப்பினர்களுக்கு தங்களது கருத்தினைச் சொல்ல வாய்ப்பு அளிக்கப்படவில்லை என்று வாதாடி உரிமை பெற்றார். கூட்டம் துவங்கிய மூன்றாவது நாளில், உறுப்பினர்கள் அனைவரும் கூடியிருந்த அறையினில் அவருக்குப் பேச வாய்ப்பு அளிக்கப்பட்டது.

மலாலாய் சோயா: 'என்னுடைய பெயர் மலாலாய் சோயா. இங்கு கூடியிருக்கும் உறுப்பினர்களின் அனுமதியுடன், ஒரு சில நிமிடங்கள் நான் பேச விரும்புகிறேன். நம்முடைய நாட்டினை இந்த நிலைக்குக் கொண்டுவந்த ஆயுதக் குழுக்களின் தலைவர்களும் போர்க் குற்றவாளிகளும்தான் இக்குழுவில் அதிகமாக இடம் பெற்றிருக்கிறார்கள் என்பதுதான் என்னுடைய மிக முக்கியமான குற்றச்சாட்டு. அரசியலமைப்புச் சட்டத்தினை அமைக்கிற முயற்சியில் இருக்கிற அனைத்துக் குழுக்களின் தலைவர்களையும் ஏற்கனவே முடிவு செய்துவிட்டுத்தான் இங்கே வந்திருக்கிறீர்கள். அவர்கள் அனைவரும் கிரிமினல் குற்றவாளிகள். இவர்கள்தான் நம்முடைய நாட்டினில் நடந்துகொண்டிருக்கிற உள்நாட்டு மற்றும் சர்வதேசப் போர்களுக்குக் காரணமானவர்கள். சமூகத்தில் பெண்ணுரிமைக்கு எதிராகச் செயல்படுகிறவர்களும் இவர்கள்தான். ஏற்கனவே நாமறிந்த மோசமான குற்றவாளிகளிடமே நம்முடைய நாட்டினை மீண்டும் ஒப்படைக்கிறோம். இவர்கள் பதவிகள் தரப்படவேண்டியவர்களல்ல, தேசிய மற்றும் சர்வதேசிய நீதிமன்றங்களில் குற்றவாளிகளாக நிறுத்தப்படவேண்டியவர்கள். இவர்களின் செயல்களை நாம் மன்னித்தால், வரலாறு நம்மை ஒருபோதும் மன்னிக்காது."

மலாலாய் சோயாவின் இவ்வரலாற்று முக்கியத்துவம் வாய்ந்த உரையினால், 'லோயா ஜிர்கா' கூட்டத்திலிருந்த அனைவரும் கொதித்தெழுந்தனர். உடனடியாகவே மலாலாய் சோயாவை, அக்குழுவிலிருந்து வெளியேற்றினார் குழுவின் தலைவரான செபகத்துல்லா மொஜெட்டிடி. காவலர்களை வரவழைத்து, அவரை கூட்ட அறையிலிருந்து வெளியேற்றுமாறு ஆணையிட்டார். குழுவிலுள்ள பலரும், மலாலாய் சோயாவைக் கொல்லவேண்டும் என்று குரலெழுப்பினர்.

இந்நிகழ்வுக்குப் பின்னர், தாலிபான்களின் கண்களில் படாமலும், அமெரிக்காவிற்கு ஆதரவாக செயல்படுகிற உள்ளூர் ஆயுதக்குழுக்களிடமிருந்து தப்பித்தும், தலைமறைவு வாழ்க்கை வாழத்துவங்கினார் மலாலாய் சோயா. ஆனால் சமூக மாற்றமும் அரசியல் மாற்றமும் நிகழவேண்டும் என்பதற்காக மக்களிடையே தொடர்ந்து பிரச்சாரமும் மேற்கொண்டு வந்தார்.

தேர்தல் களம் (2005) :

35 ஆண்டுகளுக்குப் பின்னர், முதன்முறையாக 2005 செப்டம்பர் 18 ஆம்தேதி ஆப்கன் பாராளுமன்றத்திற்கு தேர்தல் நடைபெறுமென்று அறிவிக்கப்படுகிறது. ஈரானுக்கு மிக அருகிலிருக்கும் பரா என்கிற மிகவும் பின்தங்கிய, ஏழ்மையான தன்னுடைய சொந்த ஊரிலேயே பாராளுமன்றத் தேர்தலில் மலாலாய் சோயாவும் போட்டியிட முடிவெடுக்கிறார். அவர் தேர்தலில் போட்டியிடுவதாக அறிவித்ததிலிருந்தே அவருக்கு மிரட்டல்களும் அச்சுறுத்தல்களும் முன்பைவிட மிக அதிகமாகவே வரத்துவங்கின. தேர்தல் வேலையாக அவரை சந்திக்க வருவதாகக்கூறிக்கொண்டு, அவரை மிரட்டி எழுதப்பட்ட துண்டுப்பிரசுரங்களை விட்டுச்சென்றனர். தொடர் பயமுறுத்தலின் மூலமாக, அவரது நம்பிக்கையினைக் குலைக்கும் முயற்சியாகவும் இதனைச்செய்தனர். மலாலாய் சோயா தங்கியிருந்த இடத்திற்கு அருகிலிருக்கும் சிவான் பகுதியிலேயே அவரைக் கொல்வதற்கான சதித்திட்டங்கள் தீட்டப்பட்ட செய்திகளும் வெளியாயின.

மலாலாய் சோயா: "இவ்விடத்தில் நான் தொடர்ந்து இருப்பது ஆபத்தானது. அருகில் வசிக்கும் மக்களிடம் என்னுடைய நடவடிக்கைகள் குறித்து விசாரிக்க ஆரம்பித்துவிட்டனர். அதனால் வேறு இடத்திற்கு செல்லப்போகிறேன். புர்கா என்கிற ஆடையினை நான் வெறுக்கிறேன். என்னுடைய ஆலோசனையின் பேரில் ஏராளமான பெண்கள் அதனை அணிவதை நிறுத்திவிட்டனர். ஆனால் அதுதான் இப்போது "வார்லார்ட்ஸ்"களிடமிருந்து என்னைக் காப்பாற்றுகிறது. புர்காவில் நான் எங்கு சென்றாலும் என்னை அடையாளம் காணமுடியாது என்பதுதான் எனக்கு சாதகமாக இருக்கிறது"

இன்னும் இரண்டே வாரத்தில் தேர்தல் வரவிருப்பதால், தினமும் தொடர்ந்து மக்களை சந்தித்துக்கொண்டே இருந்தார் மலாலாய் சோயா. மக்கள் தங்களுடைய ஆதரவினை நல்கியும் பெண்கள் தங்களுடைய பிரச்சனைகளைத் தீர்க்கவேண்டியும், மலாலாய் சோயாவைத் தேடிவந்து பார்த்தனர். ஹாஜி அப்துல் ஆசிஸ் என்பவர் மலாலாய் சோயாவை சந்திக்கவருகிறார்.

மலாலாய் சோயா: "என்னைப்பற்றி எப்படி கேள்விப்பட்டீர்கள்?"

ஹாஜி அப்துல் ஆசிஸ்: "வெளியே மக்கள் உங்களைப் பற்றி பேசிக்கொண்டிருக்கிறார்கள். நான் மற்றும் எங்கள் ஊரைச்சேர்ந்த 130 ஓட்டுகளும் உங்களுக்குத்தான் என்று சொல்வதற்காகவே இங்கே வந்தேன். உங்களைத்தோற்கடிக்க மற்ற வேட்பாளர்கள் அனைவரும் ஏராளமான பணத்தினை மக்களுக்கு வாரிவழங்குகிறார்கள். ஒரு ஓட்டிற்கு 2000 ரூபாய்க்கும் மேல் கொடுக்கிறார்கள். ஆனால் பலரும் உங்களை அறிந்து வைத்திருப்பதால், பெரிய அளவிற்கு பிரச்சனை இருக்காது."

மலாலாய் சோயா: "மிக்க மகிழ்ச்சி"

100 வயதான ஷெரீன் என்கிற முன்னாள் முஜாஹிதீனும், தாலிபான்களின் கண்களில் படாமல் இரண்டு மணிநேரம் நடந்துவந்து தன்னுடைய ஆதரவினை மலாலாய் சோயாவிற்கு நல்குகிறார்.

ஷெரீன்: "உன்னைப்பற்றிக் கேள்விப்பட்டதும், உடனே உன்னைக் காணவேண்டுமென்று புறப்பட்டு வந்தேன். நீ சரியான பாதையில் செல்கிறாய். மக்களை மதிக்கிறாய். அதனால் எங்களுடைய கிராம மக்கள் அனைவரும் உனக்குத்தான் ஓட்டுப் போடுவோம்."

மலாலாய் சோயாவை வெற்றிபெறாமல் செய்ய, தாலிபான்கள் ஒருபுறமும் அமெரிக்கா மறுபுறமும் இருவேறு விதமாக முயற்சியெடுத்தனர். வாக்குச்சாவடிகளை கிராமங்களிலிருந்து தொலைதூரத்தில் அமைத்தது ஐ.நா.வின் தேர்தல் கண்காணிப்பு

ஆணையம். அவ்வளவு தூரம் சென்று வாக்களிக்க பெண்களை ஆண்கள் அனுமதிக்கமாட்டார்கள் என்னும் நிலை இதனால் உருவாயிற்று. மறுபுறம், ஆங்காங்கே குண்டுகளை வீசி மக்களை பீதியடையச் செய்துவந்தது தாலிபான். இதனால் ஓட்டுப் போடுவதற்கு மக்கள் அஞ்சுவார்கள் என்பது அவர்களது கணிப்பு.

இவற்றையெல்லாம் உற்று கவனித்துவந்த மலாலாய் சோயா, பல கிராமங்களுக்கு நேரடியாகப் பயணிக்க முடிவெடுத்தார். பல பாதுகாப்புகளையும் மீறி, கிராமங்களுக்குள் அவர் நுழைந்தார். ஆப்கான் பெண்களுக்கு இந்தத் தேர்தல் எவ்வளவு முக்கியமானது என்பதனை நன்கு அறிந்துவைத்திருந்தார் மலாலாய் சோயா. நாடு முழுவதிலுமுள்ள 249 தொகுதிகளுக்கான தேர்தலில் 2700 வேட்பாளர்கள் களத்தில் இருக்கின்றனர். அதில் 8 இல் ஒருவர் பெண் வேட்பாளர்.

மலாலாய் சோயா: "கவனியுங்கள் சகோதரிகளே! நான் உங்களிடம் முக்கியமான ஒன்றைச் சொல்ல விரும்புகிறேன். இதுதான் நமக்கு இப்போதைக்கு இருக்கிற கடைசி வாய்ப்பு. தேர்தலுக்கு இன்னும் 8 நாட்களே உள்ளன. ஆப்கானிஸ்தானின் எதிரிகளையும், பெருமைக்கு எதிரானவர்களையும், அமைதியினைக் கெடுத்து நம்முடைய மகிழ்ச்சியினை பறிப்போரையும், அடையாளம் காட்டவே இத்தேர்தலில் நான் போட்டியிடுகிறேன். நம்முடைய, குழந்தைகளின் எதிர்காலத்தினை நாமே தீர்மானிப்போம். எனக்கு ஓட்டுப் போடுங்கள் என்று நான் கேட்பதற்காக இங்கே வரவில்லை. இரத்தக்கறை படியாத கைகளுக்குச் சொந்தக்காரர்களுக்கும், பெண்ணுரிமையினை மதித்து அங்கீகரிப்போருக்குமே உங்களது ஓட்டினைப் போடுங்கள். தேர்தல் நாளில் உங்களது வேலைக்கு விடுப்பு எடுங்கள். இது வரலாற்று முக்கியத்துவம் வாய்ந்த நாளாகும். ஆப்கானிஸ்தானின் வரலாற்றில் இடம் பெறுவோம்."

தேர்தலுக்கு இன்னும் ஆறு நாட்களே உள்ள நிலையில், பாதுகாப்பான தன்னுடைய வீட்டினை விட்டு வெளியே பிரச்சாரம் செய்வதற்கு எப்போதும் செல்லமுடியவில்லை. எதிரிகள் கைகளில் ஆயுதங்களும், தன்னுடைய கைகளில் நம்பிக்கையுமே இருப்பதனால், பல்வேறு மாற்று வழிகளில் பிரச்சாரம் செய்தார் மலாலாய் சோயா. தன்னுடைய பிரச்சார உரையினை ஒரு ஒலிநாடாவில் பதிவு செய்து, அதனை ஒரு வாகனம் மூலமாக ஊர் ஊராகச் சென்று ஒலிபெருக்கியில் ஒலிபரப்பினார்.

"உங்களை எல்லாம் நேரில் வந்து சந்தித்து ஓட்டு கேட்கமுடியாத என்னுடைய நிலைக்கு முதலில் நான் வருத்தம் தெரிவித்துக்கொள்கிறேன்.

பாதுகாப்புக் காரணங்களால் இப்போதைக்கு உங்களுடைய முகங்களை என்னால் பார்க்கமுடியவில்லை. பாராளுமன்றம் என்பது மக்களாட்சியில் ஒரு முக்கியமான அடித்தளமாகும். அதனால்தான் நாம் சரியானவர்களைத் தேர்ந்தெடுக்கிறபோது அதிக கவனம் செலுத்தவேண்டியிருக்கிறது. 'லோயா ஜிர்கா'வில் என்னுடைய உரையினைத் தொடர்ந்து, இன்றுவரை அதிகாரத்தில் அமர்ந்திருக்கும் போர்க்குற்றவாளிகளை எதிர்த்து நான் தொடர்ந்து குரல் கொடுத்துவருகிறேன். நம்முடைய நாட்டினில் நிலையற்ற தன்மையினை உருவாக்குவோரை இல்லாமல் செய்து, ஆயுதங்களின் நிழலை அழித்துவிடும் நாள் வெகுவிரைவில் வருமென்கிற நம்பிக்கை எனக்கு இருக்கிறது"

தேர்தல் நாள் நெருங்கி வர, மலாலாய் சோயாவைத் தாக்குவதற்கு எதிரிகள் திட்டங்கள் பல தீட்டுவது தெரியவருகிறது. எந்த நேரத்தில் என்ன நடக்கும் என்று தெரியாமல் மிகப்பெரிய நெருக்கடியான சூழலில்தான் தன்னுடைய பிரச்சாரத்தைத் தொடர்ந்தார். அவருடைய பாதுகாப்பு குறித்து, நெருங்கிய நண்பர்களும் பொதுமக்களும் மிகுந்த வருத்தம்கொண்டிருந்தனர்.

தோழி: 'உன்னை நினைத்து நான் பெருமைப்படுகிறேன். நீ நிச்சயமாக வெற்றிபெறப்போகிறாய் என்பது எனக்குத் தெரியும். மக்களின் ஆதரவும் உனக்கு இருக்கிறது. இரண்டாண்டுகளுக்கு முன்பு, 'லோயா ஜிர்கா'வில் நீ பேசியதிலிருந்தே உன்னுடைய உயிருக்கு எப்போதும் ஆபத்து இருந்து கொண்டே இருக்கிறது. என்னவாகுமோ என்கிற பயம் வேறு. ஒருபுறம் உன்னை நினைத்துப் பெருமைப்பட்டாலும், மறுபுறம் உன்னை நினைத்துப் பதட்டமாகவே இருக்கிறது."

தேர்தலுக்கு இன்னும் மூன்று நாட்களே உள்ள நிலையில், மலாலாய் சோயாவிற்கு தொலைக்காட்சியில் பேசுகிற வாய்ப்புக் கிடைக்கிறது.

'என்னுடைய பெயர் மலாலாய் சோயா. நான் பாராளுமன்றத் தேர்தலில் போட்டியிடுகிறேன். மக்கள் கடுமையாகத் தாக்கப்பட்டது, துப்பாக்கி குண்டுகளுக்கு இரையானது, பெண்களின் மார்பகங்கள் வெட்டப்பட்டது, சிறுமிகள் முதல் பாட்டிகள் வரையிலும் பாலியல் வன்புணர்ச்சிக்குள்ளாக்கியது, மக்கள் உயிரோடு கொளுத்தப்பட்டது, காபுலில் மட்டுமே 65,000 அப்பாவி மக்கள் கொல்லப்பட்டது, இன்னும் எண்ணிலடங்கா ஆயிரமாயிரம் குற்றங்கள் நிகழ்ந்தது, ஆகியவைதான் நமக்கு கடந்தகால மறக்கமுடியாத நிகழ்வுகள். இக்குற்றங்களையெல்லாம் நிகழ்த்திய போர்க்குற்றவாளிகளும் தாலிபான்களும் பாராளுமன்றத்திற்குள் நுழையும்பட்சத்தில், அவர்கள் நிச்சயமாக மக்கள் விரோதத் திட்டங்களைத்தான் தீட்டுவார்கள். அப்போது, என்னுடைய குரல் மக்களின் குரலாக பாராளுமன்றத்தில் ஒலிக்கும். அவற்றையெல்லாம் மக்களாகிய உங்களிடத்திலும் அம்பலப்படுத்துவேன். ஆயிரக்கணக்கான முறை நான் அச்சுறுத்தப்பட்டிருந்தாலும், நாட்டின்

விடுதலைக்காகவும் ஜனநாயகத்தையும் ஆண், பெண் சமவுரிமையினைப் பேணிக் காப்பதற்கும் தொடர்ந்து போராடுவேன் என்று உறுதிகூறுகிறேன்."

தேர்தல் நாளில், பாராளுமன்றத்தைத் தேர்ந்தெடுக்க 1.2 கோடி மக்கள் வாக்களித்தனர். தேர்தலுக்குப் பின்னர், வாக்குகள் எண்ணப்பட்டு முடிவுகளும் அறிவிக்கப்பட்டது. பெரும்பாலான இடங்களில், 'சிறு ஆயுதக்குழுக்களின் தலைவர்களே' வெற்றிபெற்றதாக அறிவிக்கப்பட்டனர். 249 இடங்களில், 28% பெண்கள் வெற்றிபெற்றனர். அதில் மலாலாய் சோயாவும் ஒருவர். ஆப்கானிஸ்தானிலேயே மிகப்பெரிய அளவிலான ஓட்டுகள் பெற்று வெற்றிபெற்றார். ஆப்கானிஸ்தானின் இளவயது பாராளுமன்ற உறுப்பினர் என்கிற பெருமையினையும் பெற்றார்.

பாராளுமன்ற உறுப்பினரான பின்னர், அவருக்கு மேலும் பல அதிர்ச்சிகள் காத்துக்கொண்டிருந்தன. பாராளுமன்றத்தில் பேசுவதற்கான வாய்ப்புகளும் சரியாக கொடுக்கப்படவில்லை. பெரும்பாலான பாராளுமன்ற உறுப்பினர்கள், "ஆயுதக்குழுக்களின் தலைவர்களாக" இருந்தமையால், மக்களுக்கான அரசியலே பாராளுமன்றத்தில் பேசப்படவுமில்லை.

2007 மே மாதத்தில், 'மிருகங்கள் நிறைந்த இடம்தான் பாராளுமன்றம்' என்று ஒரு தொலைக்காட்சிப் பேட்டியில் சொல்லியிருந்தார். நேரம் பார்த்துக் காத்துக்கொண்டிருந்த கர்சாய்

அரசு, மலாலாய் சோயாவிடம் எவ்வித விளக்கத்தையும் கேட்காமல் அவரைப் பாராளுமன்றத்திலிருந்தே நீக்கிவிட்டது.

அதன்பிறகு பத்திரிகையாளர்களை சந்தித்தபோது, 'பாராளுமன்றத்தில் மிருகங்கள் இருக்கின்றன என்று சொன்னது தவறு. அங்கே கிரிமினல் குற்றவாளிகள்தான் இருக்கிறார்கள். ஏராளமான முறை எனக்கு கொலைமிரட்டல் விட்டிருக்கிறார்கள். பாராளுமன்றத்திலேயே, 'தற்கொலைப்படையினை வைத்தாவது மலாலாய் சோயாவைக் கொல்லவேண்டும்' என்று உரக்கக் குரல் கொடுக்கிறார்கள்" என்றார் மலாலாய் சோயா.

பாராளுமன்றத்திற்கு வந்து, எல்லோரிடமும் மன்னிப்புக் கேட்டால் மீண்டும் உறுப்பினராகத் தொடரலாம் என்றொரு வாய்ப்பு வழங்கப்பட்டது மலாலாய் சோயாவிற்கு. ஆனால் தன்னுடைய கருத்தினில் எந்தப்பிழையும் இல்லை என்றும், அதற்காக மன்னிப்புக்கோரியெல்லாம் கிரிமினல்களின் கட்டிடமான பாராளுமன்றத்திற்குள் நுழையமாட்டேன் என்று மறுத்துவிட்டார் மலாலாய் சோயா.

மலாலாயும் ஆப்கானிஸ்தானும் இன்று....

பாராளுமன்றத்தினை மேலிருந்து கர்சாய் வழியாக இயக்குகிற அமெரிக்க அரசும் சரி, கீழிருந்து அதற்கு உதவிபுரிகிற ஆயுதக்குழுத்தலைவர்களான பாராளுமன்ற உறுப்பினர்களும் சரி, மற்றொரு திசையில் பாராளுமன்றத்திற்கு வெளியே மக்களுக்குத் தொல்லைகொடுத்துக்கொண்டிருக்கிற தாலிபான்களும்

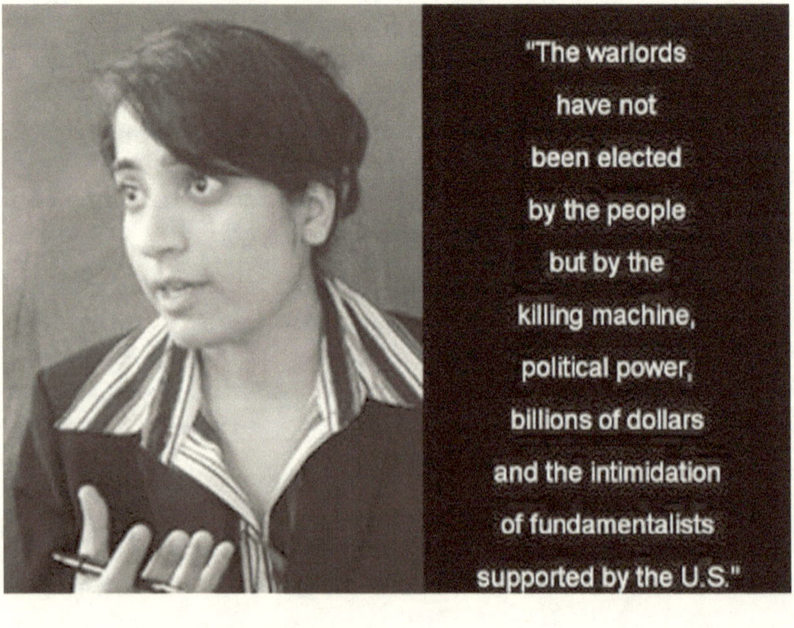

சரி, எவரொருவரும் ஆப்கானிஸ்தான் மக்கள் நலனில் அக்கறை இல்லாதவர்கள் என்பதனை நன்கு புரிந்துகொண்டார் மலாலாய் சோயா.

ஆப்கானிஸ்தானில் ஒரு மாற்றம் நிகழவேண்டுமேன்றால் அது மக்களிடமிருந்து மக்கள் எழுச்சியாகத்தான் வரமுடியும் என்பதில் தெளிவடைந்தார். அதனால் மக்களை ஒன்று திரட்டுவதிலும், சமூகத்தில் நிறைந்திருக்கும் பெண்ணடிமைத்தனம், மத அடிப்படைவாதம் போன்றவற்றை எதிர்ப்பதிலும் மிகத்தீவிரமாக ஈடுபடத்துவங்கினார்.

அமெரிக்காவும் நேட்டோவும் ஆப்கானிஸ்தானில் பொழிந்து வரும் குண்டுமழையினை எதிர்த்து, மலாலாய் சோயா ஒரு அறிக்கை வெளியிட்டார். உலகெங்கிலுமுள்ள போர் எதிர்ப்பாளர்களிடம் ஆதரவு திரட்டுவதாகவும் இருந்தது அவ்வறிக்கை.

'என் மதிப்பிற்குரிய நண்பர்களே,

பத்து ஆண்டுகளுக்கு முன்னர், 'பெண்ணுரிமை, மனிதவுரிமை மற்றும் ஜனநாயகத்தைக் காப்போம்' என்று சொல்லிக்கொண்டு, அமெரிக்காவும் நேட்டோ படையும் எங்களது ஆப்கான் நாட்டுக்குப் படையெடுத்து வந்தார்கள். ஆனால் பத்தாண்டுகள் ஆகியும், நிலைமை சரியாகவில்லையென்பதை விட போரினால் மிகவும் மோசமடைந்து, ஊழல் மலிந்த நாடாகத்தான் ஆகியிருக்கிறது ஆப்கானிஸ்தான். கடுமையான குற்றங்களும், காட்டுமிராண்டித்தனமான செயல்களும், மனிதவுரிமை மற்றும் பெண்ணுரிமை மீறல்களும்தான் இப்போர் எங்களுக்குத் தந்திருக்கிறது. எங்களது துயரங்களையும் துன்பங்களையும் இது இரட்டிப்பாக்கியிருக்கிறது.

இக்குரூரமான காலங்களில், அமெரிக்க ஆக்கிரமிப்பு படைகளாலும் உள்நாட்டுத் தீவிரவாத குழுக்களாலும், போருக்கு சற்றும் தொடர்பில்லாத பல்லாயிரக்கணக்கான அப்பாவி மக்கள் கொல்லப்பட்டிருக்கின்றனர். ஒபாமா 2008 இல் பதவியேற்றபின்னர், எங்களது நாட்டின்மீதான போரினை நிறுத்துவதற்கு பதிலாக, அதனை மேலும் வீரியப்படுத்தினார். அதனால் பொதுமக்களின் சாவு எண்ணிக்கை 24% அதிகரித்தது. ஆக்கிரமிப்பு படைத்துருப்புகளின் எண்ணிக்கையினை அதிகரித்தமையால், குற்றங்களும் கொடூரத்தாக்குதல்களும் கொடுமைகளும் வலியும் ஆப்கான் மக்களாகிய எங்களுக்கு கூடியது. ஜார்ஜ் புஷ்ஷைவிடவும் ஆபத்தானவராக ஓபாமா எங்களுக்குத் தென்படுகிறார்.

2010 இல் மட்டும் ஒரு நாளைக்கு சராசரியாக 7 அப்பாவிப் பொதுமக்கள் கொல்லப்பட்டிருக்கின்றனர் என்று 'ஆப்கானிஸ்தான் உரிமைகள் கண்காணிப்பு ஆணையத்தின்' ஆய்வறிக்கை சொல்கிறது. 2014 இல் ஆப்கானை விட்டு வெளியேறுவோம் என்று அமெரிக்கா மற்றும் நேட்டோ அறிவித்திருக்கின்றன, ஆனால் அமெரிக்காவோ சத்தமில்லாமல் ஆப்கானிஸ்தானில் நிரந்தரப் படைத்தளங்களை அமைத்துவருகிறது. அமெரிக்க ஆப்கான் அரசுகளிடையே 20-24 வரையிலான பாதுகாப்பு ஒப்பந்தங்களும் போடப்பட்டிருக்கின்றன. இதிலிருந்து, எங்களது நாட்டை

விட்டு விரைவில் வெளியேறும் எண்ணமே அவர்களுக்கு இல்லை என்பது தெளிவாகிறது. ஆப்கானிஸ்தானின் பூகோள முக்கியத்துவத்தைப் பயன்படுத்தி, சீனா உள்பட ஆசியநாடுகளைக் கண்காணிக்கிற கட்டுப்பாட்டுத் தளமாக்கத்தான் முனைகிறது அமெரிக்கா. இதனைச் செய்துகொண்டே எங்களது நாட்டின் எண்ணெய்வளம், கனிமவளம் உள்பட அனைத்தையும் அவர்கள் சுரண்டிக்கொண்டிருக்கிறார்கள்.

ஆப்கான் மக்களை மட்டுமல்லாமல், அவர்களது சொந்தநாட்டு மக்களையும் சேர்த்தேதான் ஏமாற்றுகிறார்கள். மிகப்பெரிய பன்னாட்டு நிறுவனங்களுக்கு உதவுகிற வகையிலும், ஆப்கானின் தீவிரவாத குழுக்களுக்கு உதவுகிறவகையிலும், மேற்குலக நாட்டு மக்களின் வரிப்பணத்தையும் இராணுவ வீரர்களின் இரத்தத்தையும் அவ்வரசுகள் பயன்படுத்தி வருகின்றன.

இராணுவப் படையெடுப்பின் மூலமாக ஜனநாயகத்தை எப்போதும் உருவாக்கிவிடமுடியாது என்றே நான் நினைக்கிறேன். சுதந்திரமும் நீதியும் நியாயமும் இல்லாத ஜனநாயகம், அர்த்தமற்றதுதான். நாட்டு மக்களால்தான், விடுதலையினைத் தீர்மானிக்கமுடியும். அமெரிக்கா மற்றும் நேட்டோ படைகள் வெளியேறினால்தான், மிகக்கொடுமையான சூழலிலிருக்கிற எங்களது நாட்டு விடுதலைக்காக எங்களால் சரியான திசையில் போராடமுடியும். அமைதிக்கான நியாயத்திற்கான எங்களது போராட்டத்தை அவர்களது இருப்பு மேலும் குழப்பத்திற்குள்ளாக்குகிறது. ஆப்கானைவிட்டு அவர்கள் வெளியேறிவிட்டாலே, தாலிபான் மற்றும் இன்னபிற மத அடிப்படைவாதக் குழுக்களின் அடித்தளம் நிச்சயமாக உடைந்துவிடும்.

2009 ஆம் ஆண்டு மே மாதம் ஃபரா என்கிற இடத்தில், நேட்டோ நடத்திய குண்டுவெடிப்புத் தாக்குதலில், போருக்கு எவ்வகையிலும் தொடர்பில்லாத 150 அப்பாவிப் பொதுமக்கள் ஒட்டுமொத்தமாக ஒரேயிடத்தில் கொல்லப்பட்டனர். பெரும்பாலும் பெண்களும் குழந்தைகளும் அக்குண்டுவெடிப்பில் இறந்தனர். இதுதான் ஆப்கானிஸ்தான் போரின் உண்மைநிலை. இதைத்தானே நேட்டோ படை உலகெங்கிலும் செய்துவருகிறது. ஆப்கானிஸ்தானில் அவர்களைத் தொடர அனுமதித்தால், மத்திய கிழக்கு நாடுகள், ஆப்பிரிக்க நாடுகள் என அவர்களது அட்டூழியம் தொடர்ந்துகொண்டேதான் இருக்கும்...

அடிப்படைவாதம், தாலிபான், முஜாகிதீன்கள் போன்ற பல பிரச்சனைகள் எங்களது நாட்டில் இருக்கின்றன. எங்களுக்கு சுதந்திரமும், சுயநிர்ணய உரிமையும் இருந்தால் இப்பிரச்சனைகளையெல்லாம் தீர்ப்பதற்கு அதிக வாய்ப்பிருக்கிறது. ஆப்கானிஸ்தானில் மட்டுமல்ல, உலகின் வேறெந்த நாட்டிலும் நேட்டோவின் குண்டுகளால் ஜனநாயகத்தைக் கொண்டுவந்துவிடமுடியாது.

பிற மத்திய கிழக்கு நாடுகளில் துவங்கியிருக்கிற எழுச்சியைப்போன்றே ஆப்கானிஸ்தானிலும் நிகழும் என்கிற நம்பிக்கை எனக்கிருக்கிறது. ஹெராத்,

நன்கர்கார், மாசர்இஷரிப், ஃபரா, காபுல் மற்றும் சில மாகாணங்களில் ஆங்காங்கே சிறியளவில் நடக்கிற மக்கள் எழுச்சிதான் ஆப்கானிற்கு ஒளிமயமான எதிர்காலம் காத்துக் கொண்டிருக்கிறதென்கிற நம்பிக்கையினைக் காப்பாற்றிவருகிறது.

அடிப்படைவாதத்தையும் ஆக்கிரமிப்பையும் ஒருசேர எதிர்க்கும் எங்களது நாட்டின் ஜனநாயக விரும்பிகளுடன் கைகோர்க்குமாறு உலகெங்கிலுமுள்ள அமைதிவிரும்பிகள், போரெதிர்ப்பு இயக்கங்கள், ஜனநாயக விரும்பிகள் ஆகியோரை கேட்டுக்கொள்கிறேன்."

மக்கள் நலனுக்கு எதிரானவர்களின் முகத்திரையினை மக்கள்முன் கிழித்துக்காட்டினார் மலாலாய் சோயா. அமெரிக்கா மற்றும் நேட்டோ படைகள் ஆப்கானிஸ்தானை ஆக்கிரமித்து பொம்மை அரசை கர்சாய் அமைத்ததற்குக் காரணங்களாக சொல்லப்பட்டவை அனைத்தும் பொய்களே என்பதனையும் வெளிக்கொண்டுவந்தார்.

1. மத அடிப்படைவாதத்தை ஒழிக்கப்போகிறோம் *என்று சொன்ன அமெரிக்கா மற்றும் ஆக்கிரமிப்பு நாடுகள், இறுதியாக மத அடிப்படைவாதிகளான "வடக்குக் கூட்டணியை" ஆப்கானிஸ்தானின் ஆட்சியில் அமர்த்தியிருக்கின்றன. தாலிபான்களுக்கு சளைத்தவர்களல்ல அவர்கள்.*

2. ஊழலை ஒழித்து ஆப்கானிஸ்தானைக் காப்பாற்றுவோம் *என்று சொன்ன அமெரிக்க மற்றும் நேட்டோ படைகள், ஆக்கிரமிப்பிற்குப் பின்னரமைத்த பொம்மை கர்சாய் அரசானது ஊழலில் உலக சாதனைகளையெல்லாம் படைக்கத்துவங்கியது. கர்சாயின் சகோதரரான அகமது வாலி கர்சாய், ஆப்கானிஸ்தானில் ஒரு தனி ராஜாங்கத்தையே நடத்தத் துவங்கினார். அரசின் எல்லாவகையான உதவிகளோடும் எல்லாவிதமான சட்டவிரோத வியாபாரங்களையும் தலைநகரின் மையப்பகுதியிலேயே நடத்தினார்.*

3. பெண்ணுரிமையினைப் பேணிக்காப்பதற்குத்தான் ஆப்கானிஸ்தானிற்குள் நுழைகிறோம் *என்று சொல்லிய அமெரிக்கா மற்றும் நேட்டோ படைகளால், எவ்வித முன்னேற்றமும் ஏற்படவில்லை பெண்களின் வாழ்வில். பொம்மை கர்சாய் அரசு, பெண்களுக்கு எதிரான ஏராளமான சட்டங்களை நிறைவேற்றியிருக்கிறது. உதாரணத்திற்கு சட்டப்பிரிவு 132 புதிதாக சேர்க்கப்பட்டது. அச்சட்டமானது, பெண்ணை வெறும் பாலியல் பொருளாக மட்டுமே சித்தரிக்கிறது. ஆணின் பாலியல் தேவையினை நிறைவேற்றுவது பெண்ணின் கடமை என்றும் கணவன் அத்தேவைகளுக்குப் பெண்கள் கட்டுப்பட்டே ஆக வேண்டும்*

என்றும் அச்சட்டத்தில் எழுதியிருக்கிறது. பாராளுமன்றத்தில் வாசித்துக் காட்டாமலேயே, இச்சட்டத்தினை நிறைவேற்றினர். பாராளுமன்றத்தில் அரசிற்கு எதிராகவோ, பெண்ணுரிமையினை ஆதரித்தோ, எந்தப் பெண் உறுப்பினரேனும் குரல் கொடுத்தால், அவர்களது கணவர்கள் மூலமாக விவாகரத்து செய்யப்படுவார்கள் என்கிற மறைமுக மிரட்டல்களும் நடந்தன. இதுமட்டுமில்லாமல், கடந்தகாலங்களை விட மிக அதிக அளவிலான பெண்கள் தற்கொலை செய்துகொள்கிறார்கள். பெண்களைக் கடத்துதல், பாலியல் வன்புணர்ச்சிக்குள்ளாக்குதல் போன்றவை அதிகரித்துக்கொண்டே போகிறது. இவற்றையெல்லாம் தாலிபான்கள் மட்டுமல்ல, அரசின் அங்கத்தினரும் ஏராளமானோர் செய்கிறார்கள். புர்கா அணிந்த பெண்கள் அணியாப் பெண்கள் என்கிற பேதமின்றி, பெண்கள் கடத்தப்படுவதும் பாலியல் கொடுமைகளுக்கு ஆளாவதும் தொடர்கிறது. ஆப்கானிஸ்தானில், ஒவ்வொரு 28 நிமிடங்களுக்கும், ஒரு பெண் தன்னுடைய பிரசவத்தின்போது இறக்கிறாள். பெண்களுக்கான மருத்துவ வசதிகளும் மறுக்கப்படுகிறது. மலாலாய் சோயா நடத்திவருகிற மருத்துவ மையத்தினையும் பல்வேறு வழிகளில் மூடிவிட முயற்சி எடுத்துக்கொண்டிருக்கிறது அரசு.

4. **மக்களாட்சியினை நிறுவுவதற்காகத்தான் ஆப்கானிஸ்தானில் நுழைகிறோம்** என்று கூறின அமெரிக்க மற்றும் நேட்டோ படைகள். ஆனால் அங்கே ஆட்சி செய்வது ஆயுதக்குழுக்களின் தலைவர்கள் மற்றும் மத அடிப்படைவாதிகளாலான அமெரிக்க பொம்மை அரசுதான்.

> **மலாலாய் சோயா:** "துப்பாக்கிகளும், ஆயுதக்குழுக்களும், போதைப்பொருள் கடத்தல்காரர்களும், ஊழல்வாதிகளும், ஆக்கிரமிப்பாளர்களும் நடத்துகிற தேர்தல்களில் என்ன நியாயத்தை எதிர்பார்க்கமுடியும். யார் ஓட்டுப்போடுகிறார்கள் என்பதனைவிட, யார் ஓட்டை எண்ணுகிறார்கள் என்பதுதான் முக்கியம்"

பல ஊர்களில், வாக்காளர்களின் எண்ணிக்கையினைவிட தேர்தலில் பதிவான வாக்குகள் அதிகமாக இருந்தன. பக்டிகா என்கிற மாவட்டத்தில், வாக்காளர்களை விட 62.6% அதிகமான வாக்குகள் பதிவாகியிருந்தன.

5. **போதைப்பொருள் உற்பத்தியையும், கடத்தலையும் ஆப்கானிஸ் தானிலிருந்து ஒழிக்கவே வந்திருக்கிறோம்** என்று சொன்ன அமெரிக்காவின் வார்த்தைகளில் பொய்யைத்தவிர வேறொன்றுமில்லை. ஆப்கானிஸ்தானை அமெரிக்கா மற்றும் நேட்டோ படைகள்

ஆக்கிரமிப்பதற்கு முன்பு 204 டன்னாக இருந்த அபின் உற்பத்தி இன்று அமெரிக்காவின் ஆதிக்கத்தில் நடக்கிற ஆட்சியில், 8200 டன்னாக உயர்ந்திருக்கிறது. அதிபர் கர்சாயின் குடும்பத்தினரே, மிகப்பெரிய அபின் விற்பனையாளர்களாக இருக்கிறார்கள். வியாபாரப் போட்டியினாலேயே, கர்சாயின் சகோதரர் அகமது வாலி கர்சாயை தாலிபான்கள் சுட்டுக்கொன்றனர்.

தாலிபான்கள் மோசமானவர்கள், மனிதநேயமற்றவர்கள் என்கிற கருத்தை மட்டுமே உலக மக்களிடம் நிறுவ முயற்சிக்கும் மேற்குலக நாடுகளின் தந்திரத்தை நாம் புரிந்துகொள்ளவேண்டும். அதனைக் காரணம் காட்டியே, ஆப்கானிஸ்தானில் நிரந்தரமாகக் கூடாரங்கள் போடுகிற, மற்ற தீவிரவாதக் குழுக்களான அமெரிக்கா மற்றும் நேட்டோ படைகளையும் தாலிபான்களின் வரிசையில் வைத்தே நாம் ஆப்கானிஸ்தானின் நிலையினை அறிந்துகொள்ளவேண்டும். மலாலாய் சோயா சொன்னது போல, ஆப்கானிஸ்தானிற்கான மாற்றத்தினை அம்மக்களன்றி வேறு ஒருவராலும் கொண்டுவந்துவிட முடியாது. நேட்டோவின் குண்டுகளாலோ, தாலிபான்களின் துப்பாக்கிகளாலோ, மத அடிப்படைவாதிகளின் பிற்போக்கு சட்டங்களாலோ ஆப்கானிஸ்தானை முன்னோக்கி வளர்ச்சிப் பாதையில் ஒருபோதும் அழைத்துச் செல்லமுடியாது. அதனால் மலாலாய் சோயா போன்ற போராளிகளின் குரலினை உலகறியச்செய்வதும், அவர்களின் கோரிக்கைகளை ஆதரிப்பதும் உலகின் குடிமக்களாகிய நம்முடைய கடமை.

■

16

பாலஸ்தீன மக்களின் அறவழிப்போராட்டமும், நம்பிக்கைக்கீற்றும்

(5 Broken Cameras - 2011)

1948 ஆம் ஆண்டில் பாலஸ்தீன் மற்றும் இஸ்ரேல் என இரண்டு நாட்டிற்கான எல்லைகளை முடிவு செய்கிற தீர்மானம் ஐ.நா. சபையில் நிறைவேற்றப்பட்டது. ஆனால் அத்தீர்மானத்தில் உள்ளபடியான இடங்களை இன்றுவரையில் பாலஸ்தீனத்திற்கு தர மறுப்பதோடல்லாமல், அதனை ஒரு நாடாகக் கூட அங்கீகரிக்க மறுக்கிறது இஸ்ரேலும் அதன் தோழமை நாடான அமெரிக்காவும். 1948 ஆம் ஆண்டு முதல் இன்று வரை எண்ணற்ற போர்கள் மூலமாக பல இலட்சக்கணக்கான பாலஸ்தீன மக்களை அவர்களின் வாழ்விடங்களைவிட்டு அடித்துவிரட்டியும், பல்லாயிரக்கணக்கான ஏக்கர் நிலங்களை ஆக்கிரமித்தும், ஆக்கிரமித்த இடங்களில் நிரந்தரக்குடியிருப்புகளை அமைத்தும் தன்னுடைய நாட்டு எல்லையினை விரிவாக்கிக்கொண்டே போகிறது இஸ்ரேல். இஸ்ரேல் அரசின் சட்டப்படி பார்த்தால்கூட இவற்றில் பலவும்

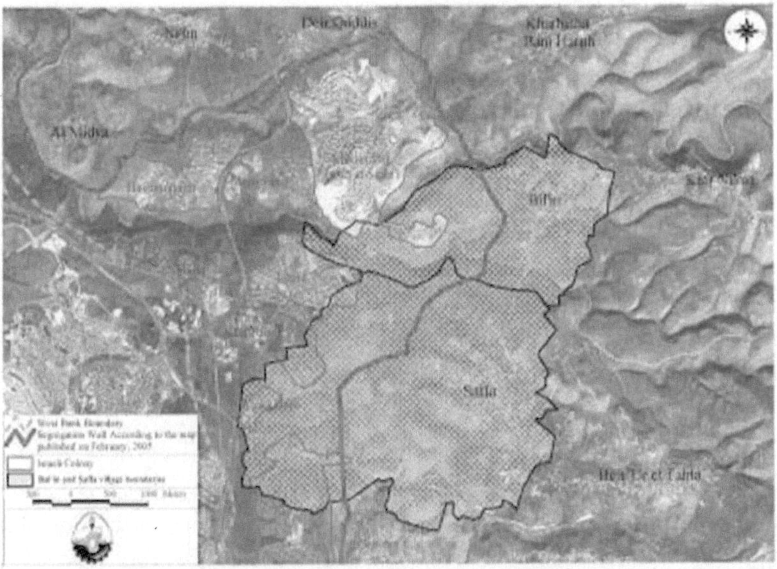

சட்டவிரோதமானதாக இருக்குமளவிற்கு மிகப்பெரிய ஆக்கிரமிப்பினை நடத்திவருகிறது.

1988 இல், பாலஸ்தீனத்திற்கு சுயாட்சி உரிமை வழங்கக்கோரி ஐ.நா. சபையில் கொண்டுவரப்பட்ட தீர்மானத்தினை 106 நாடுகள் ஆதரித்தவேளையில் அமெரிக்கா மற்றும் இஸ்ரேல் ஆகிய இரண்டு நாடுகள் மட்டுமே எதிர்த்து வாக்களித்தன. உலகின் 80% மக்கள் வாழ்கிற இந்தியா, சீனா, ரஷியா, ஆப்பிரிக்க நாடுகள், தென்னமெரிக்க நாடுகள் உள்ளிட்ட 131 நாடுகள் பாலஸ்தீனத்தை ஒரு நாடாக அங்கீகரித்துவிட்டபோதிலும், அதனை வன்மையாக கண்டிக்கிற ஒரு நாடாக அமெரிக்கா இன்றளவும் இருந்துவருகிறது. 2012 இல் பாலஸ்தீனத்திற்கு ஐ.நா. சபையில் உறுப்பினரல்லாத பார்வையாளர் தகுதியினை வழங்குகிற தீர்மானத்தை, உலகின் 138 நாடுகள் ஆதரித்தபோதும் அமெரிக்கா, இஸ்ரேல், கனடா போன்ற 9 நாடுகள் மட்டும் எதிர்த்து வாக்களித்தன. இவை எல்லாவற்றுக்கும் ஒரு படி மேலே சென்று, 'ஐ.நா. சபையில் உறுப்பு நாடாக அறிவிக்கிற தீர்மானத்தை ஐ.நா. பாதுகாப்பு கவுன்சிலில் யாரேனும் கொண்டுவந்தால், எங்களுடைய 'வீட்டோ' அதிகாரத்தை பயன்படுத்தித் தோற்கடிப்போம்' என்று சொன்னவர் வேறுயாருமல்ல, அமெரிக்க அதிபர் ஒபாமாவேதான். அமெரிக்காவும் ஐ.நா.வும் நமக்கு விடிவுகாலத்தினை ஏற்படுத்தித் தந்துவிடும் என்று நம்புகிற நாடுகளுக்கெல்லாம் பாலஸ்தீனமே நம் கண்முன்னே சாட்சியாக இருக்கிறது.

இவற்றிற்கெல்லாம் சிறிதும் சளைக்காத/சலிக்காத பாலஸ்தீன மக்கள் 60 ஆண்டுகளுக்கும் மேலாக தொடர்ந்து தங்களின் உரிமைகளுக்காக வெவ்வேறு வடிவங்களில் வெவ்வேறு விதங்களில் போராடிக்கொண்டிருக்கின்றனர். இஸ்ரேலிய அரசும் இஸ்ரேலிய மக்களும் ஒன்றல்ல என்பதையுணர்ந்திருக்கிற பாலஸ்தீன மக்கள், இஸ்ரேலிய மக்களுடைய ஆதரவினையும் பெறுவதில் பெரியளவில் முன்னேற்றமும் கண்டிருக்கிறார்கள். சமீபத்தில், இஸ்ரேலிய மக்களிடையே நடத்தப்பட்ட கருத்துக்கணிப்பொன்றினில், 61% இஸ்ரேலிய மக்கள் பாலஸ்தீனர்களின் கோரிக்கைகளை ஆதரிப்பதாக சொல்லியிருக்கிறார்கள். பாலஸ்தீன மக்களுடைய போராட்ட முறைகளில் 'பிளின்' என்கிற ஒரு சிறு கிராமத்தின் போராட்ட வடிவத்தையும் அதன் அனுபவங்களையும் முன்னிறுத்தி எழுதப்பட்டிருக்கிற கட்டுரைதான் இது.

வெஸ்ட் பேங்கின் எல்லையோரத்திலிருக்கும் ஆலிவ் மரங்கள் சூழ்ந்த அழகான கிராமம்தான் பிளின். அமைதியான அக்கிராமத்தின் நடுவே வேலியிட்டு, கிராமத்தின் பெரும்பகுதியான விவசாய நிலங்களை ஆக்கிரமிப்பு செய்தது இஸ்ரேல் அரசாங்கம். விவசாயத்தை நம்பியே வாழ்ந்துவருகிற அம்மக்களின் விளைநிலங்கள் எல்லாம் திடீரென ஒருநாள் வேலியொன்று அமைக்கப்பட்டு பிரிக்கப்படுகிறது. அவர்களது குடியிருப்புகள் வேலிக்கு இந்தப்புறமும், விவசாய நிலங்கள் வேலிக்கு அந்தப்புறமும் இருக்கிறவாறு வேலியமைக்கப்பட்டது. விளைந்திருக்கிற ஆலிவ் காய்களைப் பறிக்கக்கூட முடியாத நிலை உருவாயிற்று. தங்கள் கிராமத்தையும் வாழ்வாதாரத்தையும் பறித்துக்கொண்ட அவ்வேலியினை அகற்றக்கோரி, அவ்வப்போது அமைதியான முறையில் போராட்டம் நடத்தத் துவங்கினர் கிராம மக்கள்.

பிளின் கிராம மக்களில் ஒருவரான இமாத் பர்நாத் என்கிற விவசாயக் குடும்பத்தைச் சேர்ந்தவருக்கு இச்சூழலில் குழந்தை பிறக்கிறது. அக்குழந்தைக்கு கிப்ரேல் என்று பெயர் வைக்கிறார். அவருடைய குழந்தையின் குறும்புகளைப் படம் பிடிக்கப் புதிதாக ஒரு கேமரா வாங்குகிறார். அக்கேமராவினை மக்கள் போராட்டங்களுக்கும் எடுத்துச்செல்கிறார். காரணமோ குறிக்கோளோ ஏதுமின்றி போராட்டங்களில் நடக்கிற நிகழ்வுகளை வீடியோ எடுக்கிறார். தொடர்ந்து ஐந்தாண்டுகளுக்கும் மேலாக அவர் எடுத்த நூற்றுக்கணக்கான மணிநேரங்கள் ஓடக்கூடிய வீடியோக்களில் முக்கியமான நிகழ்வுகளைத் தொகுத்து ஒரு திரைப்படமாக மாற்றியிருக்கிறார்கள் இமாத்தும், இஸ்ரேலிய இயக்குனரான கை தாவிதியும். இருநாட்டு சமூக ஆர்வலர்களும்

இணைந்து இத்திரைப்பட உருவாக்கத்திற்கும் வெளியீட்டிற்கும் பெருமளவில் தங்களது உழைப்பினை செலுத்தியிருக்கிறார்கள். 2012 ஆம் ஆண்டின் ஆஸ்கார் விருதுப்பட்டியலில் இறுதி ஐந்து ஆவணப்படங்களின் பரிந்துரைப்பட்டியல் வரை இத்திரைப்படம் தேர்வாகியிருந்தது.

முதல் கேமரா:

பிளின் கிராம மக்களின் போராட்டங்கள் அனைத்தும் அறவழிப்போராட்டங்களாக இருந்தபோதும், இஸ்ரேலிய இராணுவத்தினரை வெறுப்படையச் செய்கிறது. அதனால் அம்மக்களின் போராட்டத்தை ஒடுக்க மிகக்கடுமையான வழிமுறைகளை எல்லாம் பின்பற்றுகிறார்கள் இஸ்ரேலிய இராணுவத்தினர். கண்ணீர்ப் புகை குண்டுகளாலும், பலத்த காயங்களை ஏற்படுத்தக்கூடிய கடினமான ரப்பர் குண்டுகளாலும் போராடும் மக்களை தாக்கத்துவங்குகின்றனர். ஆனாலும் ஒவ்வொரு முறையும் பல புதிய நூதனமான முறைகளில் தங்களது போராட்டங்களைத் தொடர்ந்து நடத்தி சர்வதேச ஊடகங்களின் கவனத்தையும், இஸ்ரேலிய அரசின் கவனத்தையும் ஈர்த்துக்கொண்டிருந்தனர் பிளின் கிராம மக்கள். அப்போராட்டத்தில் இமாத்தின் நெருங்கிய நண்பர்களான இரண்டு இளைஞர்கள் முன்னணியில் நின்றனர். போராட்டத்தின் நடுவே சிறுவர்களுக்கு வேடிக்கை விளையாட்டுகளை சொல்லிக்கொடுத்துக்கொண்டும்,

எதிர்காலம் குறித்த நம்பிக்கையினை அளித்துக்கொண்டும், அச்சிறுவர்களுக்கு மிகவும் பிடித்தவராகவும் ஒரு முன்மாதிரியாகவும் திகழ்ந்த ஃபில் என்கிற இளைஞரும், துடிப்புமிக்கவராகவும் கையில் எவ்வித ஆயுதங்களுமின்றி துப்பாக்கிகளேந்திய இஸ்ரேல் இராணுவத்தினரிடமே தன்பக்கத்து நியாயங்களை அஞ்சாமல் பேசுகிற அதீப் என்கிற இளைஞரும் மக்கள் போராட்டங்களின் முன்னணியில் இருந்து போராட்டத்தை வழிநடத்தினர்.

இப்படியே போராட்டங்களும் பதிலடிகளுமாகக் கழிந்தது அவர்களது வாழ்க்கை. ஆலிவ் மரங்களிலிருந்து ஆலிவ் காய்களை பறிக்கிற பருவம் வந்தபோது, அதனைப் பறிக்க உரிமை கோரி அமைதிஊர்வலத்தினை நடத்தினர் பிளின் கிராம மக்கள்.

'கட்டுமானப் பணிகள் நடக்கிற இடத்தைவிட்டு வெளியேறுங்கள். இல்லையேல் வலுக்கட்டாயமாக வெளியேற்றப்படுவீர்கள்" என்று இஸ்ரேலிய இராணுவத்தினர் துப்பாக்கிகளைக் காட்டி மிரட்டியதுடன், திடீரென துப்பாக்கிச்சூட்டினையும் நடத்தினர். துப்பாக்கி முழக்கங்களும் தடியடிகளும் மக்களைத் திணறடித்தன. இமாத்தின் உடன்பிறந்த சகோதரரான ரியாத்தை இஸ்ரேல் இராணுவத்தினர் கடுமையாகத் தாக்கிக்கொண்டிருந்தனர். போராட்டத்தை வீடியோ எடுத்துக்கொண்டிருந்த இமாத்திற்கு என்னசெய்வதென்றே தெரியாமல், இஸ்ரேலிய இராணுவத்தின் தாக்குதலையும் தொடர்ந்து படம்பிடித்தார். அவர்களுடைய கூட்டத்திலேயே ஒருவருக்கொருவர் அடித்துக்கொண்டிருந்ததைப் பார்த்துக் குழம்பிப் போனார் இமாத். தன்னுடைய கேமராவில் உற்றுநோக்கியபோதுதான் அவர்கள் இஸ்ரேலிய இராணுவத்தினர் என்பதும், கூட்டத்தில் குழப்பம் விளைவிக்கின்றனர் என்பதும் புரிந்தது. தொடர்ந்து வீடியோ எடுக்கவேண்டிய அவசியத்தை நன்கு உணர்ந்து அதனைத் தொடர்ந்தார் இமாத். தன்னுடைய சகோதரர் ரியாத்தை கைது செய்து இஸ்ரேல் இராணுவத்தினர் அழைத்துச்செல்வதைக்கூட வீடியோ எடுக்க நேர்ந்தது.

இனிவரும் போராட்டங்களை முறையாகத் திட்டமிட்டு நடத்துவது என்று முடிவெடுத்தனர் கிராம மக்கள். பாலஸ்தீன மக்களுக்கு ஆதரவாகக் குரலெழுப்பும் இஸ்ரேலிய ஆர்வலர்களையும் இணைத்துக்கொண்டு போராட்டத்திற்கான யூகங்களை வகுத்தனர். இஸ்ரேலிய அரசியல் ஆர்வலர்களுக்கு தங்கள் கிராமத்தின் பெரும்பகுதியினை இஸ்ரேல் அரசு பறித்துக்கொண்ட உண்மையினை ஆதாரத்துடன் விளக்கிக்கூறினர். இனி நடத்தப்படுகிற போராட்டங்கள் அனைத்தும் திட்டமிட்டப் போராட்டங்களாக

இருக்கவேண்டுமென்று முடிவெடுக்கப்படுகிறது. வாரந்தோறும் வெள்ளிக்கிழமைகளில் பெண்கள் மற்றும் குழந்தைகள் சகிதமாக குடும்பங்குடும்பமாக புதிதாக அமைக்கப்பட்டிருக்கிற வேலிக்கு அருகே சென்று அமைதியான முறையில் போராட்டம் நடத்த ஊர்மக்கள் அனைவரும் முடிவுசெய்தனர். அதனை ஊர்முழுக்க ஒலிப்பெருக்கியில் அறிவித்தும்விடுகின்றனர்.

"குண்டுகள் கண்டும் பயமில்லை.... துப்பாக்கிகள் பார்த்தும் பயமில்லை..." என்று முழக்கங்கள் எழுப்பிக்கொண்டே வெள்ளிக்கிழமைகளில் பெண்கள், ஆண்கள், சிறுவர்கள், பெரியவர்கள் என்கிற பேதமின்றி ஊர்மக்கள் அனைவரும் ஒன்றிணைந்து வேலியின் அருகே சென்று அமைதியான முறையில் அறவழிப்போராட்டம் நடத்தினர்.

"நாங்கள் இங்கேதான் பிறந்தோம். இது எங்கள் நிலம்... சாகும்வரை இங்குதான் வாழ்வோம்..." என்றெல்லாம் அவர்கள் ஒருபுறம் குரலெழுப்பிக்கொண்டிருக்க, மறுபுறம் வேலியும் ஆக்கிரமிப்புக் கட்டிடங்களும் வளர்ந்துகொண்டே போயின.

ஒருநாள் பிளின் மக்களுடன் சர்வதேச மனிதவுரிமை ஆர்வலர்களும் இணைந்து, வேலிக்கம்பிகளை இறுகப்பிடித்துக்கொண்டு போராட்டம் நடத்தியபோது, எரிவாயு குண்டுகளை வீசினர் இஸ்ரேல் இராணுவத்தினர். அதில் ஒரு குண்டு தாக்கி, இமாத் கையில் காயமடைந்ததுடன் அவரது கேமராவும் சேதமடைந்தது. 2005 குளிர்காலம் முதல் 2005 இலையுதிர்காலம் வரை இமாத்துடன் இருந்த அவரது முதல் கேமரா உடைந்தது.

இரண்டாவது கேமரா:

கேமரா இல்லாமல் இருக்கமுடியாது என்கிற நிலைக்கு வந்துவிட்ட இமாத்திற்கு, அவரது நண்பர் உதவியுடன் இரண்டாவது கேமரா கிடைத்தது. வேலியினை எதிர்த்து பிளின் கிராம மக்கள் நடத்தத்துவங்கிய போராட்டத்தில் முதன்முதலாகக் கைதுசெய்யப்பட்ட இமாத்தின் சகோதரர் ரியாத்தை, ஒரு மாதத்திற்குப் பிறகு விடுதலை செய்தது இஸ்ரேல் அரசு.

சுவரோடு சேர்ந்து இமாத்தின் மகன் கிப்ரேலும் வளர்ந்து ஒரு வயதை அடைந்தான். தங்களுடைய நிலங்களைக் கொஞ்சம் கொஞ்சமாக ஆக்கிரமித்துக்கொண்டே நகர்ந்துவருகிற இஸ்ரேலியக் குடியிருப்புக் கட்டிடங்களைப் பார்த்து செய்வதறியாது துடித்தனர், பிளின் கிராம மக்கள். தொடர்ந்த போராட்டங்களின் விளைவாக, வேலியைக் கடந்து பிளின் கிராம மக்களுடைய விவசாய நிலங்களைப்

பார்க்க தற்காலிகமாக அனுமதிக்கப்பட்டது. இதனால் பிளின் கிராமத்தின் புகழ் அக்கம்பக்கத்து கிராமங்களோடு சேர்த்து, உலகெங்கிலும் பரவத்துவங்கியது. தங்களுடைய நிலங்களைப் பாதுகாப்பதற்காகத் துவங்கிய போராட்டம், பின்னாளில் உலக அரசியல் நிகழ்வுகளுக்கெல்லாம் குரல் கொடுக்கிற போராட்டமையமாக மாறத்துவங்கியது. 2006 இல் லெபனானை இஸ்ரேல் தாக்கியபோதும், கண்டனக்குரலை எழுப்பினர் பிளின் கிராம மக்கள். இமாத்தின் கேமரா படைசூழ, அதீபும் ஃபில்லும் போராட்டத்தின் முன்னணியில் இருந்தனர்.

'அவனைச்சுடு... அவனைச்சுடு..'

என்று கொக்கரித்துக்கொண்டே, அதீப்பைக் குறிபார்த்து அவனது தொடைகளில் துப்பாக்கி குண்டுகளால் துளைத்தது இஸ்ரேலிய இராணுவம். ஏனென்று கேட்டவர்கள் கைதுசெய்யப்பட்டனர். அதீப்பின் தொடையில் பட்ட காயம் சரியாவதற்கு ஓராண்டு ஆனது. கடுங்கோபமிருப்பினும், அதனிலிருந்து தங்களது கிராம சிறுவர்களுக்கும் இளைஞர்களுக்கும் நம்பிக்கைக்கீற்றினை வளர்க்கவே முயற்சித்தனர்.

பாலஸ்தீன நிலங்களை ஆக்கிரமிப்பதற்கு, இஸ்ரேல் அரசு தொடர்ந்து பல வழிமுறைகளைக் கையாண்டது. அவற்றில் சில

வழிமுறைகள், இஸ்ரேல் அரசின் சட்டப்படி பார்த்தால்கூட சட்டவிரோதமானதாக இருக்கும். மிகப்பெரிய டிரைலர்களையும் கண்டெய்னர்களையும் புதிய ஆக்கிரமிப்புகளுக்கு அருகினில் வைத்து, மேலும் இடங்களை ஆக்கிரமிப்பது ஒரு வழிமுறை. இதனைத் தட்டிக்கேட்ட பிளின் கிராம மக்களை அடித்துவிரட்டுகின்றனர். மறுநாள், பிளின் கிராம மக்களும் அதே போன்றதொரு டிரைலரை வேலிக்கு அருகே வைக்கிறார்கள். ஆனால், அதனையெல்லாம் அப்புறப்படுத்த இஸ்ரேலிய இராணுவத்திற்கு சில நிமிடங்களே போதுமானதாக இருந்தது. டிரைலரை வைப்பார்கள்; பின்னர் காங்கிரீட் தளமமைப்பார்கள்; பின்னர் நிலத்திற்கு உரிமை கொண்டாடி, கட்டுமானப் பணிகளை மேற்கொள்ள பெரிய கட்டுமான நிறுவனங்களை வரவழைப்பார்கள். பிளின் கிராமத்தைப் பொருத்தவரை, இஸ்ரேலிய அரசிற்கு பெரும் பிரச்சனையாக இருப்பது ஆண்டாண்டுகாலமாக வளர்ந்திருக்கும் ஆலிவ் மரங்கள்தான். எனவே இரவோடு இரவாக அவற்றையெல்லாம் கொளுத்திவிட்டனர். எரிந்த ஆலிவ் மரங்களைப் பார்த்து கண்ணீர் விட்டனர் கிராம மக்கள். மறுநாள் ஊர்மொத்தமுமாக ஆளுக்கொரு ஆலிவ் மரக்கன்றுகளை கைகளில் ஏந்தி, எரிக்கப்பட்ட அதே இடங்களில் நடுவதற்குச் சென்றனர் பிளின் கிராம மக்கள். மரக்கன்றுகளோடு வந்த கிராம மக்களை, எரிவாயு குண்டுகளாலும் துப்பாக்கிச்சூட்டின் மூலமும் விரட்டியடித்தது இஸ்ரேல் இராணுவம். இமாத்தின் இரண்டாவது சகோதரர் இயத்தைக் கைதுசெய்து கொண்டுபோனது இஸ்ரேலிய இராணுவம்.

வேலிக்கு அருகே பிளின் கிராம மக்கள் அமைத்து வைத்திருந்த கண்காணிப்புக் குடிசையினையும் எரித்து சாம்பலாக்கியிருந்தது இஸ்ரேல் இராணுவம். மறுநாளே, அதீப் மற்றும் ஃபில் உள்ளிட்ட இளைஞர்கள் ஒன்றிணைந்து, அங்கே மீண்டுமொரு கண்காணிப்பு குடிசையினை அமைத்தனர். இஸ்ரேல் அரசின் இத்தனைக் கொடுமைகளைக் கண்டும் துவளாமல், மீண்டும் மீண்டும் நம்பிக்கையோடு போராடினார்கள் பிளின் கிராம இளைஞர்கள். ஒருநாள் ஆக்கிரமிப்புக் கட்டிடங்களைக் கட்ட உதவும் கிரேன் எந்திரத்தின் மீதேறி ஆக்கிரமிப்பினைக் கண்டித்து குரல் கொடுக்கிறான் ஃபில்லின் சகோதரன் தாபா. அதற்காக இஸ்ரேல் இராணுவத்தினரால் கைது செய்து அழைத்துச் செல்லப்படுகிறான்.

இதனைப் படமெடுத்துக்கொண்டிருந்த இமாத்தை, "இனி நீ படமெடுத்தால் உன்னுடைய எலும்புகளும் உடைக்கப்படும்" என்ற கடுமையான எச்சரிக்கையோடு அவரது கேமராவை அடித்தும் நொறுக்குகிறார்கள் ஆக்கிரமிப்பாளர்களும் இஸ்ரேலிய இராணுவத்தினரும். 2006 குளிர்காலம் முதல், 2007 இலையுதிர்காலம் வரை உழைத்த இமாத்தின் இரண்டாவது கேமராவும் உடைக்கப்பட்டது.

மூன்றாவது கேமரா:

இமாத்தின் மகன் கிப்ரேலுக்கு மூன்று வயதாகிவிட்டது. பிளின் கிராமத்தின் நடுவே போடப்பட்ட வேலிக்கும், அம்மக்களின் போராட்டத்திற்கும்தான். பிளின் மக்களின் போராட்டம் ஒரே நாளில் முடிந்துவிட்ட போராட்டமாக இல்லாமல், வெள்ளிக்கிழமைகள் தோறும் ஆக்கிரமிப்பிற்கு எதிரான மக்கள் திருவிழாவாக மாறியது. கைகளில் ஆயுதங்களின்றி வாத்தியங்களை வாசித்துக்கொண்டு தங்களது எதிர்ப்பினை வெளிப்படுத்திய அம்மக்கள் மீது, எப்போதும் போல துப்பாக்கி குண்டுகளாலேயே பதிலளித்துக்கொண்டிருந்தது இஸ்ரேல் இராணுவம். இமாத்தின் மூன்றாவது சகோதரரான ஜாபரை துப்பாக்கியால் சுட்டு, அதன்பின்னர் கைதுசெய்து தூக்கிச்சென்றனர் இஸ்ரேல் இராணுவத்தினர்.

இவற்றையெல்லாம் பார்த்துக்கொண்டிருந்தான் இமாத்தின் மூன்று வயது மகன் கிப்ரேல், வீட்டிற்கு வந்ததும் தன்னுடைய தாயிடம் மழலை மொழியில் அனைத்தையும் விளக்கினான்.

கிப்ரேல்: "அம்மா! அப்புறம் அந்த இராணுவத்து ஆளுங்க வந்தாங்களா.. வந்து எல்லாரையும் சுட்டுட்டே இருந்தாங்க.... எல்லா பக்கத்துல இருந்தும்

சுட்டாங்கம்மா... நான் பயப்படவே இல்லையே... அப்பாவோட காரை சுத்தி வந்துட்டாங்கம்மா.. "

அம்மா: "நீ ஹீரோடா... எப்பவும் வெங்காயத்தை கையில் வெச்சிக்கோ. கண்ணீர் புகை குண்டுகளை வீசினாங்கன்னா, வெங்காயத்தை மோந்து பாத்தீனா, ஒன்னும் ஆகாது."

பிளின் மக்களின் அறவழிப்போராட்டங்களை எப்படியாவது நிறுத்தியாகவேண்டும் என்று கடுமையான முயற்சிகளை எடுத்தது இஸ்ரேல் இராணுவம். கிராமத்திற்குள்ளேயே நுழைந்து துப்பாக்கி முனையில் மக்களை மிரட்டுவது போன்ற செயல்களில் ஈடுபட்டனர் இராணுவத்தினர். தங்களது கிராமத்தை விட்டு வெளியேறச்சொல்லி, சிறு கற்களை வீசி தங்களது எதிர்ப்பினைத் தெரிவித்தனர் மக்கள். ஊருக்குள்ளேயே நுழைந்து இமாத்தின் சகோதரரைக் கைது செய்து இழுத்துக்கொண்டு போனது இஸ்ரேல் இராணுவம். இராணுவ ஜீப்பின் மீதேறி அமர்ந்துகொண்டு இமாத்தின் தந்தை தன்னுடைய எதிர்ப்பைத் தெரிவிக்கிறார். ஆனால், அவர்களை எல்லாம் உதறிவிட்டு, கடந்து செல்கிறது இராணுவ ஜீப். இவையெல்லாம் என்றாவது ஒருநாள் பயன்படும் என்ற எண்ணத்தோடு, இத்தகைய சூழ்நிலையிலும் தொடர்ந்து வீடியோ எடுக்கிறார் இமாத்.

எப்படியாவது மக்கள் போராட்டத்தை நிறுத்திவிடவேண்டுமென்று இரவு நேரங்களிலும் பிளின் கிராமத்திற்குள் நுழைந்து தன்னுடைய அட்டூழியங்களை நிகழ்த்தத் துவங்கியது இஸ்ரேல் இராணுவம். எல்லோர் வீட்டுக்கதவுகளையும் மூடச்சொல்லி ஆணையிடுவது, மீறுவோரை சுடுவது, 10 வயதிற்குட்பட்ட சிறுவர்களைக்கூட கைதுசெய்வது போன்ற செயல்களில் ஈடுபட்டது இராணுவம். தங்களது வயதொத்த நண்பர்களைக் கைது செய்ததைக் கண்டித்து, பிளின் கிராமத்துச் சிறுவர்கள் அனைவரும் ஒன்றிணைந்து கிராமத்திற்குள்ளேயே நுழைந்திருக்கிற இராணுவத்தினர் அருகே சென்று,

"எங்களுக்கு அமைதி வேண்டும்"

"எங்களது நிலம் வேண்டும்"

"எங்கள் கிராமத்தை விட்டு வெளியேறுங்கள்" என்று முழக்கங்கள் எழுப்புகின்றனர்.

சிறுவர்கள் ஒட்டுமொத்தமாக இராணுவத்தினர் அருகே பயமின்றி வந்திருப்பதைக் கண்டு, இஸ்ரேல் இராணுவத்தினரும் சற்று அஞ்சித்தான் போகின்றனர். இருப்பினும், தங்களுடைய துப்பாக்கிகளைத் தயாராக எடுத்து வைக்கின்றனர். நிலைமை மோசமாகிவிடுமோ என்றஞ்சி, சிறுவர்களை எப்போதும் வழிநடத்துகிற ஃபில், அவர்கள் முன்னே வந்து பேசுகிறார்.

'இஸ்ரேலிய இராணுவத்தினரே! நீங்கள் எங்கள் கிராமத்திலிருந்து வெளியேறினால், யாரும் உங்கள் மீது கல்லெறிய மாட்டார்கள். இது ஒரு சிறிய கிராமம். ஏராளமான இஸ்ரேலியர்களும் இங்கே வந்துபோகிறார்கள். இஸ்ரேலியர்களும் எங்களது சகோதரர்கள்தான், நண்பர்கள்தான். நீங்கள் வெளியேறினால், நாங்களும் ஊருக்குள் சென்றுவிடுவோம்."

என்று பேசிக்கொண்டிருக்கும்போதே துப்பாக்கிச் சூட்டினைத் துவங்குகிறார்கள் இஸ்ரேல் இராணுவத்தினர். ஊருக்குள் நுழைந்து, ஒவ்வொரு வீடாக சோதனை செய்து, ஒட்டுமொத்த சிறுவர்களையும் கைது செய்து இழுத்துக்கொண்டுபோகிறது இராணுவம்.

அன்று நள்ளிரவே இமாத்தின் வீட்டுக்கதவுகளைத் தட்டியது இராணுவம். கேமராவும் கையுமாக வெளியே வந்தார் இமாத்.

'இப்பகுதி இராணுவ பாதுகாப்புப் பகுதியாக அறிவிக்கப்பட்டுவிட்டது. யாருக்கும் வீடியோவெல்லாம் எடுக்க அனுமதியில்லை. மீறினால் ஊரை விட்டே வெளியேற்றப்படுவர். அதனால் கேமராவைக் கீழே போடு' என்று எச்சரிக்கின்றனர் இராணுவத்தினர்.

'நான் நின்று கொண்டிருப்பது என்னுடைய வீடு. இதற்குள் நான் வீடியோ எடுப்பதைத் தடுக்க உங்களுக்கு உரிமையில்லை'

என்கிறார் இமாத்.

அவருடைய கேமரா படமெடுக்கமுடியாவண்ணம் வலுக்கட்டாயமாகத் திருப்பிவிடப்படுகிறது. அத்துடன், இராணுவத்தினர் மீது கல்லெறிந்தார் என்றொரு பொய்க்குற்றச்சாட்டு சுமத்தி இமாத்தைக் கைதுசெய்து அழைத்தும் சென்றுவிடுகின்றனர்.

சில நாட்களுக்குப் பின்னர், சட்டப்படி அணுகியதில், சிறையிலிருந்து விடுதலை செய்யப்பட்டு போராட்டங்களை வீடியோ எடுக்கமுடியாமல் ஊருக்குவெளியே வீட்டுக்காவலில் வைக்கப்படுகிறார் இமாத். தொடர்சட்டப்போராட்டத்திற்குப் பின்னர், எவ்வித ஆதாரமுமில்லாமையால், விடுதலை செய்யப்படுகிறார் இமாத். மீண்டும் பிளினுக்கு வந்து பார்க்கையில், அம்மக்களின் போராட்டம் சிறிதளவும் தொய்வின்றி தொடர்ந்து கொண்டிருப்பதுகண்டு மகிழ்கிறார். தொடர்ந்து போராட்ட நிகழ்வுகளை வீடியோ எடுக்கிறார் இமாத். இஸ்ரேலிய அரசு போட்டிருக்கிற வேலிக்கு எதிராக ஏராளமான ஆதாரங்கள் இஸ்ரேலிய மக்களின் துணையோடு சேகரிக்கப்பட்டிருக்கிறது.

ஒரு நாள் போராட்டத்தைப் படமெடுத்துக்கொண்டிருக்கையில், கண்ணிமைக்கும் நேரத்தில் இமாத்திற்கோ அல்லது அவரது கேமராவுக்கோ வைத்தகுறி, அவரது கேமராவை உடைத்தெறிந்தது. 2007 குளிர்காலம் முதல் 2008 குளிர்காலம் வரையில் அவருடன் இருந்து இறுதியில் அவரது உயிரைக் காப்பாற்றிய அவரது மூன்றாவது கேமரா உடைக்கப்பட்டது.

நான்காவது கேமரா:

பிளினில் வெள்ளிக்கிழமைப் போராட்டங்கள் தொடர்ந்துகொண்டே இருந்தாலும், வேலியின் நீளம் அக்கம்பக்கத்து கிராமங்களையும் விட்டுவைக்காமல் வளர்ந்துகொண்டே போனது. இதுவரை பிளினில் இமாத் படம்பிடித்த வீடியோ காட்சிகளை மற்ற கிராமங்களின் மக்களுக்கும் சிறிய திரையமைத்துப் போட்டுக்காண்பித்து, மக்களிடையே ஒரு ஒற்றுமையுணர்வை உருவாக்க முயற்சித்தனர். இதன் பலனாக 2008 ஆம் ஆண்டின் துவக்கத்தில் வெஸ்ட் பேங்கில் அமைந்திருக்கும் பல கிராமங்களிலும் பிளினின் போராட்டமுறை பரவத்துவங்கியது. அவர்களும் வேலியினை எதிர்த்துப் போராட்டங்கள் நடத்தினர். இதனால் இப்போராட்டமுறை ஒட்டுமொத்த பாலஸ்தீன மக்களிடமும் பரவி தனக்கு மிகப்பெரிய தலைவலியாக ஆகிவிடுமோ என்கிற அச்சத்தில் இஸ்ரேலிய அரசும் இஸ்ரேலிய இராணுவமும் பிளினில் தன்னுடைய அணுகுமுறையினை மேலும் கடுமையாக்கியது. நிளின் என்கிற அருகாமை கிராம மக்களின் போராட்டத்தில், ஒருவர் துப்பாக்கியால் சுட்டுக்கொல்லப்படுகிறார். இதனைக் கண்டித்து பிளின் கிராம மக்களும் அவர்களோடு இணைந்து அமைதி ஊர்வலம் நடத்துகின்றனர். அந்த ஊர்வலத்திலும் துப்பாக்கிச்சூடு நடத்தி, ஒரு வன்முறைக்களமாக மாற்றியிருந்தது இராணுவம். கண்மூடித்தனமாக எரிவாயு குண்டுகளை எல்லா கிராமங்களிலும் வீசிக்கொண்டே இருந்தது இராணுவம். அதன்பிறகு மற்றுமொரு 11 வயது சிறுவனும் அவனது வீட்டினருகிலேயே சுட்டுக்கொல்லப்பட்டான். அச்சிறுவனது இறுதிச்சடங்கிலேயே 17 வயது இளைஞர் ஒருவரும் சுட்டுக்கொல்லப்படுகிறார். எங்கு நோக்கிலும் இரத்தக்காயங்களோடு நடமாடுகிற மக்களின் அமைதிப்போராட்டத்தை வன்முறைப்போராட்டமாக மாறாமல் தடுப்பது சற்றே கடினமான காரியமாகவே இருந்தது மக்களுக்கு. இத்தனை கலவரங்களுக்கு மத்தியிலும், பிளினைச் சேர்ந்த ஃபில் தானும் நம்பிக்கையாக இருந்து, கிராமத்துச் சிறுவர்களுக்கும் எதிர்காலம் குறித்த நம்பிக்கையினை விதைத்துக்கொண்டே இருந்தார்.

வேலியை அகற்றக்கோரி இஸ்ரேலிய மனிதவுரிமை ஆர்வலர்களுடன் இணைந்து இஸ்ரேலிய நீதிமன்றத்தில் தொடுக்கப்பட்ட வழக்கினில், பிளின் மக்களுக்கு ஆதரவான தீர்ப்பு வழங்கப்பட்டது. வேலியை உடனடியாக நீக்கி பிளின் கிராமத்தினைப் பிரிக்காதவாறு அமைக்கச்சொல்லி ஆணைபிறப்பித்தது இஸ்ரேலிய நீதிமன்றம். இதனைக்கேட்டதும் மகிழ்ச்சியிலும் கொண்டாட்டத்திலும் திளைத்தனர் பிளின் கிராம மக்கள். ஆனால் நாட்களும், வாரங்களும், மாதங்களும், ஒருவருடமே கூட நகர்ந்தபோதும், வேலிமட்டும் நகர்த்தப்படவுமில்லை, நீக்கப்படவுமில்லை.

பல மணிநேர காத்திருப்புக்குப் பின்னர், ஒருநாள் தன்னுடைய விளைநிலத்தைப் பார்வையிட அனுமதி வாங்கி வேலியின் மறுபுறம் செல்கிறார் இமாத். தன்னுடைய விளைநிலந்தானா என்று அடையாளம் தெரியாமல் குழம்பிப்போகிற அளவிற்குச் சேதங்களை சந்தித்திருக்கின்றன அவரது நிலங்கள். எரிந்து சாம்பலாகிப்போன பல ஆலிவ்மரங்கள், குப்பைமேடுகளாகவே காட்சியளிக்கும் இடம் போன்றவைதான் அவர் அங்கேகண்ட காட்சி. ஆனாலும், நிலத்தினை உழுது, மீண்டும் பல ஆலிவ் மரக்கன்றுகளை நட்டனர். வேலையை முடித்துவிட்டு திரும்பவருகையில், சாலைகூட தெரியாதவண்ணம் இடித்து தரைமட்டமாக ஆக்கப்பட்டிருக்கிற பாதையில் வருகையில், இமாத்தின் வண்டி நிலைதடுமாறி ஆக்கிரமிப்புச் சுவரில் இடித்துத் விபத்தில் சிக்கிக்கொள்கிறது. இவ்விபத்தினால், 2008 முழுவதும் அவரோடு இருந்த அவரது நான்காவது கேமரா உடைபட்டு செயலிழந்தது.

ஐந்தாவது கேமரா:

பலத்த காயங்களோடு இஸ்ரேலிய மருத்துவமனையொன்றில் அனுமதிக்கப்படுகிறார் இமாத். 20 நாட்கள் சுயநினைவின்றியும், அதன்பிறகு பலநாட்கள் அபாயக்கட்டத்திலும் இருந்து, அவர் மீண்டு வருகையில் (2008இன் இறுதியில்) பாலஸ்தீனத்தின் ஒரு பகுதியான காசா மீது கடுமையான தாக்குதலை நடத்திக்கொண்டிருந்தது இஸ்ரேலிய அரசு. பிளின் கிராமமே காசாவின் நிலைகுறித்து கவலை கொண்டிருந்த வேளையாகையால், இரண்டு மாதத்திற்குப் பிறகு உடல்நிலைதேறி இமாத் வீட்டிற்கு திரும்பிவரும்போது பெரியளவில் மகழ்ச்சியில்லை எவரிடத்திலும். இனி வாழ்நாள் முழுவதும் உடலை வருத்தி செய்யப்படுகிற எந்த வேலையிலும் ஈடுபடக்கூடாது என்கிற மருத்துவர்களின் அறிவுரை வேறு இமாத்தை மனதளவிலும் பாதித்திருந்தது.

பிளினின் போராட்டம் சர்வதேச அளவில் கவனத்தை ஈர்த்தமையால், பிரபலமான தலைவர்களெல்லாம் பிளினிற்கு அவ்வப்போது வந்து தங்களது ஆதரவினை நல்கிவந்தனர். இமாத்தும் எப்போதும் போல, பிளின் கிராம மக்களின் அறவழிப்போராட்டங்களை படம்பிடித்துக்கொண்டிருந்தார். நான்காண்டுகளுக்கு மேலாக அம்மக்களது போராட்டம் ஒருபுறம் நிகழ்ந்துகொண்டிருந்தாலும், மறுபுறம் அவர்களது விவசாய நிலங்களில் காலம்காலமாக இருந்துவந்த ஆலிவ் மரங்கள் எல்லாம் எரிக்கப்பட்டும், வெட்டியெறியப்பட்டும் அங்கே ஆக்கிரமிப்பு கட்டிடங்களைக் கட்டி எண்ணற்ற இஸ்ரேலிய மக்களை குடியமர்த்திக்கொண்டிருந்தது இஸ்ரேலிய அரசு. வேலியினை ஓரடி பின்னோக்கித் தள்ளமுடிந்தாலும் மிகப்பெரிய வெற்றிதான் என்கிற அளவிற்கு அம்மக்களது மனநிலை இருந்தது.

தொடர்ந்து நடைபெற்றுக்கொண்டிருந்த வெள்ளிக்கிழமைப் போராட்டங்களில் ஒருநாள், கிராமத்தின் சிறுவர்களுக்கு எப்போதும் நம்பிக்கையளித்துக்கொண்டும், அறவழிப்போராட்டத்தின் தூணாகவும் விளங்கிய ஃபில்லை குறிவைத்து சுட்டுக்கொன்றது இஸ்ரேலிய இராணுவம். ஒட்டுமொத்த கிராமமுமே அதிர்ச்சியில் ஆழ்ந்தது. தங்களுடைய போராட்டத்தினைக் கைவிடாமல், மேலும் மேலும் தீவிரமாக்கினர் மக்கள். காசா, வெஸ்ட் பேங்க் என ஒவ்வொன்றாகத் தங்களது நிலத்தினை இழப்பது ஒருபக்கமும், நம்பிக்கை நட்சத்திரங்களான ஃபில்லைப் போன்றவர்களை இழப்பது மறுபக்கமும் எதிர்காலம் குறித்த மிகப்பெரிய கேள்விக்குறியினையும் கவலையினையும் முன்னெப்போதையும்விட அதிகரிக்கச்செய்திருந்தது. இருப்பினும் போராட்டத்தை விடாமல் தொடர்ந்தனர் பிளின் மக்கள். ஒருநாள், நொடிக்கு 2800 அடி அளவிற்கு வேகமாகப் பாயக்கூடிய எம்16 ரக குண்டுகளில் ஒன்று இமாத்தின் ஐந்தாவது கேமராவினைப் பதம்பார்த்து உடைத்தது.

ஐந்து ஆண்டுகளாக பிளின் மக்கள் நடத்திய தொடர் போராட்டங்களாலும், அதன் விளைவாகக் கிடைத்த சர்வதேச ஆதரவின் பலனாலும், இஸ்ரேலுக்குள்ளே உள்ள மக்களின் உழைப்பினால் கிடைத்த நீதிமன்றத் தீர்ப்பினாலும் அவ்வேலி அகற்றப்பட்டது. கிராமத்தின் விளைநிலங்கள் எல்லாம் மீண்டும் கிடைத்தன. ஆனால் ஆக்கிரமிக்கப்பட்டு வீடுகள் கட்டப்பட்ட இடங்களுக்கு அருகில் மிகப்பெரிய கான்கிரீட் சுவர் அமைக்கப்பட்டது. ஒரு கிராமத்தின் மக்களுக்கு அவர்களது தொடர் போராட்டத்தினால் கிடைத்த இவ்வெற்றி சிறியதாகிலும், மிகப்பெரிய நம்பிக்கையைக் கொடுத்திருக்கிறது. அதே நம்பிக்கையோடு, சற்றுத் தள்ளிக்

கட்டப்பட்டிருக்கிற புதிய தடுப்புச் சுவரை எதிர்த்தும் ஆக்கிரமிப்புக் கட்டிடங்களை எதிர்த்தும் தங்களது போராட்டத்தினை துவங்கியிருக்கிறார்கள் பிளின் மக்கள். இமாத்தின் உடைக்கப்பட்ட ஐந்து கேமராக்களும், அவற்றில் படம்பிடிக்கப்பட்ட நாட்கணக்கில் ஓடக்கூடிய வீடியோ காட்சிகளுமே அம்மக்களின் போராட்ட உறுதியினை விளக்குவதற்கான சாட்சிகளாக நம்முன்னே இருக்கின்றன. பிளின் கிராம மக்களும் போராட்டத்தைத் தொடர்கிறார்கள். இமாத்தும் தன்னுடைய ஆறாவது கேமராவை எடுத்துக்கொண்டு போராட்டங்களைப் படம்பிடிக்கச் சென்றுகொண்டுதானிருக்கிறார். வேலியை அவர்கள் நீக்கவைத்ததைப்போல, என்றைக்காவது ஒருநாள் ஒட்டுமொத்த பாலஸ்தீன மக்களும் மகிழ்ச்சியுறும் நாளும் வருகிறபோது, இமாத்தின் மற்ற வீடியோ பதிவுகளையும் பார்க்கிற தருணம் வரத்தான்போகிறது. அதுவரை அவர்களுடைய போராட்டங்கள் வெல்லவும், இழந்தவற்றை மீட்டெடுக்கவும், நம்முடைய ஆதரவினை நல்குவோமாக.

■

www.ingramcontent.com/pod-product-compliance
Lightning Source LLC
LaVergne TN
LVHW100813051026
849519LV00006B/2074
9789384421199